சில தீவிர இதழ்கள்

32 திராவிட இயக்க மற்றும்
இலக்கிய இதழ்கள் பற்றிய கட்டுரைகள்

சில தீவிர இதழ்கள்

கல்பனாதாசன் (1943)

பிறப்பு தெலுங்கைத் தாய்மொழியாகக்கொண்ட தென்கலை வைணவக் குடும்பத்தில். பெற்றோர் ரங்கராஜுலு – ராஜவேணி. பிறந்த ஊர் விக்ரவாண்டி (அன்றைய தென்னார்க்காடு மாவட்டம்.) இயற்பெயர் பார்த்தசாரதி. சொந்த ஊர் விருத்தாசலம். படிப்பு சென்னை இந்து உயர்நிலைப்பள்ளி, அரசினர் கலைக்கல்லூரி, பச்சையப்பன் கல்லூரி, சட்டக்கல்லூரியில். அலுவல் இந்திய ரிசர்வ் வங்கியில். ஓய்வு 2003இல். 'தென்றல்', 'குயில்' தொடங்கி 'புதிய பார்வை' வரை பல சிற்றிதழ் களில் எழுதியுள்ளார்.

கல்பனாதாசன்

சில தீவிர இதழ்கள்

32 திராவிட இயக்க மற்றும்
இலக்கிய இதழ்கள் பற்றிய கட்டுரைகள்

காலச்சுவடு பதிப்பகம்

சில தீவிர இதழ்கள் • கட்டுரைகள் • ஆசிரியர்: கல்பனாதாசன் • © ஆர். பார்த்தசாரதி • முதல் பதிப்பு : டிசம்பர் 2008, மூன்றாம் பதிப்பு: ஆகஸ்ட் 2015 • வெளியீடு: காலச்சுவடு பப்ளிகேஷன்ஸ் (பி) லிட்., 669 கே. பி. சாலை, நாகர்கோவில் 629 001

cila tiivira itazkaL • Essays • Author: kalpanaataacan • © R. Partha sarathy • Language: Tamil • First Edition: December 2008, Third Edition: August 2015

Published by Kalachuvadu Publications Pvt. Ltd., 669 K.P. Road, Nagercoil 629001, India • Phone: 91-4652-278525 • e-mail: publications @kalachuvadu.com

ISBN: 978-81-89945-73-2

08/2015/S.No. 278, kcp 1340, 18.6, (3) MR

விருதுகளுக்கும் பரிசுகளுக்கும் விலைபோகாத
நிகில் சக்ரவர்த்தி போன்ற இதழாளர்களுக்கும்
ரொமிலா தாப்பர் போன்ற ஆய்வாளர்களுக்கும்

பொருளடக்கம்

முன்னுரை

2005இல் ஒருநாள் காலை. தற்செயலாகச் சுந்தர புத்தனைத் தியாகராய நகரில் சந்தித்தேன். பாவை சந்திரன் 'புதிய பார்வை' இணையாசிரியராக இருந்த 1990களில் சுந்தரபுத்தன் 'தமிழரசி'யில் துணையாசிரியர். அப்போது நெருங்கிய பழக்கம். 'இப்போது "புதிய பார்வை" மீண்டும் வருகிறது. நான் அதில் துணையாசிரியர். நீங்கள் எழுத வேண்டும்' என்றார். என்னிடம் தயாராகக் கண்ணதாசனின் 'தென்றல்' குறித்த கட்டுரை இருந்தது. 'உங்கள் நூலகம்' இதழில் சுருக்கமாக எழுதப்பட்ட கட்டுரையின் விரிவாக்கம் அது. அதை அனுப்பிவைத்தேன். பிரசுரமானது. உடனடியாக இணையாசிரியர் மணாவிடமிருந்து தொலைபேசி அழைப்பு. 'நினைவில் நிற்கும் இதழ்கள்' என்று துணைத்தலைப்புக் கொடுத்திருக்கிறீர்கள். தொடர் மாதிரி தொனிக்கிறது. தொடர்ந்து எழுதலாமே என வற்புறுத்தினார்.

முதலில் கிறக்கம் . . . பிறகு இறக்கம். இது அலைச்சல் பிடித்த வேலை. மாதமிருமுறை இதழில் இப்படியொரு தொடர் எழுத நம்மால் முடியுமா? பொறுமை, முனைப்பு இரண்டும் குறைவாகவும் சோம்பல், சொகுசு இரண்டும் நிறைவாகவும் இயல்பாய் அமைந்த மனப்பாங்கு காரணமாக வழக்கமாக வரும் தயக்கம். எப்படியோ ஒப்புக்கொண்டு எழுத ஆரம்பித்தேன். பெரிய ஆய்வுச் சமாசாரமாக இதை நான் நினைக்கவில்லை. நான் ஆய்வு மாணவனுமில்லை. இத்தொடரில் நான் செய்திருப்பதெல்லாம் தொட்டுத் தெளிக்கிற வேலைதான். அப்படித் தொட்டுத் தெளிக்கிறவர்கள்கூட இந்தத் துறையை அலட்சியம் செய்கிறார்கள் என்னும்போது நீங்கள் செய்கிற வேலை பாராட்டுக்குரியது தான் என்று க. திருநாவுக்கரசு உற்சாகமூட்டினார். அவர் இத்துறையில் முன்னோடி. அதுவும் குறிப்பாகத் திராவிட இயக்க இதழ்களை அலசியவர்களில் மா.சு. சம்பந்தமும் அவரும் என் நினைவில் நிற்பவர்கள் . . .

தொடரில் நிறைய திராவிட இதழ்களை நான் எடுத்துக் கொள்ளக் காரணம் என் உயர்நிலைப் பள்ளி, கல்லூரிக் காலங்களில் என்னை ஆக்கிரமித்து இன்றும் என் இதயத்தின் ஆழத்தில் நங்கூரம் பாய்ச்சிக்கொண்டு விடாப்பிடியாக வீற்றிருப்பது திராவிட இயக்கம் என்பதால்தான். இன்னொரு துணைக்காரணம் என்ன வென்றால் திராவிட இயக்கம் சார்ந்த எழுத்தாளர்கள், படைப் பாளிகள், இதழாளர்கள் என்றாலே விமர்சகர்கள் சிற்றன்னைக் கோலம்பூண்டுவிடுகிறார்கள் என்பது என் அபிப்ராயம்.

எடுத்துக்கொண்ட இதழ்களின் ஆசிரியர்கள் அல்லது எழுத் தாளர்கள் என் ஆதர்சங்கள். அவர்களில் பலர் என்னைப் பிரமிக்க வைத்தவர்கள். பலரோடு நான் உறவாடியிருக்கிறேன். உரிமை கொண்டாடியுமிருக்கிறேன். இன்னும் பலரை அணுக்கத்தில் இருந்து கவனித்திருக்கிறேன். அவர்களுடைய ரத்த உறவுகள் சீடகோடிகள் எனப் பலருடன் தொடர்புகளும் உண்டு. ஆகவே ஆங்காங்கே உயர்வுநவிற்சி நுழைந்துவிடுவதை என்னால் தவிர்க்க முடியவில்லை. அவர்களின் குற்றம் குறைகளும் எனக்குத் தெரியும் என்றாலும் அக்குறைகளுடன் சேர்த்தே அவர்களை நான் நேசிப்பதால் இக்குறைபாடு இத்தொடரில் காணப்படுகிறது.

கண்ணதாசனின் 'தென்றல்' என்னுடைய நடைவண்டி. அதன் மூலம்தான் எனக்கு எழுதவே ஆர்வம் வந்தது. தூக்கத் தில் எழுப்பிக் கேட்டாலும் 'தென்றல்' நினைவுகளை நான் பகிர்ந்துகொள்ள முடியும். 'தென்றல்' வெண்பாப் போட்டியில் தொடர்ந்து கலந்துகொண்டது, சோமசுந்தர பாரதியார் மறைவு குறித்து இரங்கல் கவிதை வரைந்தது எல்லாம் என் பதினாறாம் வயதில். 'தென்றல்' முதல் பக்கத்தில் என் கட்டுரை அச்சான போது இலக்கிய உலகமே வசப்பட்டுவிட்டதுபோல் அப்படி ஒரு பூரிப்பு. அவையெல்லாம் சிறுபிள்ளைத்தனமானவை என்றாலும் முதல் காதல் போல் அவற்றின் ஊமைப்பரவசங்களை வாழ்நாள் முழுதும் மறப்பதற்கில்லை. அவ்வாறே பாரதிதாசன் தமது 'குயி'லில் என் கவிதைகளை வெளியிட்டபோதும் மலர்ச்சி. இதழ் கள் மீது எனக்கு அளப்பரிய காதல் தோன்றி நிலைக்க இவை யெல்லாம் நெம்புகோல்கள்.

'தென்றல்', 'குயில்' போல் பிற இதழ்கள் பற்றிய சித்திரத்தை அப்படி அசட்டையாக நினைவிலிருந்து கொட்டிவிட முடியாதே. வகையாக மாட்டிக்கொண்டேனே என்று ஒருவகையாக அடுத்த இதழ் பற்றி யோசிக்கலானேன். 'காதல்' என் நினைவுக்கு வந்தது. 'காதல்' பத்திரிகை நாங்கள் படித்துக்கொண்டிருந்த போது தீண்டத்தகாத பத்திரிகை எனக் கருதப்பட்டது. பூகோளப் புத்தகத்தில் ஒளித்துவைத்துக்கொண்டு 'காத'லில் மூழ்கிய அனுபவம் எனக்கும் உண்டு. அரு. ராமநாதனை எழுத்துலகம்

மறந்துவிட்டது. ஆனால் என் நினைவில் அவர் நிரந்தரக் கதா நாயகர். இத்தொடரில் அவரைப் போன்ற புகழ்வெளிச்சம்படாத – ஒளிவட்டம் சரியாக உருவாகாத ஆனால் ஏதோ ஒருவகையில் உணர்வுகளை வருடிய – எதிர்நீச்சல்போட்டு வாசகர்களை உசுப்பிய இதழாளர்கள், அவர்தம் இதழ்கள் பற்றியே பெரும்பகுதி எழுத வேண்டும் என முடிவுசெய்துகொண்டேன்.

ராமநாதனுக்கு அடுத்து ப. புகழேந்தி. அன்றும் இன்றும் குடத்திலிட்ட விளக்காக விளங்கும் புகழேந்தி, 'அண்ணாவழிச் சிறுகதைகள்' வெளியிட்டு இயக்கத்தின் படைப்பாளிகளுக்கு வரலாற்றில் இடம் கோரியவர். அவருடைய 'கதிர்' 'மஞ்சரி'க்கு இணையானது. 'கதி'ரைப் பற்றி எழுதும்போது ஆ. மாதவன், கே.ஜி. ராதாமணாளன் நினைவுக்கு வந்தார்கள். திராவிட இயக்கம் சார்ந்தவர்களில் ஆ. மாதவன் ஒப்பற்ற படைப்பாளி. ராதாமணாளன் பெயரில்லாமல் ஒரு பொங்கல்மலர்கூட அந்நாளில் வெளிவந்த தில்லை. இப்படிப்பட்டவர்கள் உரிய கவனம் பெறவில்லை.

ஒருகாலத்தில் தலைவர்களின் இதழ்களைக் காட்டிலும் அழகிலும் அடக்கத்திலும் உன்னதமாக வெளிவந்து எல்லோ ருடைய பொறாமைக்கும் ஆளான 'கலைமன்றம்' இதழின் நிறுவனர் பால்வண்ணன் குடும்பம் பொருளாதார அவலத்தின் எல்லையில் நிற்கிறது. மகனைத் தேடி அலைந்து கண்டுபிடித்து விவரங்கள் சேகரித்தேன். கோவி. மணிசேகரன், பூவண்ணன் இருவரும் 'கலைமன்ற'த்தின் இரு கண்கள். இருவருடனும் பேசாமல் 'கலைமன்றம்' பற்றி எழுதினால் நிறைவாகவும் இராது. பால்வண்ணனின் புகைப்படம் எவரிடமும் இல்லை. அவரது படம் கிடைக்காமல் கட்டுரை பிரசுரமானது எனக்கு நிறைவாகவே இல்லை. முன்னோடிப் பதிப்பாளர் வைகோவின் அடுத்த தலை முறை அம்பத்தூர் புதூரில் ஒண்டுக்குடித்தனம் இருப்பதைக் கண்டபோதும் அதேபோல் ஒரு வெறுமை உணர்வு மேலிட்டது.

உயர்ந்த மனிதர் பழ. நெடுமாறன் தமிழ்த்தேசியத்தின் சின்னம். அன்றும் இன்றும் ஒரே மாதிரியான அடக்கமும் ஆளுமையும் வாய்ந்த அப்பழுக்கற்ற தலைவர். இரா. செழியனும் அவரும் பேசும் போது கொஞ்சம் மழலை வரும். கருத்தில் உள்ள முதிர்ச்சி காணக்கிடைக்காத முதிர்ச்சி. நெடுமாறனின் 'குறிஞ்சி'க்கு இணை 'குறிஞ்சி'தான். அது தமிழ்நாட்டின் 'லிங்க்'. செழியனும் நெடுமாறனும் தங்கள் நூலகத்தில் பைண்ட் செய்து வைத்திருந்த 'மன்றம்', 'குறிஞ்சி' இதழ் வால்யூம்களைத் தேடிப் பிடித்துக் கொடுத்தார்கள். 'குத்தூசி'க்காகக் குருவிக்கரம்பை வேலுவைச் சந்தித்தேன். குருசாமியின் மகள் ரஷ்யா, நாத்திகம் ராமசாமி, கழஞ்சூர் செல்வராஜு என அனைவரையும் பார்த்தேன். குருசாமி, அழகிரிசாமி, அண்ணா, வீரமணி ஆகியோர் பெரியாரின்

ஒப்பற்ற தளபதிகள். அவர்களுக்குள் கருத்துவேறுபாடுகள், மனமாச்சரியங்கள் நிரம்ப உண்டு. ஆனால் அவர்கள் எல்லோருமே வரலாற்று நாயகர்கள். அந்த வரலாற்றின் ஒரு துளியாக அமைவதே இத் தொடரின் லட்சியம்.

'நாத்திகம்' இன்றும் தொடரும் இதழ். நினைவில் நிற்கும் இதழ்கள் எல்லாமே நின்றுபோனவை. 'நாத்திக'த்தைத் தொடரில் சேர்த்தது தவறு' என்று புகழேந்தி சுட்டிக்காட்டினார். 'நாத்திக'த் திற்கு விதிவிலக்குத் தரமுடிவு செய்தாகிவிட்டது. இது அறியாப் பிழையன்று. அறிந்தும் துணிந்தும் செய்த பிழை. அடுத்து 'மாதவி'க்காகப் பி.சி. கணேசனைக் காணமுனைந்தபோது அவர் விஜயா மருத்துவமனையில் இருந்தார். அவரது திராவிடத் தேசியப் பொதுவுடைமை இயக்க வரலாற்று நூல்களுக்கு நான் அறிமுக முன்னுரை எழுதியவிதம் அவரைக் கவர்ந்திருந்தது. அவரது மரணத்திற்குப் பின்னரே 'மாதவி' கட்டுரை வடிவம் கண்டது. அவரது நண்பர்கள் திருச்சி ரங்கநாதன், சின்னக்குத்தூசி போன்றவர்களையும் சந்தித்துக் கட்டுரையை முடித்தேன். சுரதா வின் மகன் கல்லாடன் இதழ்கள் தந்துதவியதால் 'காவியம்' கட்டுரை உருவானது. 'தமிழ்நாடு' இதழ்க் கட்டுரைக்குத் தகவல்கள் தந்தவர் அதன் ஆசிரியர் குழுவில் 21 ஆண்டுகள் பணிபுரிந்த எல். சுந்தரம். 'திராவிடநாடு', 'நம்நாடு' இதழ்கள் குறித்த தகவல்கள், புகைப்படங்கள் ப. புகழேந்தி, மா. செங்குட்டுவன் தந்தவை. 'மனித'னுக்கு விந்தன் குடும்பத்தினர், 'அலை ஓசை'க்கு வேலூர் நாராயணன் குடும்பத்தினர் தகவல் உபயம். 'குயில்' கட்டுரைக்கு மன்னர்மன்னனும் கலி. பூங்குன்றனும் பின்னணி.

தேசியத்திற்கு 'மணிக்கொடி' என்றால் அதற்கு நிகரான திராவிட இயக்க இதழ் 'பொன்னி.' அவ்வரிசையில் பொதுவுடைமை இயக்கத்திற்கு 'சரஸ்வதி' எனலாம். 'பொன்னி' குறித்து மு. இளங்கோவன் தொகுத்த நூல்கள், அளித்த செய்திகள் பயன்பட்டன. முல்லை முத்தையாவுக்கு நான் அணுக்கம். அவர் பாரதிதாசனுக்கும் புதுமைப்பித்தனுக்கும் வேண்டியவராக இருந்தவர். ஏராளம் பேசியிருக்கிறோம். அவர் மகன் மு. பழனியப்பன் தொகுத்த 'முல்லை'க்கு ஆ. இரா. வேங்கடாசலபதி ஓர் அரிய ஆய்வு முன்னுரை வரைந்துள்ளார். என் 'முல்லை' கட்டுரைக்கு இவை தரவுகள்.

குறிப்பிட்ட கால அவகாசத்தில் 'சரஸ்வதி' விஜயபாஸ்கரனைச் சந்திக்க இயலவில்லை. தொலைபேசியிலும் பிடிக்க முடியவில்லை. ஒருவழியாக வல்லிக்கண்ணனிடம் 'சரஸ்வதி' பற்றிய விவரங்களை அறிந்துகொண்டேன். கச்சிதம் என்று அவர் சொன்னபிறகுதான் கட்டுரையைப் பிரசுரத்திற்கு அனுப்பினேன். செந்தில்நாதனின் 'சிகர'த்திற்கு ஏற்பட்ட பிரச்சினைகளைக் கட்டுரையின் தொடக்கத் திலேயே தடாலடியாக எழுப்பியது அவருக்குத் தர்மசங்கடமாக

இருந்தது. 'தாமரை'யால் 'சரஸ்வதி'க்கு நேர்ந்த சோதனைகளையும் அவ்வர்றே குறித்திருந்தேன். இவை தவிர்க்க இயலாதவை. தவிர்த்திருந்தால் இதழுக்கும் சரி கட்டுரைக்கும் சரி நியாயம் கிடைக்காது.

ம.பொ. சி.யின் 'செங்கோல்' அந்நாளில் தி.மு.க. இதழ்களுக்குச் சரியான போட்டியாக இருந்தது. இறுதியில் தன்னந்தனியரான சிவஞானம் தி.மு.க., அ.தி.மு.க. என்று சமரசம் செய்துகொள்ள நேர்ந்தது. இன்னொரு கோணத்தில் பார்த்தால் அவரது தமிழ்த் தேசியத்தில்தான் திராவிடக் கட்சிகள் புகலிடம் தேடிக்கொண்டன என்பதும் மறுக்கமுடியாத உண்மை. கோவை ஈஸ்வரன் 'செங்கோல்' கட்டுரைக்குச் செய்திகள் தந்தார். தமிழ் நாட்டின் இரண்டாம் ஜீவா நாரண துரைக்கண்ணனும் நா. பார்த்தசாரதியும் அடிப்படையில் தேசியவாதிகள். முன்னவர் திராவிட இயக்கத்தின்மீது ஈடுபாடுடையவர். பின்னவர் இந்து சநாதனத்தில் தீவிரமானவர். இருவரின் இதழ்களும் அடுத்தடுத்து அலசப்பட்டன.

அடுத்து கவனம் நவீன எழுத்தின் பக்கம் திரும்பியது. 'எழுத்து', 'நடை', 'கசடதபற' எனச் சிற்றிதழ்ப்புரட்சி அல்லது கலகங்களை அலசலானேன். விமர்சனங்களும் சினம்கலந்த எதிர்க்குரல்களும் கேட்டன. ஆனாலும் குறிப்பிட்ட இதழ்கள் தொடர்பாக நான் சந்தித்த இதழாளர்கள் கி.அ. சச்சிதானந்தம், ஞானக்கூத்தன், ந. முத்துசாமி, ஐராவதம் போன்றவர்கள் புரிதலுடன் முயற்சிக்குத் துணைபுரிந்தார்கள். 'ஞானரதம்' கட்டுரைக்குச் சித்ரபாரதி துணைநின்றார். ஜெயகாந்தன் உடல்நலம் கருதி அவருக்குத் தொல்லைதரவில்லை. பா. செயப்பிரகாசத்தின் 'மனஓசை'க்கு அவரே செய்திகள் வழங்கினார்.

ஏ.வி.பி. ஆசைத்தம்பியுடன் கடலூரிலிருந்து சென்னை வரை ஐந்து மணிநேரம் பயணம் செய்யும் சந்தர்ப்பத்தில் அவர் பொரிந்து கொட்டிய கருத்துகளை என் உள்ளத்தின் ஆழத்தில் பதிவு செய்திருந்தேன். 'தனியர'சோடு நிறுத்திக்கொள்ளாமல் வாய்ப்புக் கிடைக்கும் இடங்களில் ஆங்காங்கே அவற்றை அள்ளித் தெளித்திருக்கிறேன். அவ்வாறே ஆர்.கே. கண்ணன், கே.சி.எஸ். அருணாசலம், வி.கிரி போன்றவர்கள் சிந்திய முத்துகளையும் எடுத்தாண்டுள்ளேன். இவர் சொன்னார் அவர் சொன்னார் என அப்படியே மேற்கோள் காட்டுவது சில சந்தர்ப்பங்களில் பொருந்துவதில்லை. அவற்றை அப்படியே உள்வாங்கி வைத்திருந்து சமயம் வரும்போது பதிவுசெய்துவிடுவதால் எவருக்கும் பாதகமில்லை. செய்திகளும் பதிவாகிவிடும்.

முன்பே சொன்னேன். இத்தொடரில் ஆய்வுத்தொடருக்குரிய இலக்கணங்களைத் தேடவேண்டாம். இதழ்கள், அவற்றின் பின்புலத்தில் உள்ள மனிதமனங்களின் ஆசை நிராசைகள்

வெற்றி தோல்விகளை ஒருவாறு தெரிவிப்பதே நோக்கம். இதழ்களுக்கும் அவற்றின் கர்த்தாக்களுக்கும் தமிழும் தமிழகமும் சரிவர நியாயம் செய்தனவா என்பதையும் அடிக்கோடிட்டுக் காண்பித்துவிடுவதே இத்தொடரின் அடிநாதம். தொடரைப் படிக்க நேர்ந்தவர்களுக்கு மூல இதழ்கள் மீது ஆர்வமும் கர்த்தாக்கள் மீது அக்கறையும் தோன்றுமானால் என்னளவில் அது வெற்றி.

*1950, 60*கள் ஒருமாதிரியான லட்சிய சகாப்தம்போல் என் கவனத்தில் தென்படுகின்றன. இப்படித் தென்படப் பின்புலம் அக்காலத்தில் எனக்குத் தோன்றிய உணர்வுகளின் மாயத்தோற்றமாகவும் இருக்கலாம். அக்காலகட்டத்தில் அரசியல் கூட்டங்கள் என்றால் கூட்டம் உண்மையாகவே கூடும். இக்காலத்தில்போல் கூலிப்படைத் தளபதிகள் தயவில்லாமல் தன்னிச்சையாக மக்கள் வெள்ளம் திரளும். தலைவர் வருகிறார், இதோ வந்துவிட்டார், இப்போதுதான் தூங்கி எழுந்திருந்து பல்விளக்குகிறார், இன்னும் பத்தே நொடிகளில் காலைக்கடன்களை மாலையில் முடித்துக் கொண்டு இதோ உங்கள்முன் பிரசன்னமாவார் என்று ஒலிபெருக்கி அலறும். எழுந்திருக்க மனமில்லாமல் கூட்டம் அமர்ந்திருக்கும். அது ஒரு காலம். அதே போல் இதழ்கள் வருகைக்கு வாசகர்கள் கடைமுன் கால்கடுக்கக் காத்திருப்பார்கள். அக்காலம் இனித் திரும்பப்போவதில்லை.

லட்சியத்தொண்டர்கள் கைக்காசு செலவழித்து, பொன்னான நேரம் பாழடித்துத் தலைவர்கள், எழுத்தாள – பேச்சாளத் திலகங்களின் சொல்மழையில் நனைந்து செம்மாந்திருந்த அக்காலத்தில் தான் என் வாசகமனமும் ரசிகக்குணமும் உருப்பெற்றன . . . இதழையும் இதழாளரையும் சித்திரம் தீட்டும்போதே காலத்தின் சின்னங்களையும் கவனமாக இத்தொடரில் பதிவுசெய்துள்ளேன். அவை சிலசமயம் அதிகப்பிரசங்கித்தனமாகத் துறுத்திக்கொண்டும் நிற்கலாம்.

இதழ்கள் என்று எடுத்துக்கொண்டால் 'அம்புலிமாமா'தான் என்னைக் கவர்ந்த முதல் பத்திரிகை. திருவல்லிக்கேணி பைகிராப்ட்ஸ் ரோடு – இப்போது பாரதியார் சாலை கோஷா ஆஸ்பிடல் எனப்பட்ட கஸ்தூர்பா காந்தி மருத்துவமனைக்கு எதிரிலுள்ள கடைக்குப் போய் காசு கொடுத்து வாங்கி ஆசைஆசையாகப் படித்த பத்திரிகை 'அம்புலிமாமா.' என் இரண்டாம் கட்டக் கவர்ச்சிக்கன்னிகள் 'கல்கண்டு', 'கண்ணன்', 'கரும்பு' போன்றவை. தமிழ்வாணன், ஆர்.வி. எனப்படும் ஆர். வெங்கட்ராமன், சேரன் அவற்றின் ஆசிரியர்கள். அப்பருவத்தில் என்னைப் பொறுத்த வரை அவர்களே இலக்கிய சாம்ராட்டுகள். சினிமா இதழ்களில் 'பேசும்படம்', 'குண்டூசி', 'பொம்மை', 'பிலிமாலயா' காலங்கள் தெரியும். 'பேசும்படம்' ராம்நாத் ஒரு சகாப்தம். ஏனோ அவரை விட 'குண்டூசி' கோபால்மீது ஒரு பாசம். அவர் தோல்விகளில்

தோய்ந்து நிராசைகளில் நீச்சல் அடித்தவர் என்பதாலும் அவருக்கும் குத்தூசி குருசாமிபோல் குத்தல் தமிழ் கைவரும் என்பதாலும் அப்படியொரு பற்றுதல். இத்தொடரில் 'குண்டூசி' மட்டுமே உண்டு. 'குண்டூசி' நினைவுகளைக் 'கலாவல்லி' சர்மா பகிர்ந்து கொண்டார். மற்ற சினிமாப் பத்திரிகைகளைப் பற்றியும் எழுத எவ்வளவோ செய்திகள் இருக்கின்றன. மாறுபட்ட கோணங்களில் அவற்றை அறிமுகம் செய்துவிட வேண்டும் என்னும் ஆர்வமும் உண்டு.

திராவிட இயக்க இதழ்கள் எனக்கு 14, 15 வயதில் திருவல்லிக்கேணி இந்து உயர்நிலைப்பள்ளி வகுப்புத்தோழர்கள் மூலம் அறிமுகம். 'குயில்', 'திராவிடநாடு', 'தென்றல்', 'முரசொலி' இதழ்களை வால்யூம்களாக வைத்திருந்த நண்பர்கள் அவர்கள். விருத்தாசலம் தாஸ் சி. முனுசாமி எனக்கு மிக நெருக்கம் எதிரும் புதிருமான கட்டத்திலும் பெரியார், அண்ணா, கி.ஆ.பெ. விசுவநாதம், ஈ.வே.கி. சம்பத், மு. கருணாநிதி, பி. ராமமூர்த்தி, வ. சுப்பையா முதலிய பல தலைவர்கள் அவர் வீட்டில் தங்கி இளைப்பாறு வார்கள். டி.ஏ.வி. நாதன் குடும்பம் பழக்கம். ஜே.வி. கண்ணன் பழக்கம். இப்படித்தான் திராவிட இயக்கம் பற்றிய தகவல்கள் மூளையில் பதிவாகியுள்ளன.

என்னுடைய குடும்பம் சரிபாதி நீதிக்கட்சி, மறுபாதி காங்கிரஸ் கட்சி. அப்பா என்னைப் பெரியார் கூட்டங்களுக்கு இழுத்துக் கொண்டு போவார். நேரு கூட்டங்கள் தீவுத்திடல், திலகர் கட்டம் கடற்கரை போன்ற இடங்களில் நடக்கும்போது என்னுடைய மாமா கையைப் பிடித்துக்கொண்டு ஓடுவேன். தாத்தாவுக்குத் தி.க., தி.மு.க. பிடிக்காது. நாத்திகம், பகுத்தறிவு மீதுள்ள கசப்பு அடிப்படைக் காரணம். சூனா மானாக்களோடு (சுயமரியாதைக் காரர்களோடு) ஏன் சுற்றுகிறாய் என்று கடிந்துகொள்வார். கம்யூனிஸ்டு இயக்கத்தின்மீது ஈடுபாடு வரக் காரணம் கரஞ்சியாவின் 'பிளிட்ஸ்' பத்திரிகை. ரிசர்வ் வங்கியில் தொழிற்சங்கத் தலைமையில் இருந்த ஆர். பார்த்தசாரதியால் கட்சி அறிமுகம். என் அரசியல், சமூக, கலை இலக்கியப் பார்வைகள் சூல்கொண்ட பின்புலம் இது.

வயது கூடக்கூட மாறுதல்கள், வளர்ச்சிகள் அல்லது தளர்ச்சி கள் ஏற்பட்டிருந்தாலும் சில சமயங்களில் எதற்கும் அடங்காத, எல்லாவற்றையும் மீறிய சுதந்திரப் போக்குகள் பீறிட்டுக் கிளம் பினாலும் அடிப்படை முத்திரைகள் ஆழமாக விழுந்திருப்ப தாகவே உணர்கிறேன்.

அரிச்சுவடி தெரிவதற்கு முன்னால் எனக்கு அறிமுகம் ஆனது நாலாயிரம். நாலாயிரம் என்றால் அத்தனை பாசுரங் களும் அல்ல. சில நூறு பாடல்கள். அவற்றை மனப்பாடமாக

நினைவில் இருத்திய பிறகே பள்ளியில் அமர்ந்தேன். கையெழுத்து இதழ் 'எழுச்சி'தான் என் முதல் இதழியல் அனுபவம். கல்லூரிக் காலத்தில் 'எழுச்சி' இதழ் நடத்தினோம். அதை அந்நாள் தலைவர்களிடம் காட்டிப் பாராட்டும் கையெழுத்தும் வாங்கிவைத் திருந்தோம். இன்குலாப் அதில் சாகுல் ஹமீது என்னும் சொந்தப் பெயரில் எழுதியது நினைவிருக்கிறது. பாரதிதாசன் 'குயி'லுக்கு முகவராக இருந்த அனுபவமும் எனக்குண்டு. புதுவையில் விடுமுறை நாட்களைக் கழிக்கவேண்டிய சமயம் அடிக்கடி பெருமாள் கோவில் தெரு வீட்டிலும் பழனியம்மா அச்சகத்திலும் அவரைச் சந்திப்பேன். அவர் சாத்துக்குடி மட்டும் சாப்பிடுவார். கமலாப்பழம் என்றால் எங்களுக்கே உரித்துத் தந்துவிடுவார். அவருடைய அன்பான உபசரிப்பில் நெகிழ்ந்த காலங்கள் அவை.

வெண்பா இலக்கணத்தில் ஐயங்களைக் கண்ணதாசனிடம் கேட்டபோது அவர் 'சிவகங்கைச் சீமை' தயாரிப்பில் இருந்தார். பொறுமையாகச் சில குறிப்புகள் தந்தார். தமிழ்ப்பித்தனிடம் மேற்கொண்டு கேளுங்கள் என்று தள்ளிவிட்டுத் தப்பித்துக் கொண்டதும் உண்டு. மறைமலையடிகள், திரு.வி.க. ஈர்ப்பு, தனித் தமிழ் இயக்கச்சார்பு இன்றும் உண்டு என்றாலும் அன்று அதிகம். அடுத்த கட்டம் மு. வரதராசன், அகிலன், நா. பார்த்தசாரதி ஆகியோரின் புனைவியல் புதினங்களில் மூழ்கியிருந்த வேளையில் புதுமைப்பித்தன், ஜெயகாந்தன் என யதார்த்தச் சூடுபோட்ட வர் வே. சபாநாயகம். என் ஆசிரியர். சூடுபோட்ட கையோடு தி. ஜானகிராமனின் கவர்ச்சிமிக்க கதை மாந்தர்களையும் அறிமுகம் செய்துவைத்தார். கதையிலிருந்து கதையை வெளியேற்ற எண்ணும் எழுத்தாளர்களையும் கால ஓட்டத்தில் சந்தித்தேன்.

தி.மு.க. மாணவர் முன்னேற்றக் கழகத்தில் ப. நெடுமாறன், கோவை செழியன் அறிமுகம். நெடுமாறன் தமது 'குறிஞ்சி' இதழின் கன்னித்தமிழ்க் கவிஞர் பகுதியில் என்னையும் அறிமுகம் செய்தார். ஆரூர் ஆனந்தன், பெங்களூர் இரா. மதனகோபால் மிகவும் அணுக்கம். 'முழுமதி', 'வான்மதி', 'இதயம்' என மூன்று இதழ்கள் அவர்களால் கொண்டுவரப்பட்டன. ஆனந்தனும் மதன கோபாலும் மாணவர் கழகத்தில் இருந்தார்கள். மிகுந்த எதிர் பார்ப்புகளை உண்டாக்கிய அப்பத்திரிகைகள் நிலைக்கவில்லை. கதை எழுதவேண்டாம், கவிதைக்குத்தான் நீங்கள் லாயக்கு என்று ஆனந்தன் என்னை ஆற்றுப்படுத்தினார். கரந்தை சண்முக வடிவேலின் 'தாய்நாடு' இதழில் தாம் துணையாசிரியராக இருந்த போது என் கவிதைகளை வெளியிட்டு ஊக்குவித்தவர் இளவேனில். ஒருவாறாகப் படைப்பிலக்கியத்தைவிட்டு உடைப்பிலக்கியத்துக்கு வந்துவிட்டேன்.

இந்நூலில் இடம்பெறும் கட்டுரைகளை முதலில் தொடராக வெளியிட்ட 'புதிய பார்வை', நூல் வடிவத்தில் கொணரும் காலச்சுவடு பதிப்பகம், இதழ்கள் காண உதவிய திராவிடர் கழக நூலகம், அண்ணா அறிவாலயம், மறைமலையடிகள் நூலகம், ரோஜா முத்தையா நூலகம், ஆவணக்காப்பகம் ஆகிய நிறுவனங்களுக்கும் ஆதார நகல்கள், புகைப்படங்கள், தகவல்கள் திரட்டுவதில் எனக்குத் துணைபுரிந்த நண்பர் ஆர்.பி. சங்கரனுக்கும் நன்றி. நேரிலும் தொலைபேசியிலும் அஞ்சல், மின்னஞ்சல் மூலமும் நான் தொல்லை கொடுத்தபோதெல்லாம் அலுத்துக் கொள்ளாமல் ஐயம் அகற்றி விளக்கம் உதவிய அன்பு உள்ளங்கள் அனைத்திற்கும் நன்றி.

கல்பனாதாசன்

கண்ணதாசன்

தென்றல்

ஆசிரியர் • கண்ணதாசன்

கண்ணதாசன் (1927 – 1981)

அன்றைய ராமநாதபுரம் மாவட்டம் திருப்பத்தூர் சிறுகூடற்பட்டியில் சாத்தப்பன் – விசாலாட்சி தம்பதி யருக்கு 1927 ஜூன் 24இல் எட்டாம் குழந்தையாகப் பிறந்த கண்ணதாசனுக்குப் பெற்றோர் இட்ட பெயர் முத்தையா. தத்துக்குப்போன இடத்தில் வைக்கப்பட்ட பெயர் நாராயணன். எட்டாம் வகுப்பைத் தாண்டாத கண்ணதாசன் இலக்கியத்திலும் திரையுலகிலும் சாதனை படைத்தார். 1950, 60களில் அரசியலிலும் பெரும்பங்காற்றினார். ஆத்திகம் – தேசியம், நாத்திகம் – திராவிடம், மீண்டும் ஆத்திகம் – தேசியம் எனக் கொள்கை நிலைப்பாடுகளை மாற்றிக்கொண்டு 'தென்றல்', 'முல்லை', 'தென்றல்திரை', 'கடிதம்', 'கண்ணதாசன்' எனப் பல அரசியல், இலக்கிய இதழ் களின் ஆசிரியராக விளங்கி, இறுதிக்காலத்தில் இந்து மதம் சார்ந்த ஆன்மிகப் பிரசாரத்தில் ஈடுபட்டார். 54 வயதில் அமெரிக்காவில் 18 அக்டோபர் 1981 அன்று மரணமடைந்தார்.

தென்றல்

தமிழ் இதழ்கள் வரிசையில் கண்ணதாசனின் 'தென்ற'லுக்கு ஒரு முக்கிய இடம் உண்டு. 1954 (22.6.1954) முதல் 1962 வரை 8 ஆண்டுகள் கிழமை இதழாக வெளிவந்த 'தென்றல்' அந்நாளைய தலை சிறந்த அரசியல் – இலக்கிய இதழாக மதிக்கப்பெற்றது. திராவிட முன்னேற்றக் கழகத்தின் சார்பில் வெளிவந்தபோதும் அதில் தலை சிறந்த எழுத்தாளர்களும் கவிஞர்களும் கல்வியாளர் களும் பேராசிரியர்களும் எழுதினார்கள். மொழியாய்வும் சொல்லாய்வும் இலக்கியச் சர்ச்சைகளும் அதில் இடம் பெற்றன.

தொடங்கும்போதே கண்ணதாசன் பொடி வைத்து எழுதினார் – 'தென்றல்' உங்களைத் தீண்ட வருகிறது. ஆம். 'தென்றல்'தான் மனிதனைத் தீண்டும். கருணாநிதிக் கும் அவருக்கும் ஒருபக்கம் நட்பு, ஒருபக்கம் உள்ளார்ந்த பகை இருந்துகொண்டே இருக்கும். இருவருக்குமிடையே அரசியல், இலக்கியப்போட்டிகள் ஏராளம். இது வரலாறு. கருணாநிதி அப்போது ஒரு படத்தில் எழுதியிருந்தார் – 'நான் தென்றலைத் தீண்டியதில்லை; தீயைத்தாண்டியிருக் கிறேன்' என்பது அவர் எழுதிய வசனம். அதைத்தான் கண்ணதாசன் பூடகமாக நையாண்டி செய்கிறார். இப்படி இவர்கள் இருவரும் செய்துகொண்ட பரஸ்பர நையாண்டி கடைசிவரை தொடர்ந்தது. திரைப்படங்கள் என்று எடுத்துக்கொண்டால் 'அம்மையப்பன்', 'சுகம் எங்கே', 'நானே ராஜா', 'அம்பிகாபதி' போன்ற படங்களில் இத்தகைய வசனங்கள் அநேகம்.

தமது முதல் இதழிலேயே கண்ணதாசன் அதிர்ச்சி தரும் விதமாக, 'திருடித்தான் புகழ் பெற்றான் ஷேக்ஸ்பியர்' என்னும் தலைப்பில் ஓர் ஆய்வுக்கட்டுரையை முதல்

பக்கத்தில் எழுதிப் பரபரப்புடன் அந்தப் பத்திரிகையை மக்கள் மத்தியில் உலவவிட்டார். எடுத்த எடுப்பிலேயே 20,000 பிரதிகள் வரை அதன் விற்பனை போயிற்று. செய்திகளைச் சுவையோடு மட்டுமன்றி, பரபரப்புடனும் வெளியிட வேண்டும் என்பது இன்றைய யதார்த்தம். இந்த யுக்தியை அந்நாளிலேயே இலக்கியத் துறையில் அவர் பரிசோதனை செய்திருக்கிறார். ஷேக்ஸ்பியரின் 36 நாடகங்களின் கருக்களும் அவரது சொந்தக் கற்பனையில் உதித்தவை அல்ல என்பது ஆராய்ச்சி அறிஞர்களின் கருத்து. அதனைத்தான் கண்ணதாசன் தமது முதல் இதழின் முதல் பக்க முதல் அதிர்ச்சிக் கட்டுரையின் கருவாகப் பயன்படுத்தினார். அண்ணாகூட அதைப் படித்துவிட்டு, 'ப்ளூடார்ச் அபிப்ராயத்தை மையமாக வைத்து எழுதினாயா?' என்று தம்மைக் கேட்டதாகக் கண்ணதாசன் தமது 'வனவாசம்' சுயசரிதையில் குறிப்பிட்டிருக்கிறார்.

கண்ணதாசன் எப்போதுமே பிரச்சினைகளில் சிக்கிக்கொள்பவர். உணர்வுபூர்வமான கவிஞர். 'தென்ற'லும் அவர் வழியில் வீசிற்று. 'தென்ற'லின் தலையங்கங்கள் வழவழா கொழகொழா நடையில் இல்லாமல் தெளிவான தமிழில் துணிச்சலாக எழுதப்பட்டன. "போற்றுபவர் போற்றட்டும் புழுதி வாரித் தூற்றுபவர் தூற்றட்டும். தொடர்ந்து செல்வேன். ஏற்றதொரு கருத்தை எனதுஉள்ளம் என்றால் எடுத்துரைப்பேன். எவர்வரினும் நில்லேன். அஞ்சேன்" – என்று அதன் தலையங்கம் அறைகூவும். தலையங்கங்களில் அவர் பெரும்பாலும் காங்கிரஸ் கட்சியைத் தாக்குத் தாக்கென்று தாக்கியிருப்பார். அடுத்தபடி அவருடைய பேனாவின் முனையில் அந்நாளைய கம்யூனிஸ்டுக் கட்சி அகப்பட்டுக் கொள்ளும். ம.பொ.சி.யின் தமிழரசுக் கழகம்தான் அவரது கடுஞ்சினத்திற்கு அடிக்கடி இலக்காகும். அக்காலத்தில் தமிழரசுக் கழகத்திற்கும் தி.மு.கழகத்திற்கும் அப்படியொரு பகை. ம.பொ.சி. ஆங்கிலமொழி ஆதிக்கத்தின் பகைவர். அதை ஒழிப்பேன் என்றும் இந்தியை ஆதரிப்பேன் என்றும் முழங்குவார். "ஆங்கில விளக்கின் கீழே ஆங்கில ஒலிபெருக்கி – அதில் ஆங்கிலம் ஒழிப்பேன் என்பான் அறிவிலாமடையன் என்பேன்" என்று கண்ணதாசன் மிகக்கடுமையாக 'எண்ணம்' பகுதியில் எழுதினார்.

அடுத்து, 'சிரிப்புத்தான் வருகுதையா' என்றொரு பகுதி. அதிலும் தமிழரசுக் கழகம் அகப்பட்டுக் கொள்ளும். தமிழ்ப் பகைவர்களை அதில் ஒரு கை பார்ப்பது அவர் பழக்கம். ஒருமுறை மறைமலையடிகள், திரு.வி.க. இருவர் தமிழையும் ரா.ஸ்ரீ. தேசிகன் நையாண்டி செய்து பேசிவிட்டார். கண்ணதாசனுக்கு வந்தது கோபம். 'அழுத்தமிகும் மறைமலையின்

தமிழைப்பார்த்தும் அறத்தமிழன் திரு.வி.க. மொழியைப் பார்த்தும் வழுத்துகிறான் இவை தமிழா என்றே என்றால் வடித்தெடுத்த மடையன் எனத்துணிந்தே சொல்வேன்' என்று அவர் கவிதைச் சினம் வெடித்தது.

கண்ணதாசனுக்கு அழகுணர்ச்சி அதிகம். தமது பத்திரிகையை அவர் அழகுபடுத்திய விதமே தனி. கட்சிப் பத்திரிகை என்றாலே பிட் நோட்டீஸ் மாதிரி மையை வாரிப் பூசிக்கொண்டு அலங்கோலமாக வெளிவந்துகொண்டிருந்த காலத்தில் அவர் பெரியண்ணன் போன்ற அந்நாளைய அச்சுக் கலை நிபுணர்களின் நட்பும் தாக்கமும் கொண்டு தமது இதழைச் செதுக்கிய சிற்பம் போல் வடித்துத் தந்தார். 'தென்ற'லைப் போலவே அவர் 'முல்லை' என்றொரு மாத இலக்கிய இதழையும் கொண்டுவந்தார். பின்னாளில் அவர் நடத்திய 'கண்ணதாசன்' இலக்கிய இதழும் வடிவழகிலும் அமைப்பிலும் அவருக்கிருந்த ஆர்வத்தையும் அக்கறையையும் பறைசாற்றும். 'கண்ணதாசன்' இதழின் வடிவமைப்புக்கு இராம. கண்ணப்பன் பொறுப்பு.

கண்ணதாசன் தலைக்கனம் இல்லாதவர். ஆகவே அவர் ஆசிரியர் என்னும் இடத்தில் கண்ணதாசன் என்று மட்டுமே போட்டுக்கொள்வார். கவியரசர், கவிப்பேரரசர், கவிப்பெரும் பேரரசர் என்றெல்லாம் போட்டுக்கொண்டிருக்க முடியும். கவிஞர் என்று கூட அவர் தமது பெயருக்கு முன்னால் போட்டுக் கொண்டதில்லை. தமது பத்திரிகைதானே? தாமே எழுதி அதை நிரப்பலாம் – என்றும் அவர் பத்திரிகையை ஆக்ரமித்துக் கொண்டதில்லை.

மாறாக, எண்ணற்ற இளம் எழுத்தாளர்களுக்கு அவர் அதில் இடம் அளித்தார். ஆயிரக்கணக்கான கவிஞர்களை உருவாக்கினார். 'தென்றல்' வெண்பாப் போட்டியில் எழுதியவர்கள்தாம் பிற்காலத்தில் பெரும் கவிஞர்களாக வலம் வந்தார்கள். பாரதிதாசன் பரம்பரை என்பதுபோல் கண்ணதாசன் பரம்பரை ஒன்றையும் அவர் 'தென்றல்' மூலம் உருவாக்கினார். 'தென்றல் ஆயிரம் வெண்பா' என்னும் பெயரில் இளம் கவிஞர்களின் எழுத்துகளைத் தொகுத்து நூல் வெளியிட்டு அவர்களுக்கு முகவரி உண்டாக்கித் தந்தார்.

'தென்ற'லில் துணை ஆசிரியர்களாகப் பணியாற்றிய தமிழ்ப் பித்தன், ஏ.கே. வில்வம், எஸ்.எஸ். தென்னரசு, ப. புகழேந்தி, நாரா. நாச்சியப்பன், அருப்புக்கோட்டை ராமசாமி, மா. பாண்டியன், தியாகன் ஆகிய ஒவ்வொருவரும் ஒவ்வொரு வகையில் தலை சிறந்து நின்றார்கள். அவர்களில் வில்வம் நாம் தமிழர் கட்சியின் பொதுச்செயலாளர் ஆனார். தென்னரசு தலை சிறந்த கதாசிரியர்

ஆனார். புகழேந்தி திரை இயக்குனர் ஆனார். நாச்சியப்பன் முன்பே பாரதிதாசன் பரம்பரைக் கவிஞராக மதிக்கப் பெற்றவர். ராமசாமி கட்சிப்பணிக்குச் சென்றுவிட்டார்.

'தென்ற'லின் விருந்தினர், எழுத்தாளர்கள் பட்டியல் நா.மு. வேங்கடசாமி நாட்டார், மயிலை சீனி வேங்கடசாமி, சதாசிவப்பண்டாரத்தார், அப்பாத்துரையார், மு.வ., ராச மாணிக்கனார், சிதம்பரநாதன் செட்டியார், மயிலை சிவமுத்து என்று நீளும். அண்ணா, சம்பத், நெடுஞ்செழியன் என்று தலைவர்களோடு மட்டுமே அவர் தமது இதழைக் குறுக்கிக் கொண்டுவிடவில்லை.

தி.மு.கழகத்தைவிட்டு நீங்குமுன் 'போய் வருகிறேன்' என்னும் தலைப்பில் கண்ணதாசன் 'தென்ற'லில் தொடர் கட்டுரை எழுதினார். அதில் பைபிள், கலீல் ஜிப்ரான், தாகூர் எல்லோரும் கைகோத்து நிற்பார்கள். அப்படி ஓர் அழகிய, இளமை கொப்பளிக்கும் இனிய நடை. தமிழறிஞர் ஏ.சி. செட்டி யார் அக்கட்டுரை களைப் படித்துவிட்டு அங்காந்து நின்றதாக நண்பர்களிடம் சொல்லிச்சொல்லி மகிழ்வார்.

பிரச்சினைகள் என்று எடுத்துக்கொண்டால் தி.மு.க.வுக்கு உரிய பல பிரச்சினைகளோடு தமிழ் ஈழப்பிரச்சினையை முதன்முதலில் அவர் 'தென்றல்' மூலம் வெளியுலகத்துக்குத் தெரிவித்தார் என்றும் சொல்லலாம். அதனால் அவருக்குக் கட்சியிலேயே பிரச்சினைகள் ஏற்பட்டன. தி.மு.க. பொதுக் குழுவுக்குச் செல்லும்போதெல்லாம், 'இதோ வந்துவிட்ட தையா இலங்கைப் பிரச்சினை' என்று இவரை மற்ற உறுப்பினர் கள் கிண்டலடிப்பதும் உண்டு.

அண்ணாவை எதிர்த்து சம்பத் எழுதிய கட்டுரையைக் கண்ணதாசன் 'தென்ற'லில் வெளியிட்டு, அதன் காரணமாக உட்கட்சிப்போர் ஏற்பட்டு தமிழ்த் தேசியக்கட்சி தோன்ற அவர் தளம் அமைத்துக் கொடுத்த பத்திரிகை 'தென்றல்'. பாரதிதாசன் மீது அளவு கடந்த பற்று வைத்திருந்தவர் கண்ண தாசன். பாரதிதாசன் அண்ணாவை அவதூறாக எழுதப் போய் இவர் பதிலுக்கு, 'குரல் கெட்ட குயிலே கேள்' என்னும் தலைப்பில் வசைபாடியதும் புதுக்கட்சி தொடங்கிய பின் அதே பாரதி தாசனை அழைத்து அவர் தலைமையில் கவியரங்கம் ஏற்பாடு செய்து 'கவிஞன் கண்ட கவிஞன்' என்று கவிதை பாடிப் பகிரங்க மன்னிப்புக் கோரியதும் வரலாறு. இவை அனைத்தும் 'தென்ற'லில் பதிவாகியுள்ளன.

'தென்றல்' நடத்திவந்த காலத்தில் கண்ணதாசன் திரைப் படத் தயாரிப்பிலும் மும்முரமாக இருந்தார். அதனால் கடும்

கடனாளி ஆனார். 'மாலையிட்ட மங்கை', 'சிவகங்கைச் சீமை', 'கவலை இல்லாத மனிதன்' போன்ற படங்கள் அவர் அந்நாளில் தயாரித்த படங்கள். 'சிவகங்கைச் சீமை' படத்தின் கதை வசனம் முழுவதையும் அவர் 'தென்ற'லில் வெளியிட்டார். 'சிவகங்கைச் சீமை'க்குமுன் அவர் 'ஊமையன் கோட்டை' என்னும் படத்தை எம்.ஜி.ஆர்., எஸ்.எஸ்.ஆர். ஆகிய நடிகர்களை வைத்துத் தயாரிக்கும் முயற்சியில் பல சோதனைகள் நேர்ந்தன. எம்.ஜி.ஆர். சரிவர படப்பிடிப்புக்கு வந்து ஒத்துழைப்புத் தரவில்லை என்று கண்ணதாசன் வெளிப்படையாக அவரைத் தாக்கித் திரைப்படத் தயாரிப்பாளர் கூட்டத்தில் பேசினார். பிரபல நடிக, நடிகையர் கலந்துகொண்ட அக்கூட்டப்பேச்சு பெரும் கொந்தளிப்பை ஏற்படுத்தியது. கண்ணதாசனுக்கும் எம்.ஜி.ஆருக்கும் அன்று மூண்ட பகை தீர 20, 22 ஆண்டு ஆயிற்று.

'ஊமையன் கோட்டை'யின் கதையை அவர் 'தென்ற'லில் 1958 வாக்கில் தொடர் கதையாக எழுதி வந்தார். அதில் முதல் முதலாக மருது சகோதரர்கள் பற்றிய விவரங்கள் வாசகர்கள் மத்தியில் பிரபலம் ஆயின.

ராமநாதபுரம், மதுரை மாவட்டங்களின் அரசியல் சமூக கலாச்சார விவரங்கள் அந்நவீனத்தில் அலசப்பட்டன. ஆனால் வழக்கம்போல் கண்ணதாசன் அதைத் தொடர்ந்து எழுதி முடிக்கவில்லை. இடையில் தயாரிப்பு வேலைகள், படக்கதை மாற்றம், 'சிவகங்கைச் சீமை' தயாரிப்பு என்று அவர் தடம் மாறினார். இப்படியே அவர் எடுத்துக்கொண்ட 'பாண்டிமாதேவி' என்னும் ஒப்பற்ற காவியமும் முடிவுறாமல் போயிற்று. 'ஈழமகள் கண்ணீர்' என்னும் உன்னதமான காவியத்தையும் அவர் 'முல்லை' பத்திரிகையில் பரபரப்போடுதான் தொடங்கினார். ஈழப் பிரச்சினை அப்போது மும்முரமாக ஆரம்பம் ஆன சமயம். அதைவைத்து வரலாற்றுப் பின்னணியுடன் வடிக்க வேண்டும் என்று அவர் எண்ணினார். அரசியல் காரணங் களாலோ என்னவோ அம்முயற்சி நிறைவடையவில்லை.

இப்படிப் பல மேடுபள்ளங்களைச் சந்தித்த 'தென்றல்' கண்ணதாசனின் கையைவிட்டு இன்னொருவர் கைக்கு மாறியதும் ஒரு கசப்பான அனுபவம். 'தினத்தந்தி'யுடன் கண்ணதாசன் அப்போது மோதிக்கொண்டிருந்தார். அதன் விளைவாகத் 'தென்றல்' அவரிடமிருந்து பறிபோனது. ஆசிரியர் பதவியிலிந்து அவர் நீக்கப்பட்டு வேறொருவர் நியமனம் நடந்து 'தென்றல்' வர ஆரம்பித்தது. ஆனால் அந்தத் 'தென்றல்' கண்ணதாசன் தென்றலாக இல்லை. எப்படி இருக்க முடியும்? "கண்ணன்முகம் கண்ட கண்கள் மன்னர்முகம் காண்பதில்லை; கண்ணனுக்குத்

தந்த உள்ளம் இன்னொருவர் கொள்வதில்லை" என்று அவரே எழுதியதுபோல் வேறொருவர் அவர் இடத்தில் அமர முடியுமா? அதைத் தமிழோ தமிழ்நாடோ சகித்துக் கொள்ளுமா?

'தென்றல்'லின் வீச்சு 1962ஆம் ஆண்டுடன் ஓய்ந்தது என்றாலும் இன்றும் அதன் சுவடுகள் மறைந்துவிட வில்லை.

'தென்றல் வந்து போனதற்குச் சுவடா உண்டு?' என்பது 'மாங்கனி' என்னும் காவியத்தில் கண்ணதாசன் எழுதிய புகழ் பெற்ற வரி. 'தென்றல்' நின்று போனது உண்மை. அதன் சுவடுகள் இன்றும் மணம் வீசிக்கொண்டுதான் இருக்கின்றன.

நவம்பர் 1 – 15, 2005

அரு. ராமநாதன்

அரு. ராமநாதன் (1924 – 1974)

அரு. ராமநாதன் 'காதல்' என்னும் பெயரில் ஒரு பாலியல் விஞ்ஞான இதழை இலக்கிய மணம் கமழ நடத்தியவர். பிரேமா பிரசுரம் என்னும் பதிப்பகத்தின் மூலம் ஏராளமான மேலைய சிந்தனையாளர்களைத் தமிழுக்கு அறிமுகம் செய்தவர். மலிவுப் பதிப்பாகவும் அவற்றைக் கொணர்ந்தார். திரைத்துறையிலும் கதைவசன கர்த்தாவாகக் கொஞ்ச காலம் இருந்தார்.

'வீரபாண்டியன் மனைவி', 'அசோகன் காதலி', 'நாயனம் சவுந்திரவடிவு', 'குண்டுமல்லிகை', 'பழையனூர் நீலி', 'ராஜராஜ சோழன்' ஆகிய சரித்திர நவீனம், நாட்டார் கதை, நாடக இலக்கியம் வகையிலான படைப்புகளை உருவாக்கியவர்.

காதல்

அரு. ராமநாதன் (1924 – 1974) காலமாகி 20 ஆண்டுகள் கழித்து அவரது 'வீரபாண்டியன் மனைவி' என்னும் வரலாற்றுப் புதினத்தைப் படித்து அவருக்கு ஒரு வாசக ரசிகர் கடிதம் எழுதினார் என்பது விசித்திரத்திலும் விசித்திரம். அத்தனை தூரம் விளம்பர வெளிச்சமே இல்லாமல் ஒரு பத்திரிகையாளர் வாழ்ந்திருக்கிறார். ராமநாதனைப் பற்றி இரண்டே இரண்டு எழுத்தாளர்கள்தாம் அரிய விமர்சன அறிமுகம் செய்திருக்கிறார்கள். ஒருவர் அ.கி. வேங்கடசுப்ரமணியன் (இலக்கியச் சிந்தனை வெளியீடு: 'அரு. ராமநாதன் எழுத்துக்களும் எண்ணங்களும்'). இன்னொருவர் சி. மோகன் ('நடை வழிக் குறிப்புகள்'. இது 'புதிய பார்வை'யில் பல ஆண்டுகளுக்கு முன்பு வெளிவந்த கட்டுரைத்தொடர்). ராமநாதன் ஆசிரியராக இருந்து நடத்திய 'காதல்' இதழும் அப்படியே. அதுவும் ஓர் அதிசயமான பத்திரிகைதான்.

1947இல் 'காதல்' என்று ஒரு பத்திரிகைக்குப் பெயர் சூட்டுவதும் அதில் பாலியல் குறித்த உளவியல் உண்மைகளைப் பக்குவமாகப் போதிப்பதும் எவரும் நினைத்துக்கூடப் பார்த்திருக்க முடியாத நிகழ்வுகள். ஏன் இன்றைக்கும் அதே நிலைதான். அரு. ராமநாதன் தமது 23ஆம் வயதில் அப்படி ஒரு சாதனையைச் செய்தார். 'காதல்' பத்திரிகை தோன்றியபோதே அதற்கு எக்கச்சக்கமான எதிர்ப்புகள் இலக்கிய உலகில் புறப்பட்டன. இன்னொரு பக்கம் இலக்கிய இதழ்கள் என்றும் குடும்ப இதழ்கள் என்றும் சொல்லிக்கொண்டு பாலியல் கதைகளையும் படங்களையும் போட்டு வணிகம் செய்துகொண்டிருந்தவர்களே அத்தகைய விமர்சனத்தில் இறங்கினார்கள். இது எத்தனை பெரிய முரண்பாடு? பாலியலை முழுக்கமுழுக்க ஒரு விஞ்ஞானமாக, ஒரு கலையாகத்

தமது கருத்தியல் சார்ந்த பார்வையோடு 'காத'லில் அரு. ராம நாதன் கையாண்டார்.

அன்றைய உயர்நிலைப்பள்ளி மாணவர்கள் 'காத'லைத் தமது பூகோளப் பாடநூலில் (பெயருக்கேற்ப அது அத்தனை அகலமானது, வசதியானது) மறைத்துவைத்துப் படிப்பது வழக்கம். பெற்றோரையும் ஆசிரியரையும் அப்படித்தான் சமாளிக்க முடியும். இன்று பருவவயதில் பாலியல் பாடம் கற்பிக்கப்பட வேண்டும் என்று கல்வி வல்லுநர்கள் ஒருமித்த கருத்து வைத்திருக்கிறார்கள். ராமநாதன் இவர்கள் எல்லோருக்கும் முன்னோடியாக இருந்தார். பள்ளிக்கூடத்தில் அவர் பாலியலை 1947இலேயே கற்பிக்க ஆரம்பித்துவிட்டார். அவர் காலத்தில் 'இன்பக்கலை', 'மானிட இன்பம்' என இரண்டு இதழ்கள் அதே பாணியில் வெளிவந்தன என்றாலும் ராமநாதனே முன்னோடி. 'இன்பக்கலை'யில் அன்றைய கவர்னர் ஸ்ரீ.ஸ்ரீ. பிரகாசா எழுதிய கட்டுரை ஒன்று வெளிவந்திருக்கிறது. காதல் உணர்வை அவர் வெகுநாகரிகமாக 'தேக தர்ம அவஸ்தை' என்று குறிப்பிடுவார்.

'காதல்' 1947இல் திருச்சியில் தொடங்கியது. பிறகு சென்னையில் சொந்த அச்சகம் வாங்கி அதில் அச்சிட ஆரம்பித்து 1974இல் ராமநாதன் மறையும் வரை அவரே அதன் ஆசிரியர், துணையாசிரியர் எல்லாமும். பாலசுப்ரமணியன் என்பவரை உதவிக்கு வைத்துக்கொண்டு தனியொருவராகப் பத்திரிகையை நடத்தியதாக ரவி. ராமநாதன் (அரு. ராமநாதனின் மூன்றாம் புதல்வர்) குறிப்பிடுகிறார். ராமநாதன் மறைவுக்குப் பின்பும் 1980 வரை 'காதல்' வெளிவந்தது.

'காதல்' முழுக்க முழுக்கக் காதலுக்குத்தான் சொந்தம். அதில் காதல் பற்றிய கதை, கட்டுரை, கவிதை, கேள்வி – பதில், செய்தி, பொன்மொழி, கேலிச்சித்திரம், உண்மை வரலாறு, அயல்மொழி மேற்கோள் போன்றவையே இருக்கும். 'குடும்பக் காட்சி' என்னும் பெயரில் ஒரு தொடர் வெகுஇயல்பான நடையில் நகைச்சுவை ததும்ப அதில் இடம் பெற்றது. ராமநாதனே அக்கட்டுரையை 'ராமையா' என்னும் புனைபெயரில் எழுதினார். ஓரங்க நாடகம் போல் வடிவம், உளவியல் சார்ந்த அணுகுமுறை – அதில் இழையோடும். அத்தொடர் நூலாக இதுவரை வெளிவரவில்லை. வெளிவருவது அவசியம். ராமநாதனின் *master piece* எனத்தகும் 'வீரபாண்டியன் மனைவி', 'அசோகன் காதலி' (இவை சரித்திர நவீனங்கள்), 'பழையனூர் நீலி' என்னும் கர்ண பரம்பரைக்கதை, 'நாயனம் சவுந்திர வடிவு' என்னும் புதினம் அனைத்தும் 'காத'லில் தொடர்களாக வெளிவந்தவைதாம்.

'வீரபாண்டியன் மனைவி' சரித்திரப் புதினத்தில் ஒரு சாதனை என்று சொல்லலாம். ராமநாதனுக்கு எப்படி விளம்பரம்

இல்லையோ அப்படியே அதற்கும் சரியான விளம்பரம் இல்லாமல் போய்விட்டது. 'வீரபாண்டியன் மனைவி'யில் ராமநாதன் பல தத்துவங்களைப் பாத்திரங்கள் வாயிலாக வெகு அழகாக விரித்துச்செல்கிறார். அரசியல் 'பொருளியல்' உளவியல் கருத்துகளின் கருவூலமாக அது விளங்குகிறது. ஒரு சில மேற்கோள்கள்: 'ஒருவனுடைய ஆசைக்குப் பெயர் சுயநலம். பல்லாயிரம் பேர் கூட்டாகச்சேர்ந்து ஆசைப்பட்டால் அதற்குப் பெயர் லட்சியம்'. 'நம்மைவிட இன்னொருவன் முந்திவிடாமல் பார்த்துக் கொள்வது அரசியல்துறைக்கு முதல் பாடம்'. 'லட்சியவாதிகள் எல்லாம் கடைசியில் சந்தர்ப்ப வாதிகள் கையில்தான் அகப்பட்டுக்கொள்கிறார்கள்'. ராமநாதன் சரித்திர மாணவர். வெறும் மாணவர் இல்லை. அதைக் கரைத்துக் குடித்த அறிஞர்.

'காத'லில் மு.வ., ராசமாணிக்கனார், பாஸ்கரத்தொண்டைமான், அழகிரிசாமி, அகிலன், வல்லிக்கண்ணன், தி. ஜானகிராமன் போன்ற பல துறை அறிஞர்கள் பங்களிப்புச் செய்திருக்கிறார்கள். சோமலெ, பொ. திருகூடசுந்தரம் பிள்ளை, தஞ்சை ராமையாதாஸ் ஆகியோர் தொடர்கட்டுரைகள் உதவியுள்ளார்கள். மடி சஞ்சிகள்போல் இவர்கள் 'காத'லை ஒரு தொடத்தகாத பத்திரிகையாகக் கருதவில்லை என்பது குறிப்பிடத் தகுந்தது.

'காத'லில் வெளிவந்த 'குழந்தை எப்படிப் பிறக்கிறது' கட்டுரைத்தொடருக்கு (1949) தமிழ் வளர்ச்சிக்கழகம் பரிசளித்தது. ரதிப்பிரியா என்னும் புனைபெயரில் ராமநாதன் ஏராளமான உடற்கூறு பற்றிய கட்டுரைகள் வரைந்தார். குடும்பக்கட்டுப்பாடு, இந்துச்சட்ட மசோதா, கைம்பெண் மறுமணம், ஆண் பெண் சமத்துவம், பெண்ணுரிமை, வர்ண தர்மம் போன்ற பல பொருள்களில் ராமநாதன் தமது முற்போக்குக் கருத்துகளைக் 'காத'லில் வெளியிட்டுள்ளார். தமிழ்மொழி முன்னேற்றம் பற்றியும் அவருக்குத் தெளிவான கருத்து இருந்தது. ஆனாலும் அவர் அரசியலுக்கு வரவில்லை. கட்சியில் சேரவில்லை.

'காத'லில் புதியவர்கள், பெரியவர்கள் என்னும் வேறுபாடில்லாமல் தகுதி ஒன்றைமட்டுமே வைத்துத்தான் ராமநாதன் பிரசுரிக்கத்தக்க எழுத்தை முடிவு செய்தார். நூல் வெளியீட்டின் போதும் அப்படியே செய்தார். பிரேமா பிரசுரத்திற்காக (1952 – 53இல் சென்னையில் தொடங்கியது) ஜில்ஜில் என்னும் அச்சகத்தை வானதி திருநாவுக்கரசிடமிருந்து வாங்கி ராமநாதன் தமது 'காதல்' பத்திரிகையுடன் பல துறை நூல்களையும் வெளியிட ஆரம்பித்தார்.

எழுத்தாளர் என்று யார் வந்தாலும் அவர்கள் கொண்டு வரும் கையெழுத்துப்பிரதியை வேண்டாம் என்று சொல்லி

விடாமல் சிறு தொகை சன்மானமாகத் தந்து அவர்களை அனுப்பிவிட்டு பிறகு அவற்றில் தகுதியானவற்றை அலசித் தேர்ந்தெடுத்து, பிரசுரித்தால் அதற்குத் தனியே சன்மானம் தருவது வழமை என்று ரவி. ராமநாதன் சொல்கிறார். நாகரிகமும் மனிதநேயமும் ராமநாதனின் பண்புகள்.

பிரேமா பிரசுரம் மும்முரமாக இயங்கத் தொடங்கியபின் 1959க்குப்பின் ராமநாதனுக்கு எழுத்தாளர், ஆசிரியர் என்னும் பரிமாணத்துடன் பதிப்பாளர் என்னும் கூடுதல் பரிமாணமும் சேர்ந்து அழுத்தம் தரவே அதனால் 'காதல்' இதழ் தொய்வுநிலை அடைந்துவிட்டது என்று விமர்சனம் உண்டு. இருக்கலாம். அதற்காக எழுத்தாளராக மட்டுமே நீடித்திருந்தால் செத்தபிறகு சிலை வைக்கவும் மணிமண்டபம் கட்டவும் சிலர் முயன்றிருக்கக் கூடும். வாழும்போது நல்லவாழ்வு கிடைத்திருக்குமா என்பதை எண்ணிப்பார்த்தால் ராமநாதன் எடுத்த முடிவு சரியானதுதான் என்று தோன்றுகிறது.

1959க்குப்பின் 'கல்கி' இதழில் ராமநாதன் 'குண்டுமல்லிகை' (1963) என்னும் தொடர்கதையை எழுதினார். அதற்கும் வாசகர் களிடையே அமோக வரவேற்பு இருந்தது. அதுதான் அவர் இறுதியாக எழுதிய நாவல். அதற்கப்புறம் முழுக்க முழுக்கப் பதிப்பாளர் பணி அவரை ஆட்கொண்டுவிட்டது. பிரேமா பிரசுரத்தின் மூலமும் ராமநாதன் அரிய சாதனைகள் நிகழ்த்தி யிருக்கிறார். சிந்தனையாளர் வரிசை என்று பிளேட்டோ, டார்வின் தொடங்கி மார்க்ஸ், நிஷி, இங்கர்சால் வரை பல அறிஞர்களின் சிந்தனைகள், வரலாறுகள் வெளிவந்தன. சாமிநாத சர்மா தமது 'பிரபஞ்ச ஜோதி' மூலம் ஆரம்பித்த முயற்சியின் தொடர்ச்சி இது என்று சொல்லலாம். இந்திய மரபுவழிப் புராணங்கள், வழிவழி பயிலப்படும் கதைகள் என்று ஏராளமான நூல்களையும் முதன் முதலில் சித்தர் பாடல் மலிவுப்பதிப்பையும் (ஒன்றரை ரூபாய்) ராமநாதன் வெளியிட்டார். துர்க்காதாஸ் சுவாமி, மேதாவி, சேரன், ஜெகசிற்பியன், மலர்மன்னன், கோமேதகவேலு, தணலன், பி.டி. சாமி என்று ஒரு படை பிரேமா பிரசுரத்தின் வழியாக இலக்கிய உலகில் பிரவேசம் செய்தது. மொழிபெயர்ப்புகளுக்கு 1950களில் அப்படி ஓர் ஆதரவு.

சிரஞ்சீவியை ஆசிரியராகவும் ராமநாதனை அதிபராகவும் கொண்டு 'மர்மக்கதை' என்னும் துப்பறியும் இதழ் ஒன்றும் 1954இல் வெளிவந்தது. வடுவூர் துரைசாமி அய்யங்கார், ஆரணி குப்புசாமி முதலியார், ஜே.ஜே. ரங்கராஜு போன்றவர்களுக்குப் பின் சிரஞ்சீவி துப்பறியும் நாவலில் ஜாம்பவானாகத் திகழ்ந்தவர். ஆங்கிலத்தில் *pulp* என்று மலிவாக வர்ணிக்கப்படும் இக்கதை

களுக்கு 50களில் பெரும் வரவேற்பு இருந்தது. *pulp* ஆனால் என்ன அதற்கும் இலக்கியத்தில் ஓர் இடம் உண்டு. கதை படிக்கும் தாகத்தைத் தணிக்க அது உதவியது. பின்னாளில் பல மர்மக்கதை மன்னர்களுக்குச் சிரஞ்சீவி திசைகாட்டியாக விளங்கியிருக்கிறார். சிரஞ்சீவி, ராமநாதன் நட்பு பல்லாண்டு நீடித்த அற்புதமான நட்பு.

'கலைமணி' என்னும் பெயரில் ஒரு சினிமாப் பத்திரிகையையும் அவர் நடத்தினார். 1949இல் ஆரம்பிக்கப்பட்ட அது ஓராண்டு மட்டுமே ஒலித்தது. 'கலைமணி'யை எல்லாக் கலைகளுக்கும் என்றுதான் அவர் ஆரம்பித்தார். என்ன காரணமோ சினிமாவுடன் அது நிறுத்திக்கொண்டது. ஆரம்பித்த வேகத்தில் முடிவும் கண்டது.

ராமநாதனின் கதைகள் திரைப்படங்களாகவும் மலர்ந்தன. டி.கே.எஸ். சகோதரர்கள் நடத்திய நாடகப்போட்டியில் பங்கு கொண்டு 1944இல் எழுதப்பட்ட நாடகம் 'ராஜராஜ சோழன்'. அது அரங்கேற்றமானது 1954இல். பிறகு 1970களில் சிவாஜி கணேசன் நடித்துத் திரைக்கு வந்தது. திரைக்கதை சரியாக இல்லாததால் தோல்வியுற்றது. 'தங்கப்பதுமை', 'பூலோகரம்பை', 'ஆரவல்லி', 'கல்யாணிக்குக்கல்யாணம்' ஆகியவை கதை வசனம் எழுதிய படங்கள். பிறகு தெலுங்கிலிருந்து மொழிமாற்றம் செய்து 'மயில் ராவணன்' என்னும் படத்தை வெளியிட்டு அதில் பொருள் இழந்தார். 1967இல் கலைமாமணி விருது சிறந்த நாடக ஆசிரியர் என்னும் தகுதியில் வழங்கப்பட்டது. வழங்கியவர் அன்றைய முதல்வர் அண்ணா.

ராமநாதன் எழுதி இன்னும் நூல் வடிவம் பெறாமல் இருக்கும் எல்லா எழுத்துகளையும் அவருடைய சந்ததியினர் வெளியிட வேண்டும். அவரது இலக்கிய வாழ்வில் 'காதல்' ஒரு மகத்தான சாதனை. அதில் வெளியான அத்தனை எழுத்துகளும் நூல் வடிவம் பெறத் தகுதியானவை. குறைந்த பட்சம் 'காதல்' இதழ் ஆய்வடங்கல் ஒன்றும் காலத்தின் தேவை.

டிசம்பர் 1 – 15, 2005

௸ ஜ

ப. புகழேந்தி

ப. புகழேந்தி (1934)

‘மஞ்சரி’ இதழைப் போன்று மொழிபெயர்ப்புகளுக்கு – குறிப்பாகப் பிற திராவிட மொழிகளிலிருந்து தமிழுக்கு வரும் பெயர்ப்புகளுக்கு – முக்கியத்துவம் கொடுத்து ‘கதி’ரைக் கொண்டுவந்தவர் ப. புகழேந்தி. நெல்லை மாவட்டம் கடைய நல்லூரில் 10.12.1934 அன்று பட்டன் செட்டியார் – அன்ன பூரணி தம்பதியருக்குப் பிறந்தவர். கண்ணதாசனின் ‘தென்றல்’, ‘முல்லை’ இரண்டிலும் துணையாசிரியராக இதழியல் இலக்கிய வாழ்வைத் தொடங்கியவர். 1949 செப்டம்பரில் தி.மு.க. தோன்றும்போதே அண்ணாவின் தம்பி ஆனவர். ‘திராவிடநாட்’டில்தான் முதன்முதலாக எழுதலானார். திரையுலகிலும் இயக்குநர், தயாரிப்பாளர் என ஈடுபட்டவர் புகழேந்தி. திராவிட இயக்கத்தின் இலக்கிய வரலாற்றை முறையாக எழுதி வெளியிட வேண்டும் என்பது இவரது லட்சியம்.

கதிர்

திராவிட இயக்கப் பத்திரிகையாளர்களில் ப. புகழேந்தி ஒரு வித்தியாசமான படைப்பாளி, இதழாளர். இவரது 'கதி'ரும் அப்படியே. கண்ணதாசனின் 'தென்றல்' மற்றும் 'முல்லை'யில் துணையாசிரியராக இருந்த புகழேந்தி முற்றிலும் மாறுதலான ஒரு பத்திரிகையாகக் 'கதி'ரைக் கொண்டுவந்தார். 'கதிர்' 1965 முதல் 1966 வரை 15 மாதங்களே வெளிவந்தது என்றாலும் உள்ளடக் கத்தில் அது அந்நாளில் வந்துகொண்டிருந்த பிற இதழ் களின் தாக்கத்திலிருந்து விடுபட்டுத் தனித்து நின்றது.

புகழேந்தியின் சொந்த ஊர் கடையநல்லூர். முன்னாள் திருவிதாங்கூர் (கேரளம்) சமஸ்தானத்தைச் சேர்ந்த செங்கோட்டைக்கும் கடையநல்லூருக்கும் தூரம் அதிகமில்லை. எட்டிப்பார்த்தால் எழில் கொஞ்சும் கேரளம் தெரியும். எனவே மலையாள மொழி வாசனை இயற்கையாகவே புகழேந்தியை ஈர்த்தது. மலையாளப் புதுமை இலக்கியங்களில் இவருக்கு ஈடுபாடும் பயிற்சியும் ஏற்பட்டன. 1948 வாக்கில் கம்யூனிஸ்ட் கட்சி தடை செய்யப்பட்டிருந்தபோது அரைக்கால்சட்டைப் பருவத் தில் இருந்த புகழேந்தி தொடக்கத்தில் கம்யூனிஸ்ட் கட்சி சார்ந்த மாணவர் சம்மேளனத்தில் நெல்லை மாவட்ட அமைப்பாளராகப் பணியாற்றினார். மாணவர் உரிமைகளுக்காகப் போராட்டங்களில் குதித்தார். அதனால் பள்ளியைவிட்டுத் தற்காலிகமாக நீங்கவேண்டி வந்தது. பின்னர் மொழி, நாடு என்னும் உணர்வுகள் தலைதூக்கவே திராவிட இயக்கம் இவரை ஆட்கொண்டது. 1949 செப்டம்பரில் தி.மு. கழகம் தோன்றும்போதே இவர் அண்ணாவின் தம்பி ஆகிவிட்டார். அண்ணாவின் 'திராவிடநா'ட்டில்தான் முதன்முதலாக எழுதினார். எழுத்தாளராக அறிமுகம் பெற்றது 'திராவிட நாட்'டின் மூலமாகத்தான்.

நெல்லை மாவட்ட தி.மு.க.வில் பணி புரிந்ததுடன் முதன் முதலாகத் தேர்ந்தெடுக்கப்பட்ட தி.மு.க. பொதுக்குழுவிலும் புகழேந்தி அங்கம் வகித்தார். முழுநேரக் கட்சித்தொண்டராக நீடிக்கும் விருப்பமின்றி, பத்திரிகைத்துறைக்கு வந்துவிட்டார். 1955 முதல் 'நம்நாடு' இதழில் பணி. தி.மு.க. தலைமையகமான அறிவகத்தில் (ராயபுரம்) அமர்ந்து அண்ணா எழுதித்தரும் 'தம்பிக்குக் கடிதம்' கட்டுரைகளைக் காஞ்சிபுரத்திலுள்ள 'திராவிடநாடு' அலுவலத்திற்கு எடுத்துச் செல்லும் பணியும் புகழேந்திக்கு இருந்தது. பின்தூங்கிப் பின்னெழும் பழக்கமுடைய அண்ணா எதையும் கடைசி நேரத்தில்தான் செய்வார். அவசர அவசரமாக அடுத்த நாள் வெளியாகவேண்டிய 'திராவிட நா'ட்டுக்காகச் சென்னை பிராட்வேயிலிருந்து காஞ்சிபுரம் செல்லும் கடைசிப் பேருந்தில் இவர் பயணமாவார்.

1957இல் 'நம்நாடு' இதழில் துணையாசிரியராக இருந்த போது கண்ணதாசனின் 'தென்ற'லில் இருந்து அழைப்பு. 'தென்ற'லில் சேரவேண்டாம் என்று சிலர் எச்சரிக்கை செய்தார் களாம். அண்ணாவிடம் யோசனை கேட்கப்போயிருந்த போது அண்ணா சொன்னாராம் – 'ஏதாவது பிரச்சினை ஏற்பட்டால் என்னிடம் வா. நான் மறு ஏற்பாடு செய்கிறேன்.' அந்த உறுதி மொழியுடன் 'தென்ற'லில் சேர்ந்த இவருக்குக் கண்ணதாசனிடம் மிக நெருக்கம் உண்டாகிவிட்டது. கண்ணதாசன் துன்பத்திலும் சோதனையிலும் இருந்த நாள்களில் அவருடன் இருந்து அவற்றில் பங்கும் அனுபவமும் பெற்றவர் இவர். "அந்த நாட்கள் மறக்க முடியாதவை" என்கிறார் புகழேந்தி.

கண்ணதாசன் 1957இல் 'முல்லை' என்னும் திங்கள் இலக்கிய இதழைத் தொடங்கியபோது புகழேந்தி அதற்கும் துணையாசிரி யரானார். பிறகு கண்ணதாசன் இவரை மாடர்ன் தியேட்டர்சில் வசனம் எழுதுவதற்கு அனுப்பி வைத்தார். "எனக்கு வசனம் வராதே" என்றதற்குக் கண்ணதாசன், "கதை எழுதும்போது வசனம் ஏன் வராது" என்று தைரியம் சொன்னதோடு சினிமா வசனப் புத்தங்கள் சிலவற்றை வாங்கிக்கொடுத்து, "இவற்றைப்படி. பிறகு தானே எழுதலாம்" என்று ஆற்றுப்படுத்தியதாகப் புகழேந்தி சொல்கிறார். அன்று மாடர்ன் தியேட்டர்சில் சண்முகசுந்தரம் (இவர் பின்னாளில் மேதாவி என்னும் பெயரில் பிரபலமான துப்பறியும் நாவலாசிரியர்) எழுதிக்கொண்டிருந்தார். இயக்குனர் டி.ஆர். சுந்தரம் மிகமிகக் கண்டிப்பானவர். மேதாவியை அவர் வேலைநீக்கம் செய்யவும் அந்த இடத்திற்குத் தாம் செல்ல இயலாத நிலையில் இவரைக் கண்ணதாசன் பரிந்துரை செய்யவும் புகழேந்தியின் கலை இலக்கிய வாழ்வுக்கு இன்னொரு பரிமாணம் கிடைத்தது.

சொந்தமாகப் பத்திரிகை நடத்த வேண்டும் என்று முடிவு செய்த புகழேந்தி 'கதி'ரை ஆரம்பித்தார். அது இலக்கியத் திங்கள் இதழ். புகழேந்தியின் எழுத்தில் பிற தி.மு.க. எழுத்தாளர் களின் சாயல் இருக்காது. பத்திரிகையும் அதேபோல் வித்தியாச மாகவே இருந்தது. ஒவ்வொரு இதழிலும் திராவிட மொழிகளான தெலுங்கு, கன்னடம், மலையாளம் ஆகிய மொழிக் கதைகள் தமிழாக்கம் செய்யப்பட்டு வெளிவந்தன. உடன் ஒரு தமிழ்க் கதையும் இடம் பெற்றது.

புகழேந்தியின் சிந்தனையில் திராவிட நாடு என்பது அரசியல் மட்டத்தோடு நின்றுவிடவில்லை. மொழி, இலக்கியம் என்றும் கிளைவிரித்தது. பிற திராவிட மொழிகளில் என்ன நடக்கிறது என்பதைத் தமிழர்கள் தெரிந்துகொள்ள வேண்டும் என்று அவர் ஆசைப்பட்டார். இந்த அம்சத்தில் ஒரு குட்டி சாகித்ய அகாதமியாகக் 'கதிர்' அவதாரம் எடுத்தது. "மாற்றான் தோட்டத்து மல்லிகைக்கும் மணம் உண்டு" என்றவரல்லவா அண்ணா. தம்பியின் சாதனையை அவர் சரியாக எடை போடாமல் விடுவாரா? 'கதிர்' முதல்இதழைப் பார்த்துவிட்டு, "இது பத்தோடு பதினொன்று அல்ல" என்று பாராட்டினார்.

'கதிர்' முதல் இதழில் அண்ணாவின் வாழ்த்துச்செய்தியும் அகிலன், பத்மராஜு (தெலுங்கு), தகழி (மலையாளம்), ரேஷநாராயணா (கன்னடம்) சிறுகதைகளும் சுரதாவின் கவிதை யும் தில்லை மறைமுதல்வன், இரா. இளஞ்சேரன் கட்டுரைகளும் இடம் பெற்றன. விலை 40 காசு. முதல் பக்கத்தில் பாரதிதாசனின் கவிதை வரிகள் "தெளிவளிக்க இருட்கதவை உடைத்தெறிந் தான் பரிதி. திசைமகனை அறிவுலகில் தழுவுகின்றார் மக்கள்" என்று பத்திரிகையின் உரத்த குரலாக ஒலிக்கும். அதுவே 'கதி'ரின் பிரகடனக் கவிதை.

'கதி'ரில் அண்ணாவும் மு. கருணாநிதியும் அடிக்கடி எழுதி னார்கள். பிற திராவிட இயக்க இதழ்களுக்கு அண்ணா கட்டுரை கள் மட்டுமே தருவார். 'கதி'ருக்கு மட்டுமே அவர் கதை தந்தார். ஆ. மாதவன், இரா. இளஞ்சேரன், தில்லை மறைமுதல்வன் ஆகியோர் தொடர்ந்து எழுதினார்கள். ஆ. மாதவன் மிகமிக வித்தியாசமானவர். இவரது எழுத்துகளில் மண்ணின் மணம் கமழும். தலைசிறந்த புதினப் படைப்பாளியான இவரது 'புனலும் மணலும்', 'கிருஷ்ணப்பருந்து', 'தூவானம்' ஆகியவை தமிழின் மிகச்சிறந்த வரவுகள். சிறுகதையில் அரிய சாதனைகள் புரிந்த இவரது "கடைத்தெருக் கதைகள்" ஆர்.கே. நாராயணனின் மால்குடி போல் நீங்காத சித்திரங்களை நினைவில் தீட்டும். அண்மையில் இவரது சிறுகதைகள் முழுவதையும் 'தமிழினி பதிப்பகம்' வெளியிட்டுள்ளது.

'கதி'ரின் சிறப்பம்சம் அதில் வெளியான மொழிபெயர்ப்புக் கதைகள்தாம். அந்நாளில் மொழிபெயர்ப்புக் கதைகளுக்கு மிகமிக வரவேற்பு. வங்கத்து சரத் சந்திரர், தாகூர், மராட்டியத்து காண்டேகர் போன்றோர் தமிழ்நாட்டு எழுத்தாளர்களைவிடவும் தமிழில் பிரபலமாக விளங்கிய காலம் அது. பிற இதழ்களும் பிற இந்திய எழுத்தாளர்கள் படைப்புகளை வெளியிட்ட போதிலும் வெறுமனே இன்னார் கதை, இன்னார் மொழி பெயர்ப்பு என்று மட்டும் குறிப்பிட்டுவிட்டு அத்துடன் நிறுத்திக் கொள்வார்கள். முதன்முதலாக அயல் மொழிப் படைப்பாளி களின் புகைப்படம், வாழ்க்கைக் குறிப்பு, சாதனை என்னும் பட்டியலுடன் அவர்களைப் பற்றிய அறிமுகமும் கொண்டு படைப்புகளை வெளியிடுவது 'கதி'ரின் மரபு. அகில இந்திய நிறுவனங்கள் செய்யவேண்டிய அறிமுகப் பணியைப் புகழேந்தி தமது இதழில் ஆர்ப்பாட்டமில்லாமல் செய்திருக்கிறார்.

'கதி'ரில் முதன்முதலாக இத்தகைய அறிமுகங்கள் அரங்கேறின. பின்னாளில் பிறமொழிக் கதைகளை வெளியிட நேர்ந்தபோது இந்தப் பாணியைக் 'கல்கி' பத்திரிகை பின்பற்றியது. அதேபோல் அண்ணா தமது 'காஞ்சி' இதழில் 'அந்திக் கலம்பகம்' என்றொரு பகுதி வைத்திருந்தார். அதில் மாலை வேளைகளில் பெண்கள் ஆற அமர உட்கார்ந்து அரட்டை அடிப்பார்கள். அவர்கள் பேச்சில் அரசியல் தொடங்கி அகிலத்தின் எல்லா விஷயங்களும் அலசப்படும். இதன் சாயலில்தான் பின்னாளில் 'குமுதம்' 'கேள்வி நேரம்' என்றொரு பகுதியைக் கொண்டுவந்தது.

'கதி'ரின் ஒவ்வோர் இதழிலும் குறைந்தபட்சம் நான்கு சிறுகதைகள் இடம்பெறும். இலக்கிய விமர்சனக் கட்டுரைகள் உண்டு. 'பொன்னேடுகள்' என்னும் தலைப்பில் அண்ணா, ஆர்.கே. ஷண்முகம் செட்டியார், லால் பஹதூர் சாஸ்திரி போன்ற பல பிரமுகர்களைப் பற்றி புகழேந்தி எழுத்தோவியம் தீட்டுவார். 'கதிர்' பொங்கல் மலரில் தி.மு.க. தலைவர்கள் எழுதுவார்கள். திராவிட இயக்க எழுத்தாளர்களோடு அகிலன், ஆர். சூடாமணி, கி. ராஜநாராயணன், சுந்தர ராமசாமி, ஹெப்சிபா ஜேசுதாசன், நகுலன், கிருஷ்ணன் நம்பி, கோவி. மணி சேகரன், அ. வேதாசலம் போன்ற படைப்பாளிகளும் சிறுகதைகள் எழுதியதுண்டு. க.நா.சு விமர்சனக் கட்டுரை வரைந்துள்ளார். இப்படியொரு புதிய மரபையும் புகழேந்தி அந்நாளில் உருவாக் கினார்.

திராவிட இயக்க எழுத்தாளர்களின் படைப்புகளைப் புகழேந்தி வெகுநேர்த்தியாக வகை பிரித்து விமர்சனம் செய்கிறார். மு. கருணாநிதி ஓ. ஹென்றி பாணியில் எழுதுவார். தென்னரசு வின் கதைகள் ராமநாதபுர மாவட்டத்து மறவர் மற்றும் இசை

வேளாளர் தம் குடும்பக் கதைகளாக இருக்கும். தென்னரசு மிகச்சிறந்த கதைசொல்லி. ராதாமணாளனின் ராஜா ராணிக் கதைகளில் Romanticism தூக்கலாக இருக்கும். டி.கே. சீனிவாசன் சிறுகதை இலக்கணத்தின் பல பரிமாணங்களைக் காட்டவல்லவர். தில்லை வில்லாளன் புதினங்களில் புதுப்புது உத்திகளைக் காட்டுபவர். இளஞ்சேரனும் மறைமுதல்வனும் வித்தியாசமான மொழிநடை கொண்டவர்கள். இளமைப்பித்தன் அங்கதத்தில் திளைப்பவர். வழிப்போக்கன் அந்நாளில் 'பொன்னி' இதழில் தீட்டிய கட்டுரைகள் பிற எழுத்தாளர்களுக்குப் பாதைவகுத்துக் கொடுத்தவை. அண்ணாவோ தமிழின் எல்லா வடிவங்களிலும் முத்திரை பதித்தவர்.

புகழேந்தியின் படைப்புகள் 'எச்சில் கனி' (1953) 'ஆர்.கே.எஸ். வாழ்வும் வழியும்' (1983), 'புலித்தேவனா கட்டபொம்மனா' (இது கட்டபொம்மனை முன் வைத்து ம.பொ.சி. இலக்கியப் பயணம் செய்துகொண்டிருந்தபோது அவரை எதிர்த்து 'தென்ற'லில் கட்டுரைத் தொடராக வந்து பின்னர் நூலாயிற்று). ஏறக்குறைய இதே கால கட்டத்தில் தமிழ்வாணன் 'கல்கண்டு' இதழில் கட்டபொம்மனைக் 'கொள்ளைக்காரன் கெட்டிபொம்மு' என்று திட்டித் தீர்த்துக்கொண்டிருந்தார்.

'ஞானப்பிறப்பு' என்னும் சிறுகதைத் தொகுதி (வேமன, பர்த்ருஹரி போன்ற பல ஞானிகளின் வரலாறு சார்ந்த கதைகள்), 'மறுமலர்ச்சித் தூதுவர்கள் (இங்கர்சால், ராஜாராம் மோஹன் ராய் போன்றோர் பற்றிய பேனா நடனங்கள்), 'காதல் கதை – இன்னும் ஒன்று' என்னும் சிறுகதைத் தொகுதி, திராவிட இயக்க எழுத்தாளர் படைப்புகள் (12 சிறுகதைத் தொகுதிகள்) ஆகியவை புகழேந்தியின் இலக்கிய வாழ்வில் சுகப்பிரசவங்கள். இவர் 'கதி'ரில் எழுதிய உருவகக் கதைகள் குறிப்பிடத்தகுந்தவை.

நடிகை பத்மினியின் வாழ்க்கை வரலாற்றை 'நாநா' மலையாள இதழில் ஒன்றரை ஆண்டுகள் தொடராக எழுதினார். இத்தொடரால் 'நாநா'வின் விற்பனையில் 10,000 படிகள் அதிகரித்தன. பதிப்பாளர் என்ற முறையில் 'அண்ணாவழிச் சிறுகதைகள்' என்னும் அரிய தொகுப்பை மலேசியாவில் வெளியிட்டார். சிறுகதை இலக்கியத்தில் திராவிட இயக்க எழுத்தாளர்களுக்கு எந்தவித முக்கியத்துவமும் தரக்கூடாது என்று ஒரு சில்மிஷ விமர்சன இயக்கம் வெகுகாலமாகச் செயல்படும் பின்னணியில் இந்தச் சிறுகதைத் தொகுப்பு குறிப்பிடத் தகுந்த முயற்சியாகத் தெரிகிறது.

திரையுலகம் புகழேந்தியை விடுவதாக இல்லை. கண்ண தாசனின் 'இரத்த திலக'த்தில் (1964) துணைஇயக்குநராக இருந்த துடன் தயாரிப்பு நிர்வாகம் முழுவதையும் கவனித்தார்.

ஏ.வி.எம். சரவணன் மூலம் ஏ.சி. திருலோக சந்தரின் தொடர்பு ஏற்பட்டு அவரிடம் துணைஇயக்குநராகப் பணிபுரிந்தார். பிறகு தாமே தயாரிப்பாளர் ஆனார். தமிழுடன் தெலுங்கு, மலையாளம் என்று 60 படங்களில் பங்களிப்புச் செலுத்தினார். ஒரு மலையாளப் படத்தை இயக்கவும் செய்தார். இயல்பான இலக்கியவாதியான புகழேந்தி வசனம், இயக்கம், தயாரிப்பு என்று சினிமாக்கார ராகவும் அச்சு, பத்திரிகை, பிரசுரம் என்று பதிப்பாளராகவும் பன்முகம் காட்டினார்.

புகழேந்தியை ஆ. மாதவன் எப்படி எடைபோடுகிறார் என்று பார்க்கலாம். மாதவன் சொல்கிறார்: "திரைப்படத் துறையில் நீண்டகாலம் வீணாக்காமல் இருந்திருந்தால் தேர்ந்த ஓர் இலக்கியவாதியைத் தமிழுலகம் பெற்றிருக்கும்." உண்மை தான். திரையுலகம் சில சாதாரண இலக்கியக்காரர்களைச் சிகரத்தில் ஏற்றி அழகு பார்த்ததுண்டு. அவ்வாறே நல்ல இலக்கிய வாதிகள் பலர் சினிமாவால் காணாமலும் போயிருக்கிறார்கள்.

புகழேந்தி இப்போது 'திராவிட இயக்க இலக்கிய வரலாறு', 'டாக்டர் டி.எம். நாயர் வாழ்வும் வழியும்' என்னும் இரு வரலாற்று நூல்களையும் 'நிழல்களின் நிஜம்' என்னும் புதினத்தையும் எழுதிக் கொண்டிருக்கிறார். ஆ. மாதவனின் விமர்சனத்திற்கு எதிராகச் செயல்பட்டுக்கொண்டிருக்கிறார் என்றே தோன்றுகிறது.

டிசம்பர் 16 – 31, 2005

ப. நெடுமாறன்

ப. நெடுமாறன் (1933)

மதுரை விவேகானந்தா அச்சக உரிமையாளர் கி. பழனி யப்பன் – பிரமு அம்மாள் தம்பதியரின் மகனாகப் (10.3.1933) பிறந்த நெடுமாறன், அண்ணாமலைப் பல்கலைக்கழக மாணவர் தி.மு.க. தலைவராக அரசியல் வாழ்வை ஆரம் பித்தார். தி.மு.க., தமிழ் தேசியக் கட்சி (சம்பத் தலைமை யில்), பிறகு காங்கிரஸ் கட்சிகளில் பணியாற்றி, தமிழ்த் தேசிய இயக்கம் கண்டு உலகத்தமிழர்களின் அரசியல் பண்பாட்டு ஒற்றுமையின் ஆற்றலாக விளங்குபவர். இதழியல் அனுபவம் கருமுத்து தியாகராசரின் 'தமிழ் நாட்'டில் டி.ஏ.வி. நாதனின் கீழ் தொடக்கம். 'தமிழ்நாடு' இதழ் இவரை இதழா ளராக்கியது. 'தென்றல்' இதழ் இவரைப் படைப்பாளி யாக்கியது.

குறிஞ்சி

அருணா அசப் அலியின் 'லிங்க்' பத்திரிகைதான் 'குறிஞ்சி'க்கு ஆதர்சம் என்று சொல்லலாம். 'லிங்க்'கைப் போலவே கருத்தாழம் மிகுந்த அரசியல், பொருளியல் கட்டுரைகளைத் தாங்கித் தமிழில் வெளிவந்த முதல் இதழ் 'குறிஞ்சி'. அவர் ஆசிரியர் ப. நெடுமாறன். இன்று அவர் பழ.நெடுமாறன். 1962 முதல் 1971 வரை – தொடக்கத்தில் திங்கள் இருமுறை இதழாகவும் இறுதியில் கிழமை இதழாக வும் வெளிவந்த 'குறிஞ்சி'யில் குன்றக்குடி அடிகளார், அ. சிதம்பரநாதன் செட்டியார், தெ. பொ. மீனாட்சி சுந்தரனார், வ.ஐ. சுப்பிரமணியம், அ.மு. பரமசிவானந்தம், அ.கி. பரந்தாமனார், நா. பாலுசாமி, துரை அரங்கசாமி, பி.டி. ராஜன், ஈ.வே. கி. சம்பத், கண்ணதாசன், வே. சவுந்தர ராஜன், பி.சி. கணேசன், நா. பார்த்தசாரதி, கே. அப்பன்ராஜ் எனப் பல்வகைச் சிந்தனையாளர்கள் எழுதினார்கள். தொடர்ந்து எழுதினார்கள் என்பதும் குறிப்பிடத்தக்கது.

நெடுமாறன் அதில் எழுதிய அரசியல் அலசல் கட்டுரைகள் அன்றைய இளம்தலைமுறைக்கு முதிர்ந்த அரசியல் ஞானத்தை வழங்கின எனலாம். உலக அரசி யலையும் இந்திய அரசியலையும் தமிழக அரசியலையும் நெடுமாறன் ஆழக் கற்றவர். அவரது தமிழும் கருத்துகளைத் துல்லியமாக வெளியிடவல்ல நுட்பமான தமிழ். நாகரிக மான நல்ல தமிழ். உயர்ந்த மனிதரான அவரது பேச்சு மொழியும் எழுத்துமொழியும் அவரைப் போலவே உயர் வானவை, தரமானவை. அதனால் 'குறிஞ்சி' உயர்வான பத்திரிகையாக உலா வந்தது.

'குறிஞ்சி'யில் 60களில் வந்த கட்டுரைத் தொடர்களில் 'கிழக்கும் மேற்கும் ஏந்திய தலைவன்' (பி.சி. கணேசன்),

‘யாழ்ப்பாணத் தமிழ்’, ‘ஊர் பெயர் வரலாறு’ (அவ்வை துரை சாமிப் பிள்ளை), ‘நீகிரோ கண்ட தமிழகம்’ (கருமணி –நெடு மாறனின் தந்தையார் கி. பழனியப்பனின் புனைபெயர்), ‘நேதாஜி எங்கே?’, ‘ஹிட்லரின் வாரிசுகள்’ ஆகியவை மிகப் பிரசித்தம். ‘நேருவுக்குப் பின்’, ‘இருபதாம் நூற்றாண்டின் இணையற்ற மோசடி’ (இது திராவிடநாடு கைவிடப்பட்டது பற்றிய அலசல் கட்டுரை) இரண்டும் பரபரப்பாகப் பேசப்பட்ட கட்டுரைகள். ‘குறிஞ்சி’யில் இதழியல் உணர்வுடன் புதுமைகளைச் செய்து பார்த்தவர் நெடுமாறன். ஒரே மாதிரி 10 கேள்விகள் பிரபலங் களைக் கேட்டு அவர்களின் வேறுபட்ட பதில்களைப் பதிவு செய்தார். பெரியார் முதல் ஜீவானந்தம் வரை எல்லாத் தலைவர் களையும் அந்தப் பகுதிக்காகச் சந்தித்தார்.

‘கன்னித்தமிழ்க் கவிஞர்’ என்றொரு புதுப்பகுதியின் மூலம் ஏராளமான இளம் கவிஞர்களைத் தமிழுலகிற்கு அறிமுகம் செய்தார். மு. மேத்தா, மு. உலகநாதன் போன்ற கவிஞர்கள் நெடுமாறனின் அறிமுகங்களே. நெடுமாறன் எடுத்த பேட்டிகளில் சிறப்பாகக் குறிப்பிடத்தகுந்தது ராணுவ அமைச்சர் பதவி யிலிருந்து வி.கே. கிருஷ்ணமேனன் விலகியபோது எடுத்த பேட்டி. தலையங்கத்துடன் ‘சோழகுலவல்லி’ என்னும் சரித்திரத்தொடரை யும் அவரே எழுதினார். ‘கங்கை முதல் காவிரிவரை’, ‘தில்லிப் பலகணி’, ‘மாங்கனித் தீவினிலே’ என்னும் அரசியல் கட்டுரைத் தொடர்கள் இதழ்தோறும் இடம்பெற்றன. அவற்றில் பெரும் பாலானவற்றை நெடுமாறன் எழுதினார். ‘தென்பாண்டி வீரன்’ என்னும் பெயரிலும் சில பகுதிகளை அவர் எழுதியுள்ளார். மலர்களில் தமிழறிஞர்களுடன் திரையுலக முன்னோடிகள் இயக்குநர் கே. சுப்ரமணியம், எஸ்.டி. சுப்புலட்சுமி போன்ற கலைஞர்களிடமும் கட்டுரைகள் பெற்று வெளியிட்டுள்ளார்.

15.5.1962 முதல் இதழின் தலையங்கத்தில் நெடுமாறன் எழுதுகிறார்: “வற்றாத பொன்னியும் வளம் குன்றாத பொருனை யும் வண்டமிழ் வைகையும் புரண்டோடி எழில்பூக்கும் தமிழகத் தில் ‘குறிஞ்சி’ பூத்துள்ளது. பல்வேறு பாகுபாடுகளினால் பிளவுண்டு சிதறிக்கிடக்கும் தமிழ்ச் சமுதாயத்தை ஒன்று படுத்தி அவர்களுக்குத் தேசிய உணர்வூட்டித் தரணியில் தலை நிமிர்ந்து நடக்கச்செய்யக் ‘குறிஞ்சி’ தளராது பாடுபடும்.” நெடுமாறனின் தலையங்கம் இன்றும் அவருடைய அடை யாளங்களாகத் திகழும் பண்புகளையே அறைகூவுவதைக் கவனியுங்கள். கொள்கைகளை மட்டுமன்றித் தமிழின் சந்தி இலக்கணத்தையும் பிசிறில்லாமல் எழுத்துத்தூய்மையுடன் பின்பற்றும் அக்கறையைக் கவனியுங்கள். நெடுமாறனும் ‘குறிஞ்சி’யும் ஓர் அச்சில் வடித்துவைக்கப்பட்ட இரண்டு வார்ப் படங்கள் என்று உணர்வீர்கள்.

'குறிஞ்சி' முதல் இதழில் கண்ணதாசன் வாழ்த்துக் கவிதை வழங்கியுள்ளார். குன்றக்குடி அடிகளார் கட்டுரை, நா. பார்த்த சாரதி கதை இடம்பெற்றிருக்கின்றன. இரண்டாம் இதழ்த் தலையங்கம் ஈழப் பிரச்சினை பற்றியது. இதழில் கவிதைப் போட்டி, நெடுமாறனின் 'சோழகுலவல்லி' வரலாற்றுத்தொடர் பற்றிய அறிவிப்பும் உண்டு. அடுத்தடுத்த இதழ்களில் அரசியல் அலசல்கள், பிற நாடுகளின் தேசியப் பிரச்சினைகள், விரிவான அறிமுகங்கள் இடம் பெறத் தொடங்குகின்றன. ஐ.நா. விவகாரங் கள், ஐரோப்பியச் சந்தையின் தோற்றம், டில்லி முதல் தமிழகம் வரை நடைபெறும் அரசியல் சதுரங்க ஆட்டத்தின் வர்ணனை கள் என்று இதழ் எல்லாப் பக்கமும் சிறகை விரிக்கிறது. தமிழ் நாட்டு 'லிங்க்' தனது பாணியில் கலை இலக்கியப் பயணம் செய்ய ஆரம்பித்துவிட்டது. வெளிவர இருக்கும் திரைப்படத் திற்குத் தாம் எழுதிய இசைப்பாடல்களைக் கண்ணதாசன் ஒவ்வொரு இதழிலும் இலக்கிய வெள்ளோட்டம் விடுகிறார். 'நூல்நயம்' பகுதியில் மு. உலகநாதன் விமர்சனம் செய்கிறார்.

'குறிஞ்சி' 15.7.1962 இதழில் நெடுமாறன் எழுதிய தலையங்கம் தமிழ்த் தேசியத்தில் அவருக்குள்ள அசைக்கமுடியாத நம்பிக்கையை அறைகூவுகிறது. அ. சிதம்பரநாதன் செட்டியார் பேசிய பேச் சொன்றை மேற்கோள்காட்டி நெடுமாறன் எழுதுகிறார்: "தமிழ், தமிழன், தமிழ்நாடு என்று கூறுவதால் இந்திய தேசிய ஒருமைப் பாட்டிற்குக் கேடுவராது. அப்படிக் கேடுவரும் என்று உண்மை யான இந்திய தேசிய ஒருமைப்பாட்டில் அக்கறை உள்ளவர்கள் கூறமாட்டார்கள்" என்று தொடங்கும் தலையங்கம் இப்படித் தொடர்கிறது: "மொழி, பண்பாடு, கலை, வரலாறு ஆகிய வற்றால் வேறுபட்ட பல தேசிய இனங்களும் கூடி வாழும் கூட்டுக்குடும்பமே இந்தியா என்பதை மறந்துபோகிறார்கள். பல்வேறு தேசிய இனங்களின் தனித்தன்மைகளை அழித்துவிட்டு ஒரே அச்சில் புதிய இந்தியாவை வார்க்க விரும்புகிறார்கள். இந்த முயற்சியின் விளைவாக எதிர்மாறான பயன்தான் விளையும் என்பதை இவர்கள் இன்னும் அறியவில்லை." இதுவே நெடுமாறனின் கொள்கைப் பிரகடனம். 'குறிஞ்சி'யின் அடி நாதமும் இதுவே.

'குறிஞ்சி' வெளிவந்த காலகட்டம் (1962 – 1971) நாட்டின் அரசியல் நிலைமையில் பலத்த சூறாவளிக் காற்றுகள் ஒருமுறை இருமுறை அல்ல பலமுறை வீசியகாலம். இந்தியா, சீனாவோடும் பாகிஸ்தானத்தோடும் போரில் ஈடுபடவேண்டிய கட்டாயத்திற்கு ஆளான காலகட்டம். தலாய்லாமாவுக்கு அடைக்கலம் தந்ததால் திபெத் பிரச்சினையில் தலையிடுகிறோம் என்னும் பழியைச் சீனா நம்மீது சுமத்தியதும் இரண்டு அண்டை நாடுகளும் நம் மீது ஆக்ரமிப்பு செய்ததுமான பின்னணி. இந்தக் காலகட்டத்தின்

எல்லா அரசியல் நிகழ்வுகளையும் அவற்றால் உள்நாட்டு அரசியலில் ஏற்பட்ட கொந்தளிப்புகளையும் ‘குறிஞ்சி’ மிகப் பொறுப்புடன் பதிவுசெய்திருக்கிறது. நெடுமாறனின் எழுதுகோல் அவற்றைத் தெளிவாகப் படம்பிடித்துக் காட்டியுள்ளது.

‘குறிஞ்சி’யின் கேலிச்சித்திரங்களில் நெடுமாறனின் மெல்லிய நகைச்சுவை உணர்வு துல்லியமாக வெளிப்படுகிறது. ‘நவீன பஜனை’ என்றொரு கார்ட்டூன் பகுதி (பொங்கல் மலர் 1963). அதில் சர்வதேசியத் தலைவர்கள் மார்கழி பஜனை செய்தால் எப்படிச் செய்வார்கள் என்றொரு கற்பனை. 1. நேரு & நண்பர்கள், 2. மக்மில்லன் குழுவினர். 3. குருஷேவ் தோழர்கள். 4. ஆச்சாரியார் கோஷ்டியினர் (அதில் அண்ணாவும் அடக்கம். அன்று கூட்டணி அரசியலில் அண்ணாவின் தி.மு.க.வும் ராஜாஜியின் சுதந்திரக் கட்சியும் ஒரே அணியில் இருந்தன.) 5. மாவோ & அயூப்கான் குழுவினர். 6. கென்னடி & பார்ட்டி எல்லோரையும் நையாண்டி செய்து அரிய விருந்து வைக்கிறார் நெடுமாறன். அப்போது பிரபலமாக இருந்த கார்ட்டூன் இதழ் ‘சங்கர்ஸ் வீக்லி’யின் தரத்தில் ‘குறிஞ்சி’யில் கேலிச்சித்திரங்கள் இடம் பெற்றன.

நெடுமாறன் படித்துமுடித்திருந்த நிலையில் டி.ஏ.வி. நாதன் (‘தமிழ்நாடு’ இதழின் ஆசிரியர். முன்னாள் ஜஸ்டிக் கட்சித் தலைவர். *Justice* இதழின் ஆசிரியர். இவர் ஆசிரியராக இருந்த போது அண்ணா அதில் துணையாசிரியர் என்பது குறிப்பிடத் தகுந்தது. பெரியார் நடத்திய ‘குடியரசு’ இதழுக்கும் ஆசிரியராக இருந்தவர். பின்னாளில் பிரஞ்சு – பாண்டிச்சேரி அரசின் தொடர்பு அதிகாரியாகவும் பணியாற்றியவர்.) நெடுமாறனின் தந்தையார் கி. பழனியப்பனைச் சந்திக்க இல்லம் வந்திருந்தார். கி.ப.வும் டிஏ.வி. நாதனும் நெருங்கிய நண்பர்கள். நாதன் விருப்பப் படி அவரை அடுத்த நாள் சென்று பார்த்தபோது, தமக்குத் துணையாசிரியர் வேலை போட்டு ஆணை தயாராக இருந்தது என்று நெடுமாறன் குறிப்பிடுகிறார். ‘தமிழ்நாடு’ இதழில் இவர் துணையாசிரியராக இருந்தபோது அங்கே ஆசிரியர் குழுவில் ஜே.வி. கண்ணன், ‘மக்கள் குரல்’ காமராஜ், திருஞானசம்பந்தம், எம். ஜெயபால், அ. ராமசாமி, எச்.டி. ராய் போன்றவர்கள் இருந்தார்களாம். ஆக நெடுமாறன் ஓர் இதழாளராகக் கனிவதற்கு ‘தமிழ்நாடு’ அனுபவம்தான் அடிப்படை எனலாம்.

‘தென்றல்’ இதழில் கண்ணதாசன் நடத்திய நாவல் போட்டி யில் பங்குபெற்று, இவர் எழுதிய ‘தென்பாண்டி வீரன்’ புதினத் திற்கு முதல் பரிசு (1955) கிடைக்கவே கண்ணதாசன் தொடர்பு இவருக்கு ஏற்பட்டது. பின்னாளில் அதையே புனை பெயராக வும் வரித்துக்கொண்டார். 1959இல் ‘தென்பாண்டி வீரன்’ நூல்வடிவில் வந்தது. அதற்கு அ. சிதம்பரநாதன் செட்டியார்

முன்னுரை. கண்ணதாசன் அணிந்துரை. அணிந்துரையில் கண்ணதாசன் எழுதுகிறார்: "புதுப்புது இளம் எழுத்தாளர்களை அடிக்கடி அரங்கேற்றி வைக்க ஆசைப்படும் நான் தோழர் நெடுமாறனைத் 'தென்றல்' மூலம் தமிழகத்துப் பெருங்கதைப் பிரியர்களுக்கு இடையே உலவவிட்டதில் பெருமையும் பூரிப்பும் அடைகிறேன். நீங்கள் அவரைப் புகழ்ந்தால் – பாராட்டினால் – ஊக்குவித்தால் நான் பூரிப்படைவேன்."

நெடுமாறன் அண்ணாமலைப் பல்கலைக் கழகத்தில் தமிழ் ஹானர்ஸ் படித்தபோதே அங்கு திராவிட மாணவர் முன்னேற்றக்கழகச் செயலாளராக இருந்தவர்(1960). அப்போது மாநில அளவில் எஸ். டி. சோமசுந்தரம் திராவிட மாணவர் முன்னேற்றக் கழகத் தலைவர். 1961இல் அண்ணா – சம்பத் பிளவு ஏற்படவும் நெடுமாறன் சம்பத்தின் தலைமையில் தி.மு.க. விலிருந்து விலகித் தமிழ்த்தேசியக் கட்சியில் பணியாற்றினார். 1964இல் அது காங்கிரஸ் கட்சியில் இணைந்தபோது இவரும் காங்கிரஸ்காரர் ஆனார். மதுரை மாவட்ட இளைஞர் காங்கிரஸ் அமைப்பாளர், மாவட்டத் தலைவர், தமிழ்நாடு காங்கிரஸ் செயலாளர் என்று உயர்ந்தார். 1971இல் கட்சி தி.மு.க.வுடன் கூட்டுச்சேர்ந்தபோது அதை எதிர்த்து தமிழ்நாடு காமராஜ் காங்கிரஸ் என்னும் அமைப்பை ஆரம்பித்தார்.

1972இல் நெடுமாறன் மதுரையில் ஒரு மாபெரும் காங்கிரஸ் மாநாட்டை நடத்திக் காண்பித்தார். 10 லட்சம் பேர் கலந்து கொண்ட அந்த மாநாட்டு ஊர்வலத்தை மேலமாசித்தெரு வீட்டு மாடியிலிருந்து பார்வையிட்ட ஏ.என். சிவராமன் இரண்டு நாட்கள் 'தினமணி'யில் மாய்ந்து மாய்ந்து எழுதினார். காங்கிரசுக்குத் தமிழ்நாட்டில் இத்தனை கூட்டம் கூட்ட முடியுமா? என்று ஆச்சரியப்பட்டார். நெடுமாறன் ஏ.என். சிவ ராமனைக் கண்டு நன்றி தெரிவித்த போது இன்னார் மகன் என்று சொல்ல சிவராமனுக்கு இரட்டிப்பு மகிழ்ச்சி. நெடு மாறனின் தந்தையார் கி. பழனியப்பன் மதுரையில் மிகவும் செல்வாக்குடன் விளங்கிய பெரிய மனிதர், சைவசித்தாந்தி, எழுத்தாளர், கவிஞர், பதிப்பாளர், தமிழ்ச்சங்கத்தில் செயலாளர், விவேகாநந்தா அச்சகம் வைத்திருந்தார். அந்த அச்சகத்தில் தான் 'குறிஞ்சி' அச்சிடப்பட்டது.

காங்கிரசுக்கு இனித் தமிழகத்தில் மறுவாழ்வு நிச்சயம் என்னும் தோற்றத்தை ஏற்படுத்திய அத்தகைய அரசியல் நிகழ்வு களைப் புறம்காணும் வண்ணம் அதற்கப்புறம் காங்கிரஸ் தலைமை நடந்துகொள்ளத் தொடங்கியது. இந்திராகாந்தி தம்முடைய மகன் போன்றவர் என்று நெடுமாறனை வர்ணித்த பின்னணியை எல்லோரும் அறிவார்கள். அந்த இந்திராவை

விட்டு இவர் விலக நேர்ந்த சம்பவத்தை இப்படி விவரிக்கிறார்: "1979இல் காங்கிரஸ் தனித்துப் போட்டியிட முடியும். 40 இடங்களில் 10 அல்லது 15இல் வெற்றி கிடைக்கும். அதை வைத்துக் கட்சியை வளர்க்க முடியும். வீண் கூட்டு வேண்டாம்" என்பது இவர் கட்சி. அதற்காக இவரும் ஆர்.வி. சாமிநாதனும் டில்லியில் தங்கிப் பேச்சுவார்த்தைகள் நடத்திக் கொண்டிருந்த போது மு.க., மாறன் இருவரும் இந்திராவைச் சந்தித்து அவரை வளைத்து விட்டார்கள். இந்திரா தமிழகத் தலைமையைக் கலக்காமல் தன்னிச்சையாகக் கூட்டு முடிவை அறிவித்து விட்ட நிலையில் இவர் காங்கிரசுக்குத் தலைமுழுகுவது என்று தீர்மானித்து விட்டார். 1987இல் ஈழப் பிரச்சினை. இனி காங்கிரசே வேண்டாம் என்று பெயர் மாற்றம் செய்து, தமிழர் தேசிய இயக்கம் கண்டு அதை நிர்வகித்துவருகிறார்.

நெடுமாறனின் நினைவோடையில் இன்னொரு நிகழ்வு நீந்திவருகிறது. அண்ணாவின் 'ஹோம்லண்ட்' இதழுக்கு நிதி திரட்டிக் கொடுத்த நினைவு. இது குறித்து அண்ணாவைச் சந்தித்துப் பேசியபோது 'நாடகம் – அதன் மூலம் நிதி –நடக்கிற காரியமா' என்று அண்ணா யோசித்தாராம். தம்மோடு நடிக்க கே.ஆர். ராமசாமி, இரண்டொரு நடிக நடிகையர் சகிதம் அண்ணா சிதம்பரத்திற்கு வந்தது கண்டு நெடுமாறனுக்குப் பதற்றம். நெடுமாறனின் திட்டத்தில் நம்பிக்கை இல்லாததால் தான் அண்ணா அப்படி ஏனோ தானோ என்று வந்தார். என்றாலும் நெடுமாறன் செய்த வற்புறுத்தலின் பேரில், "சரி, சரி மேடைக்கூச்சம் இல்லாத சில மாணவர்களைக் கூட்டி வா" என்று அவர்களுக்கு வேடம் கொடுத்து ஒப்பனை செய்து ஒத்திகை பார்த்து ஒரு வழியாக 'சிவாஜி கண்ட இந்து சாம்ராஜ்யம்' நாடகம் பலவித எதிர்பாரா நகைச்சுவைகளோடு நடந்துமுடிந்தது. அண்ணாவிடம் ரூ 10,000 நிதி வழங்கப்பட்ட போது அண்ணா அசந்துபோனாராம்.

'ஹோம்லண்ட்' நிதியளிப்புச் சம்பவத்தை தமது 'குத்தூசி' இதழில் குருசாமி விவரித்தவிதம் குறிப்பிடத்தகுந்தது. "படித்த முட்டாள்கள் திரட்டிக்கொடுத்த பத்தாயிரம்" என்று குருசாமி அதை வர்ணித்தாராம். பெரியார் – அண்ணா பிரிவு அரசியலில் குருசாமி அண்ணாவின் தம்பிகளை அப்படி நையாண்டி செய்திருந்தார். பிறகு பல ஆண்டுகள் கழித்து, குருசாமியை நெடுமாறன் சந்தித்தபோது, 'என்னை நீங்கள் அறிமுகம் செய்திருக்கிறீர்கள்' என்று நெடுமாறன் சொல்ல குருசாமி புரியாமல் ஒரு கணம் திகைத்தாராம். 'ஹோம்லண்ட்' நிதியளிப்புச் சம்பவ வர்ணனையை நினைவுறுத்தியதும் சிரித்துக்கொண்டே 'அதுவா – அது அரசியல்' என்று சமாளித்தாராம்.

அண்ணாவுக்கே அதிர்ச்சி தந்த இன்னொரு சம்பவம்: விருதுநகர் சீனிவாசனிடம் காமராஜர் தோற்றுப்போன முடிவு தெரிந்ததும் தம்பிகள் மத்தியில் எக்கச்சக்கமான கொண்டாட்டம். அண்ணாவிடம் ஓடிப்போய் இதைச் சொல்ல அவர் எரிந்து விழுந்தாராம். கோபத்தில் முகத்தைத் திருப்பிக்கொண்டு நீண்ட நேரம் இவர்களோடு பேசாமல் இருந்தாராம். அவரது மவுனத்தைக் கலைக்க எவருக்கும் துணிவில்லை. அரைமணி கழித்து மெதுவாக எட்டிப்பார்த்த ராஜாராமிடம், "இன்னொரு தமிழன் டில்லியில் இத்தனை செல்வாக்குடன் விளங்குவதற்கு எத்தனை காலம் பிடிக்கப்போகிறதோ, அவரது தோல்வி நமக்கெல்லாம் மகிழ்ச்சி தருகிற தோல்வி இல்லை" என்று வருத்தத்துடன் சொன்னாராம். அவர்தாம் அண்ணா. அப்படி ஒரு சில மனிதர்கள்தாம் தோன்ற முடியும்.

அண்ணாவின் தம்பியாக அரசியல் வாழ்வை ஆரம்பித்த நெடுமாறன் பின்னர் சம்பத், காமராஜ், இந்திரா எனப் பலர் தலைமைகளில் பணியாற்றும்படி மாற்றங்களைச் சந்தித்தாலும் தமிழ்த் தேசியம் என்னும் உயிர்மூச்சு அவரது பொதுவாழ்க்கை யினூடே தொய்வுபடாமல் இழைந்துவருவதை எவரும் மறுக்க இயலாது. அவரது 'குறிஞ்சி' இதழியல் துறையில் அவருடைய கொள்கைக் கொடியை அதாவது தமிழ்த் தேசியத்தை ஏந்தி இனிய உலா வந்த காலமும் அப்படியே மறக்க முடியாத காலமாகும்.

'தமிழ்நாடு' இதழ் இவரை இதழாளராக்கியது. 'தென்றல்' இதழ் இவரைப் படைப்பாளியாக்கியது. பெரியார் – அண்ணா – சம்பத் – காமராஜ் ஆகிய தலைவர்களின் ஆதர்சம் இவரைத் தமிழ்த் தேசியப் போராளியாக்கியது.

ஜனவரி 1 – 15, 2006

சா. குருசாமி

மாத
வெளியீடு
UTHOOSI
HIGH CLASS THAMIZH MONTH
ஆசிரியர் :
சா. குருசாமி
இதனுள் :
தேசிய ஒருமைப்பாடு
நாட்டு வருமானம்
ருஷ்யாவின் பொருளியல்
வாழ்வியல்
தொழிலாளர் பகுதி
மாணவர் பகுதி
பெண்கள் பகுதி

சா. குருசாமி (1906 – 1965)

தஞ்சை மாவட்டம் குருவிக்கரம்பையில் 1906 ஏப்ரல் 23இல் சாமிநாத முதலியார் – குப்பு அம்மையார் தம்பதி யருக்கு மகனாய்ப் பிறந்த குருசாமி, சைவநெறியாளராக வும் காங்கிரஸ்காரராகவும் கல்லூரி நாள்களில் விளங்கி, 1927இல் பெரியாரின் தொண்டராக மலர்ந்தார். சமயம், தத்துவம், பொருளியல், வரலாறு, இலக்கியம் முதலிய துறைகளில் ஆழ்ந்த அறிவும் ஆங்கிலம், தமிழ் மொழி களில் புலமையும் கைவரப் பெற்றிருந்தார். தமிழ் நாட்டின் முதல் சாதிமறுப்பு சீர்திருத்தத் திருமணம் இவருக்கும் குஞ்சிதம் அம்மையாருக்கும் நடந்தது. குத்தல் தமிழில் அண்ணாவுக்கு முன்னோடி. மறைவு 11.10.1965.

குத்தூசி

"சகம் எதிர்த்தபோதும் தனித்(து) எதிர்க்கும் சுயமரியாதைச் சுடர்" என்று பாரதிதாசனால் வர்ணிக்கப் பட்ட குருசாமி, 'குத்தூசி' என்னும் புனைபெயரில் 1946 முதல் 16 ஆண்டுகள் தொடர்ந்து 'குடியரசு', 'விடுதலை' ஆகிய இதழ்களில் 5,000 கட்டுரைகள் வரைந்த புரட்சி யாளர். இவரது 'குத்தூசி' எல்லாப் பலசரக்கு மூட்டை களையும் பதம் பார்த்த குத்தூசியாகும். அதே பெயரில் பின்னாளில் ஒரு திங்கள் இதழைக் குருசாமி தொடங் கினார்.

'குத்தூசி' கட்சிச்சார்பற்ற பத்திரிகையாக (திங்கள் இதழ். விலை 50 காசு. முகவரி: 84, ஷெனாய் நகர். சென்னை – 30) 1962 அக்டோபர் முதல் 1965 அக்டோபர் வரை அதாவது குருசாமி இயற்கை எய்தும் வரை 4 ஆண்டுகள் வெளிவந்தது. இதழின் அறிவிப்பில் ஆசிரியரின் இனம் என்னும் இடத்தில் 'இந்தியத் தமிழர்' என்று குறிப்பிட்டிருந்ததைக் காணலாம். இந்தக் குறிப்பே பொருள் பொதிந்த குறிப்பாகும்.

'மலர்', 'இதழ்' என்று போடுவதற்குப் பதிலாக 'ஊசி', 'குத்து' என்று போட்டு இதழ் வந்தது. இளம் வயதிலேயே மிமிக்ரி செய்யும் திறமையும் நகைச்சுவை உணர்வும் கைவரப்பெற்றவர் குருசாமி. 1928இல் தன்மான இயக்க மேடைகளில் இவர் நடத்திய ராமாயண எதிர்ப்புக் கதா காலட்சேபம் இவரது பல்கலை ஆற்றலை வெளிப் படுத்தியது. இவர் பேச்சிலும் எழுத்திலும் அசாத்தியமான அங்கதம் இயல்பாக வந்து விழுந்தது. 'விடுதலை' 5.2.1959 இதழில் கற்பனையாகத் தமக்குத்தாமே இரங்கல் வர்ணனை (*Obituary*) ஒன்றை எழுதிக்கொண்டார். "இவன் ஒரு கொள்கைக்குரங்கு. விடாப்பிடியாகப் பிடித்து

வீணாகிப்போனவன். மனித வாழ்வில் ரப்பர் கொள்கைதான் வெற்றிபெறும். கருங்கல் கொள்கை கடைத்தேற வைக்காது" என்று அந்த இரங்கலிலும் எள்ளல் துள்ளும்.

'குத்தூசி' முதல் இதழில் குருசாமி எழுதுகிறார்: "ஆங்கில 'ரீடர்ஸ் டைஜஸ்ட்' முதலாளித்துவத்திற்குத் துணைபோகிறது. இது பாட்டாளிகளுக்கும் பகுத்தறிவாளர்களுக்கும் துணை நிற்கிறது." முதல் இதழில் பெர்ட்ரண்ட் ரஸ்ஸல், மறைமலையடிகள், எஸ். ராமநாதன் (பெரியாருடன் இணைந்து தன்மான இயக்கத்தைத் தோற்றுவித்தவர்), கே.டி.கே. தங்கமணி, மு.வ., அ. சிதம்பரநாதன், வேதகிரி சண்முகசுந்தரம், இரா. முத்துலிங்கம், குஞ்சிதம் குருசாமி, லட்சுமிரதன் பாரதி (நாவலர் சோமசுந்தர பாரதியின் மகன்), கே.ஜி. ரஷ்யா (குருசாமியின் மகள்), கே.எஸ். மஹாதேவன், எஸ்.என். சொக்கலிங்கம் ஆகியோர் எழுதியிருக்கின்றனர். குருசாமி தலையங்கமும் ஒரு சிறுகதையும் எழுதியுள்ளார். தலையங்கத்தின் தலைப்பில் "மெய்ப்பொருள் காண்பது அறிவு" என்னும் வாசகம் பொறிக்கப்பட்டுள்ளது. இதழில் கட்டுரையாளர்தம் கருத்துகளுக்கு ஆசிரியர் பொறுப்பல்ல என்னும் அறிவிப்பும் உண்டு. படைப்பாளிகளுக்குக் கருத்துச் சுதந்திரம் உண்டு என்பது அதன் தொனி.

'குத்தூசி'யில் தொடர்ந்து எழுதியவர்கள் எஸ். ராமநாதன், பா. நடராஜன் (ஐ.நா. அமைப்பில் பொருளியல் வல்லுநராகப் பணிபுரிந்தவர்), நா. வரதராஜுலு நாயுடு (இன்ஷ்யூரன்ஸ் துறையை நாட்டுடைமை செய்யச்சொல்லி ஜவஹர்லால் நேருவுக்கு ஆலோசனை வழங்கியவர்), கே.எஸ். மகாதேவன், எஸ்.என். சொக்கலிங்கம், வேதகிரி சண்முகசுந்தரம், அ.மு. பரமசிவானந்தம், மயிலை சீனி வேங்கடசாமி, வ.சுப. மாணிக்கம், சாலை இளந்திரையன், ச. செந்தில்நாதன், மனசை ப. கீரன் போன்றோர். உவமைநயமும் புதுப்புதுச் சொல்லாடல்களும் கொண்ட கவிதைகளை எழுதுவதில் வல்லமை பெற்ற முருகு சுந்தரம் தொடர்ந்து 'குத்தூசி'யில் கவிமழை பொழிந்துள்ளார். குருசாமி அவ்வப்போது சிறுகதைகளும் எழுதியுள்ளார்.

'குத்தூசி'யின் ஒவ்வோர் இதழிலும் தொழிலாளர் பகுதி, மாணவர் பகுதி, பெண்கள் பகுதி என்னும் பகுதிகள் உண்டு. பெண்கள் பகுதியில் குஞ்சிதம் குருசாமி, ரஷ்யா இருவரும் தொடர்ந்து எழுதியுள்ளனர். 'உலகப் பெரியார் வரலாறு' என்னும் தலைப்பில் தொடர் கட்டுரை ஒன்று. அதில் குருசாமி பல அறிஞர்களின் வாழ்க்கை ஏடுகளைப் புரட்டுவார். 'மொழியியல்' என்னும் தலைப்பில் கோ. ராமசந்திரன் தெலுங்கு, கன்னடம், மலயாளம் ஆகிய மொழிகளில் தமிழ்ச்சொற்கள் பற்றி விரிவாக ஆய்வு நடத்தியுள்ளார். பொருளியல், அறிவியல்,

தத்துவம், இலக்கியம் என அனைத்துத் துறை சார்ந்த அறிஞர்களின் பங்களிப்பு 'குத்தூசி'யில் உண்டு. ஆக இதழ் ஒவ்வொன்றும் ஒரு கலைக்களஞ்சியமாக உருவாயிற்று. நாத்திகம் ராமசாமி 'குத்தூசி'யைப் பார்த்துவிட்டு எழுதினார்: "இது சிறந்த தமிழ் மாதப் பத்திரிகை அல்ல. ஆனால் உயர்ந்த பல்கலைக்களஞ்சியம். குத்தூசியார் சிறந்த பத்திரிகை ஆசிரியராக இருக்கலாம். ஆனால் கெட்டிக்கார பத்திரிகை முதலாளி அல்ல. 50 காசுக்கு ஒரு கலைக்களஞ்சியத்தை அல்லவா தருகிறார்?"

காந்தியாரின் சுயசரிதையிலிருந்து ஒரு சிறு பகுதியை எடுத்து 'குத்தூசி' மறுபிரசுரம் செய்திருந்தது. "கணக்கற்ற இந்துக்கள் பூணூல் அணியாமலே இருக்கும் நிலையில் பூணூல் அணிய வேண்டும் என்பதற்கு எந்தவித நியாயமும் இருப்பதாக எனக்குத் தெரியவில்லை. அதனால் நானும் அதை அணிந்து கொள்ளப் போவதில்லை" என்கிறார் காந்தி. வர்ணாசிரம மரபுப்படி வைசியர்களுக்கும் பூணூல் அணியும் உரிமை உண்டு. தம்மைப் பூணூல் அணியும்படி வற்புறுத்தியவர்களுக்கு அவர் அளித்த விளக்கம் பற்றி அவரே எழுதிய கட்டுரைப் பகுதியின் மொழியாக்கம் அது. 1959இல் கோகலே ஹாலில் 'இந்திய நாத்திகர் மாநாடு' நடந்தபோது அதில் பங்குகொண்டவர்களில் பலர் பூணூல் அணிந்திருந்ததைப் பார்த்துவிட்டு, காந்தியாரின் சுயசரிதைப் பகுதியை மேற்கோள் காட்டி அவர்களுக்கு விளக்கம் சொல்ல, அந்த இடத்திலேயே அவர்கள் அனைவரும் பூணூலை அறுத்தெறிந்த நிகழ்வை 'குத்தூசி'யில் நினைவூட்டி ஒரு தலையங்கம் தீட்டினார் குருசாமி.

லாலா லஜபதி ராய் இறுதிக்காலத்தில் பகுத்தறிவாளராகப் பரிணமித்தார். லாகூரில் 'பீப்பிள்' எனும் பெயரில் ஆங்கிலப் பத்திரிகை நடத்தினார். அதிலிருந்து ஒரு கட்டுரையை மொழியாக்கம் செய்து 'குத்தூசி' வெளியிட்டது. பிருகஸ்பதியின் சார்வாகக் கருத்துகள் பற்றி ராமநாதன் ஒரு கட்டுரை வரைந்துள்ளார். பிருகஸ்பதியின் காலத்திலேயே நாத்திகமும் லோகாயதமும் தொடங்கிவிட்டன என்று அக்கட்டுரை விளக்குகிறது. 'குத்தூசி' முழுதும் இப்படிப்பட்ட அரிய பொக்கிஷங்களைக் காண முடியும்.

சைவநெறியாளராகவும் கதர் அணிந்த காங்கிரஸ்காரராகவும் கல்லூரி நாள்களில் விளங்கிய குருசாமி 1927இல் பெரியாரின் பெருந்தொண்டராக மலர்ந்தது வியப்புக்குரியது. சமயம், தத்துவம், பொருளியல், வரலாறு, இலக்கியம் முதலிய துறைகளில் ஆழ்ந்த அறிவு பெற்றிருந்த குருசாமி ஆங்கிலம், தமிழ் இரண்டு மொழிகளிலும் பெரும்புலமையும் கைவரப் பெற்றிருந்தார். ஸ்பெக்டேட்டர், பிளைன் ஸ்பீக்கர், எஸ்.ஜி.

என்னும் புனைபெயர்களில் ஆங்கிலத்திலும் சி.ஐ.டி, சம்மட்டி, தராசு, மதுரைவீரன், விடாக்கண்டன், கிறுக்கன், தெப்பக்குளம், மவுண்ட் ரோடு என்னும் பெயர்களில் தமிழிலும் எழுதிக்குவித் தார். எல்லாம் இயக்கத்திற்காக. எதிரிகள் இவரை *Drummer Boy* என்று ஏளனம் செய்ததுண்டு. இவரது 'குத்தூசி'யால் கிழிபட்டவர்கள் பொழிந்த எரிச்சல் விமர்சனம் அது.

குருசாமி பிடிவாதக்காரர். ராஜாஜிக்கும் காங்கிரஸ் கட்சிக் கும் 1953இல் குலக்கல்வித் திட்டம் காரணமாகக் கருத்துமோதல் இருந்தது. அதைக் கைவிடச் சொல்லி காமராஜர் கேட்டுக் கொண்டபோதும் ராஜாஜி ஒப்புக்கொள்ளவில்லை. குருசாமியோ ராஜாஜியைக் கடுமையாக விமர்சனம் செய்து 'விடுதலை'யில் எழுதிவந்தார். அவற்றின் வெப்பம் தாங்காமல் ராஜாஜி, வரதராஜுலு நாயுடு மூலம் பெரியாருக்குத் தூதுவிட பெரியார் குருசாமியிடம் கொஞ்சம் கடுமையைக் குறைத்துக் கொள் என்றாராம். இவரோ வெறும் புன்னகையை மட்டும் பதிலாக்கி விட்டுக் கடுமை குறையாமல்தான் தொடர்ந்து எழுதித்தீர்த் தாராம்.

'குத்தூசி' ஜூன் 1965 இதழில் 'நேரு நினைவு' என்னும் தலைப்பில் ஒரு கட்டுரை. "அவர் கடவுள், மதம் என்பவற்றில் நம்பிக்கை இல்லாதவர். பூணூல் அணியாதவர். நெற்றிக்கோடு இடாதவர். ஜோதிடம், நல்லநேரம், ஜாதி, புராணம், இதிகாசம் பார்க்காதவர். ஆனாலும் சட்டத்தின்மூலம் அவற்றைச் சாகடிக்க முடியாத மக்களாட்சி என்னும் சேற்றில் சிக்குண்டு கிடந்தார். அப்படி அவர் முனைந்திருந்தால் அவரது ஆட்சியும் அத்தனை நாள் நீடித்திருக்க முடியாது" இதுதான் 'குத்தூசி' பதம் பார்க்கும் பாணி.

பெரியாரைப் போலவே குருசாமிக்கும் நாடாளுமன்ற ஜனநாயகம் என்றால் அப்படி ஒரு கசப்பு. காந்தியையும் இவரது 'குத்தூசி' பதம் பார்த்தது. "தக்ளியில் நூல் நூற்கக் கற்றுக்கொடுப்பதற்குப் பதில் சவரம்செய்யக் கற்றுக்கொடுத் திருந்தால் பிற்காலத்தில் பயன்பட்டிருக்கும்."

1928 வாக்கில் 'குடியரசு' இதழுக்குப் பதில் சொல்லும் விதமாக திரு.வி.க. தமது 'நவசக்தி' இதழில் கட்டுரைகள் தீட்டிக்கொண்டிருந்தார். இளமையில் திரு.வி.க. நடையில் தோய்ந்திருந்தவர் குருசாமி. அதனால் அவரது இலக்கணச் செறிவு நிரம்பிய அதே செந்தமிழ்நடை இவருக்கும் கைவந்த கலை. 'நவசக்தி'யை எதிர்த்துக் கிண்டல் ததும்பப் பதில் கட்டுரைகள் வரைந்து தள்ளினார். 1929இல் அதே போல் மணலி கந்தசாமி முதலியார் தமது 'சித்தாந்தம்" இதழில் எழுதியவற்றுக்கும் சித்தாந்த ரீதியிலேயே எதிர்க்கட்டுரைத்

தொடர் வரைந்தார். 'இந்து' பத்திரிகைக்கு 'மவுண்ட் ரோடு மஹாவிஷ்ணு' என்று பெயர் சூட்டியவர் குருசாமியே. ராஜாஜிக்கு 'சோட்டா காந்தி' என்று நாமகரணம் செய்ததும் இவரே. கடவுளைக் 'கல் முதலாளி' என்றும் பிராமணர்களைப் 'பிறவி முதலாளிகள்' என்றும் கிண்டல் செய்தவர் இவரே. பின்னாளில் இந்தப் பிரயோகங்கள் அரசியல் மேடைகளில் பிரபலம் ஆயின.

அண்ணாவுக்குக்கூடக் குருசாமியின் குத்தல் தமிழில் ஒரு மயக்கம் உண்டு. "எதையும் செய்ய முடியுமா முடியாதா என்று கேட்பதற்குப் பதில் செய்ய வேண்டுமா வேண்டாமா என்பதுதான் சரியான கேள்வி" என்று நக்கலாக எதிர்க்கேள்வி வைப்பார் குருசாமி. இதே இடக்குக் கேள்வியை, "ரூபாய்க்கு மூன்றுபடி போட முடியுமா முடியாதா என்பதல்ல, போட வேண்டுமா வேண்டாமா என்பதுதான் கேள்வி" என்று 1967இல் அண்ணா கையாண்டார்.

1963 மே 'குத்தூசி' இதழின் தலையங்கத்தில் குருசாமி கோரிக்கை வைக்கிறார்: "நம்நாட்டில் மருத்துவக்கல்லூரி, பொறியியல் கல்லூரி, சட்டக் கல்லூரி ஆகியவை தவிர அனைத்துக் கல்விக் கூடங்களும் தொழிற்சாலை வல்லுநர்களிடம் தான் சிக்கிக்கிடக்கின்றன. கல்வித்துறையில் அரசாங்கம் உடனே தலையிட்டு அவற்றை ஏற்று நடத்த வேண்டும்." ஜீவானந்தம் மறைந்தபோது (1964) குருசாமி எழுதிய இரங்கல் கட்டுரை அட்சர லட்சம் பெறும்: "தலைமை வணக்கம், தலைமை அர்ச்சனை இல்லாத உண்மையான பொதுநல இயக்கம் ஒன்று உண்டானால் அது கம்யூனிஸ்ட் கட்சிதான். கொள்கைப்பற்று என்பது தனிமனித வணக்கத்தில் முடியுமானால் கொள்கை வளராமல் வணக்க மனப்பான்மை மட்டுமே வளர்ந்துவிடும்."

கோரா விஜயவாடாவில் நாத்திக நிலையம் நடத்திவந்தார். 1925 வாக்கில் அவருக்கும் காந்தியடிகளுக்கும் நாத்திகக் கொள்கை பற்றிக் கடிதப் பரிமாறல் இருந்தது. அவை ஒரு நூலாகவும் வெளிவந்தன. அவர்களின் விவாதங்கள் முழுவதையும் லட்சுமிரதன் பாரதி மொழிபெயர்க்க அவை 'குத்தூசி'யில் 1965இல் தொடராக வெளிவந்தன. இத்தகைய அரிய பதிவுகளைக் 'குத்தூசி' எதிர்காலத் தலைமுறைக்கு வழங்கியுள்ளது.

இதழாளர் குருசாமி 'குடியரசு', 'விடுதலை', 'திராவிடன்' ஆகிய இதழ்களில் பணியாற்றியதோடு பெரியாரும் ராமநாதனும் இணைந்து நடத்திய Revolt என்னும் ஆங்கிலப் பத்திரிகையிலும் துணையாசிரியராகப் பணிபுரிந்துள்ளார். 1930 – 32 காலகட்டத்தில் 'புதுவை முரசு' என்னும் இதழைக் கொண்டு

வந்தார். அதற்கு ஆசிரியர், அச்சிடுபவர், வெளியீட்டாளர் எல்லாம் இவரே. அதில் பாரதிதாசனின் கட்டுரைத் தமிழைப் பற்றி விரிவான ஆய்வு நடத்தினர். பெரியாரிடமிருந்து விலகிய பிறகுதான் 1962இல் 'குத்தூசி' தொடங்கப்பட்டது. 1964இல் 'அறிவுப்பாதை' என்னும் பெயரில் ஒரு கிழமை இதழையும் ஆரம்பித்தார். நாடகத்துறையையும் இவர் விட்டுவைக்க வில்லை. பாரதிதாசன் இயற்றிய 'இரணியன் அல்லது இணையற்ற வீரன்' என்னும் நாடகத்தில் இரணியன் பாத்திரம் தாங்கினார். பிரகலாதனாக இவருடன் மோதியவர் பிற்காலத்தில் 'திருவாசகமணி'யான பாலசுப்ரமணியம்.

தமிழ் நூலகம் என்னும் பதிப்பகமும் இவரால் நடத்தப் பட்டது. அதில்தான் முதன்முதலாக பாரதிதாசனின் 'இரணியன் அல்லது இணையற்ற வீரன்' நாடகம் வெளியிடப்பட்டது (1939). 1938இல் கடலூரில் இருந்த காலத்தில் பாரதிதாசனின் கவிதைகளை நூல்வடிவில் முதன்முதலாகக் கொண்டுவந்தவர் இவரே. சாமி. சிதம்பரனார் எழுதிய பெரியாரின் வாழ்க்கை வரலாற்றை ('தமிழர் தலைவர்') 1939இல் முதன்முதலாக வெளி யிட்டவரும் இவரே.

தமிழ் எழுத்தில் சீர்திருத்தம் தேவை என்னும் கருத்தை 1928 வாக்கிலேயே குருசாமி முன்மொழிந்தார். 1930இல் 'குடியர'சில் வலியுறுத்தினார். 1935 முதல் 'குடியர'சில் சீர்திருத்த எழுத்துமுறை புகுத்தப்பட்டது. இன்று இதழுலகில் நடைமுறை யில் இருக்கும் எழுத்துமுறை குருசாமியின் நன்கொடையே. வீரமாமுனிவருக்குப் பிறகு எழுத்தில் கை வைத்தவர் இவரே. இவ்விஷயத்தில் பெரியாருக்கு விளக்கம் சொல்லித் தூண்டு கோலாக இருந்தவர் குருசாமியே என்பது மீண்டும் மீண்டும் பதிவுசெய்ய வேண்டிய தகவல்.

சொல் வேறு செயல் வேறு அறியாதவர் குருசாமி. பேசிய பகுத்தறிவு நெறிப்படியே வாழ்ந்துகாட்டினார். குஞ்சிதம் அம்மையாரைக் கலப்புமணம் அதுவும் சீர்திருத்த மணம், பதிவுமணம் புரிந்துகொண்டார். இவர்களது திருமணத்திற்குப் பிறகுதான் 'இசைவேளாளர்' என்னும் சொல்வழக்கையே இதழ்கள் பெருவழக்காகக் கையாள ஆரம்பித்தன. 'விடுதலை' யிலிருந்து விலகியிருந்த வேளையில் 1962இல் கருமுத்து தியாகராச செட்டியார் இவருக்குத் தமது 'தமிழ்நாடு' இதழின் தலைமை யாசிரியர் பணியைத் தர இருந்தார். 'பெரியாருக்கு எழுதிய கை வேறு யாருக்கும் எழுதாது' என்று இவர் மறுத்துவிட்டார்.

பாலு சகோதரர்கள் நடத்திய 'கலை' ஜூன் 1960 இதழில் குஞ்சிதம் குருசாமி எழுதுகிறார்: "அவருக்கு சூதாட்டம், மது, சிகரெட், பொடிப்பழக்கம் எதுவும் கிடையாது. தாவர

உணவுதான் புசிப்பார். 1927இல் தமது 21ஆம் வயதில் பெரியாரிடம் வந்தார். 32 வருட வாழ்க்கையில் 10 சர்க்கார் உத்தியோகத்திலும் 22 பத்திரிகையிலும் ஓடிவிட்டன." அதே போல் குஞ்சிதம் அம்மையார் 1961இல் மறைந்தபின் அவரே எழுதுவதுபோல் 3 கற்பனைக் கடிதங்களைக் குருசாமி எழுதினார். அவற்றை எப்போது படித்தாலும் கண்கள் பனிக்கும்.

குத்தூசியார் பற்றிய ஏராளமான விவரங்களைக் குருவிக் கரம்பை வேலு தமது 'குத்தூசி குருசாமி' என்னும் வாழ்க்கை வரலாற்று நூலில் தந்துள்ளார். 'பெரியாரின் தோள்மீது நின்று கொண்டு தமிழினத்தையும் உலகத்தையும் ஒருங்கே பார்த்தவர்' என வளவன் பதிப்பகம் வெளியிட்டுள்ள அந்நூலின் முன்னுரையில் வர்ணிக்கப்பட்டுள்ளது. ஜான்சனுக்கு ஒரு பாஸ்வெல். புதுமைப்பித்தனுக்கு ஒரு ரகுநாதன். குருசாமிக்கு ஒரு குருவிக் கரம்பை வேலு.

ஜனவரி 16 – 31, 2006

பாரதிதாசன்

பாரதிதாசன் (1891 – 1964)

கனகசபை – இலக்குமி தம்பதியருக்கு 29 ஏப்ரல் 1891இல் புதுச்சேரியில் பிறந்த பாரதிதாசனின் இயற்பெயர் கனக சுப்புரத்தினம். பாரதியாரின் சீடராகி அவரது தாசன் எனப் புனைபெயர் வைத்துக்கொண்டார். தமிழ் இலக்கண இலக்கியங்கள், தத்துவம், சைவசித்தாந்தம் அனைத்திலும் புலமை பெற்றவர் பாரதிதாசன். இளமையில் மயிலம் சுப்ரமணியர் மீது துதி பாடிய இவர் 1930 முதல் நிரந்தர நாத்திகன் ஆனார். தமிழ்த் தேசியத்திற்கு இலக்கியம் கண்டவர். திராவிட இயக்கத்தின் ஒப்பற்ற கவிஞரான இவரது கவிதையில் போலவே உரைநடையிலும் ஒரு கம்பீரத்தையும் வீர்யத்தையும் காண முடியும். தமது இறுதிநாள்களில் திரைப்படத் தயாரிப்பு முயற்சியிலும் ஈடுபட்டார். மறைவு 21.4.1964.

குயில்

“தமிழரின் மேன்மையை இகழ்ந்தவனை என் தாய் தடுத்தாலும் விடேன். எமை நத்துவாய் என எதிரிகள் கோடி இட்டழைத்தாலும் தொடேன்” என்று தன்மான எக்காளமிட்ட பாரதிதாசன் மொழிவழித் தேசியத்தின் இலக்கியச் சின்னம் ஆவார். இந்த அடையாளத்திற் காகவே அவரது புகழை இருட்டறையில் வைத்துப் பூட்டிவிடலாமென்று எண்ணிய முயற்சிகள் ஈடேற வில்லை. அவரது புகழ்வட்டம் தேசிய இயக்கத்தில் தொடங்கி, சுயமரியாதை இயக்கத்தில் மலர்ந்து, பொது வுடைமை இயக்கத்திற்கும் உரமாகி நாளுக்குநாள் தமிழ் கூறும் நல்லுலகெங்கும், மனிதம் பாடும் மாநிலமெங்கும் தகத்தகாயமாய்ச் சுடர்விரித்து வளர்கின்றது. ஏனெனில் “தமிழுக்குத் தொண்டு செய்வோன் சாவதில்லை.”

அடக்கப்பட்டவர்களையும் ஒடுக்கப்பட்டவர்களை யும் சுரண்டப்பட்டவர்களையும் மையப் புள்ளியாக வைத்து இலக்கியக் கோலம் போட்டவர்களுள் மூத்தவர் அவர். முன்னோடியானவர். பெண்ணியக் கண்ணோ ட்டம் முதல் கருத்தடைக் கருத்தோட்டம்வரை எத்தனை யோ முற்போக்குத் தடங்களில் அவரது எழுதுகோல் முதற்கை எடுத்துள்ளது. கவிதை உத்திகளிலும் அவர் முதலடி எடுத்துவைக்க அவற்றில் ராஜநடை போட்ட பிற்காலக் கவிஞர்கள் கணக்கற்றோர். அவருக்குப்பின் எழுதவந்த தமிழன்பர்கள் அனைவருக்கும் அவரே முதலெழுத்தும் தலையெழுத்தும் ஆவார்.

‘அதிர்ந்ததிந்தப் பூமி அவர் நடையில் என்றால் அழகு தமிழ்நடையினையும் சேர்த்தே சொன்னேன்’ என்று கண்ணதாசன் வியந்ததுபோல் ஆண்மையின் பிம்பமாய் நிற்பவை அவரது படைப்புகள். ‘கடவுளை

மற மனிதனை நினை' – என்று பெரியார் மொழிந்த இலக்கணத் திற்கு இலக்கியம் கண்ட புரட்சிக்கவிஞர் அவர். தெ.பொ. மீனாட்சி சுந்தரனார் பாரதிதாசனது வீச்சை வெகு அழகாகப் படம் பிடித்துள்ளார்: "பாரதிதாசனின் கற்பனை ஊற்றுக்குத் தோற்று வாய் பாரதியார்தாம். ஆனால் சீடர் குருவை மிஞ்சுகிறார். அவருடைய சொல்லாற்றலின் ஆழமும் பார்வையின் விரிவும் திசைவழியின் பரப்பும் கவிதையின் உன்னதமும் குருவைக் கடந்து அவர் சென்று விட்டதைப் புலப்படுத்துகின்றன."

*1947*இல் 'குயி'லைப் பாரதிதாசன் தொடங்கிய நிகழ்வுக்குப் பின்னணியில் ஒரு பெரிய வரலாறே இருக்கிறது. தொடக்க காலத்தில் அவர் இறையுணர்வாளராகவும் தேசியக் கவிஞராக வும் இருந்தபோது, அவருடைய கருத்துகளோடு ஒத்துப்போன இதழ்களிடம் அவர் பகுத்தறிவாளராக மலர்ந்த காலத்தில் அதே வரவேற்பை எதிர்பார்க்க முடியவில்லை. 'கணைவிடு பட்டதும் லட்சியம் தேடும்' இயல்புகொண்டது. அவரும் அப்படியே. வெட்டு ஒன்று, துண்டு இரண்டு என்பவர். கொண்ட கொள்கையில் எக்காரணம் கொண்டும் சற்றும் சமரசம் செய்து கொள்ள இயலாதவர். குறிப்பாக எந்தக் கட்டுக்குள்ளும் அடங்க மறுப்பவர். 'இதை வையேன் எனில் அதை விட்டுவையேன்' என்பவர். ஆகவே தமது முழுவீச்சையும் வெளிப்படுத்த அவர் சொந்த இதழைத் தொடங்குவதுதான் ஒரே வழி என்பது தெளிவாயிற்று.

சொந்தப்பத்திரிகை என்னும் கருத்துக்கு ராஜபாளையம் தனுஷ்கோடி ராஜா சுருதி சேர்த்தார். பொற்கிழி வழங்கும் எண்ணத்தை முதன்முதலில் வெளியிட்டவர் அவர்தாம். அவர் தொடங்கிய பாராட்டு நிதிஉதவி எண்ணம் தமிழகத்தில் வேரூன்றிக்கிளை விரித்தது. அண்ணா தலைமையில் செயல் பட்டது. சிங்கப்பூர், மலேசியா வாழ் தமிழர்கள் குறிப்பாக 'தமிழ்முரசு' ஆசிரியர் கோ. சாரங்கபாணி உதவினர். அண்ணா தலைமையில் *28.7.1946*இல் சென்னையில் பொற்கிழி வழங்கப் பட்டது. நிதி அளிப்பு நிகழ்வுக்குப்பின் *5* திங்கள் கடந்துதான் 'குயில்' இதழ் முதல் இதழ் வெளிவந்தது. இடையில் திரட்டிய நிதி குறித்து சிலர் கேள்விகள் கேட்கத் தொடங்கினார்கள். ராமன் தம்முடைய வழியில் குறுக்குச்சால் ஓட்டினார். "நானே அச்சக உரிமையாளர். பாரதிதாசன் என்னிடம் சம்பளம் பெறும் ஊழியர்" என்று சவால் விட்டார். பாரதிதாசனுக்கும் அவருக்கும் இடையே வழக்கு. இதனால் இதழ் வரத்தாமத மாயிற்று. 'பாரதிதாசன் – அவரும் அவர்தம் படைப்புகளும்' என்னும் நூலில் மன்னர்மன்னன் எழுதிய கட்டுரையில் அத்தனை விவரங்களையும் தருகிறார்.

'குயில்' முதல் இதழ் எட்டணா விலையில் டிசம்பர் 1946 நாளிட்டு வெளிவந்தது. ஆசிரியர் பாரதிதாசன், நிர்வாக ஆசிரியர் டி.என். ராமன் என்னும் குறிப்புகள் காணப்படுகின்றன. எடுத்த எடுப்பிலேயே 4,000 படிகள் அச்சிடப்பட்டன. 48 பக்கங்களில் பாரதிதாசன் படைப்புகள் இடம்பெற்றன. 10 வெண்பாக்களில் இதழின் கொள்கை விளக்கம் இடம்பெற்றது. தமிழின் தனித்தன்மை, தொன்மை, வடமொழி எதிர்ப்பு, இந்தி ஆதிக்க எதிர்ப்பு ஆகிய தளங்களில் இதழின் பயணம் இருக்கும் என்பதான அறிவிப்பு அது. முதல் இதழிலேயே பாரதிதாசன் 'குயில்' என்பது தமது குறியீடு என்பதை ஒரு கவிதைமூலம் சுட்டிவிடுகிறார். 11.9.1946இல் திருச்சி வானொலியில் அவர் தலைமையேற்றுப்பாடிய நெடுங்கவிதை 'புதுநெறி காட்டிய புலவன்' இவ்விதழில் பிரசுரிக்கப்பட்டுள்ளது. 'காடுகமழும் கர்ப்பூரச்சொற்கோ, நீடுதுயில் நீக்கப்பாடிவந்த நிலா' என்று பலாச்சுளை போன்ற படிமச்சொற்களால் பாரதியை வர்ணித்த அற்புதக்கவிதை அது. அடுத்து முத்தமிழ் நிலையம் சேலத்தில் அரங்கேற்றிய 'இன்ப இரவு' நாட்டிய நாடகம் முழுவதும் அச்சேறியுள்ளது. நாட்டியக் கலைஞர்கள் நடராஜன், பட்டம்மா குழுவினர் கேட்டுக்கொண்டதற்கிணங்க பாரதிதாசன் இயற்றிய நாடகம் அது. 'சேவற்போர்' என்னும் தலைப்பில் ஓர் உருவகக் கவிதை. 'தொண்டர் படைப்பாட்டு' என்னும் பெயரில் ஒரு கொள்கை முழக்கம். 'கழைக்கூத்தாடி' என்னும் கவிதை பேச்சு மொழியில் கலப்புத்தமிழில் அமைந்த கவிதை. இதில் தமிழர்கள் ஒற்றுமை வலியுறுத்தப்படுகிறது. 'ஆளவந்தார்' என்னும் கவிதை இந்தித் திணிப்பை எதிர்த்து முழங்குகிறது. இவற்றுடன் பாரதி தாசன் பாடல் பற்றி நாமக்கல் மு. செல்லப்பன் எழுதிய திறனாய்வுக் கட்டுரையும் இதழில் உண்டு.

இரண்டாம் இதழ் ஜூலை 1947 நாளிட்டு வெளிவந்தது. பாரதிதாசனைப் பின்னுக்குத் தள்ளிவிட்டு ராமன் தம்மைப் பதிப்பாசிரியர் என்று பிரகடனம் செய்துகொண்டு தடம் மாறி இதழைக் கொண்டுவருவது தெரிகிறது. திராவிட நாடு பிரிவினை பற்றி ஆசிரியர் உரை. தமிழ் ஒளி, 'புத்தனேரி சுப்ரமணியன், பெ. தூரன் கவிதைகள், நாரண துரைக்கண்ணன், வி. ராதாகிருஷ்ணன், பூ. கணேசன், இரணியதாசன் கட்டுரைகள், முடியரசன், நா. அறிவழகன் கதைகள், ராவண காவியம் மதிப்புரை (மன்னர்மன்னன்), அண்ணாவின் கருத்து களின் திரட்டு, கலைப்பகுதி என்னும் பல்சுவை அரங்கம், பல எழுத்தாளர்கள் பங்களிப்பு என்று இதழ் பாதை மாறுகிறது. பாரதிதாசனின் பங்களிப்பு இல்லை. 'குயில்' கவிதை இதழாக வும் இல்லாமல் பாரதிதாசனின் குரலாகவும் இல்லாமல் வேறு முகம் காட்டுகிறது.

இந்த மாற்றம் இதழுக்குப் பின்னடைவைத் தருகிறது. முறையீடுகள் பறக்கின்றன. டாக்டர் ஏ. கிருஷ்ணசாமி, "எங்கள் 'லிபரேட்டர்' அச்சகத்தில் உங்கள் சொந்தக் குயிலை அரங்கேற்றிக் கொள்ளுங்கள்" என்று புதுப்பாதை காட்டுகிறார். புதுக்கோட்டை செந்தமிழ்ப் பதிப்பகத்திலிருந்து இதழ் வெளிவருகிறது. நிறுவன அலுவலகம் 96, பெருமாள் கோவில் தெரு, புதுச்சேரி (பாரதி தாசனின் இல்ல முகவரி). அமைச்சர் என்னும் பொறுப்பு மன்னர்மன்னனுக்குத் தரப்படுகிறது. நிர்வாக ஆசிரியர் என்று இன்று அழைக்கப்படும் பொறுப்பே அது. பாரதிதாசன் தனித் தமிழ் ஆர்வலர். அத்துடன் புதுமை விரும்பி. நறுக்கு மீசை, தோளில் சால்வை, இதழில் வெண்சுருட்டு, கம்பீரமான புலிப் பார்வை என்று தனித்துவம் நிரம்பிய தோற்றமுடைய அவர், புதுப்புதுச் சொல்லாடல்களையும் தமிழுக்கு அறிமுகம் செய்த சொற்சிற்பி.

'குயில்' இரண்டாம் பிறவி எடுக்கிறது. 'பாரதிதாசன் குயில்' ஒருபெயர்ப்பன்னூல் அவருடைய தனிப்பாடலுடன் மீண்டும் உலா வருகிறது. ஓவியப்புலவர் மாதவன் முகப்புச் சித்திரம் தீட்ட குயில் இலச்சினையுடன் இதழ் கலைப் பெட்டக மாக வெளிவருகிறது. 'காதல் வாழ்வு' என்னும் கதை. 'நாத்திகன்' என்னும் கவிதை. திருமண வாழ்த்து ஒன்று. 'மலையூற்று', 'செந்தமிழ்நாடு', 'ஆடவந்தாள்', 'மருத்துவர் வீட்டில் அமைச்சர்' (இது அங்கதம்) என்று பல தொனிகளில் கவிதைகள். 'பாரதிதாசன் கவிஞர் கழகம்' வியாசர்பாடியில் தொடங்க இருப்பதாக ஓர் அறிவிப்பு. பகுத்தறிவியக்க இதழ்களைத் தீண்டடத்தகாதவை யாக ஒதுக்கி வைத்திருந்த ஹிக்கின்பாதம்ஸ் புத்தக விற்பனைத் தொடர் முதல்முதலாகக் 'குயி'லுக்கு ரயில் நிலையங்கள் அனைத்திலும் தமது கிளைகளில் விற்பனைக் கதவைத் திறந்து விடுகிறது. இப்படி வரவேற்பு ஒருபக்கம் இருந்தாலும் இன்னொரு பக்கம் விமர்சனங்கள். "பணக்காரர்களுக்காகவே ஒரு ரூபாய் விலையில் பாரதிதாசன் பத்திரிகை நடத்துகிறார்" என்று ஒரு கிண்டல்.

இரண்டாம் இதழ் 25.8.1947 நாளில் வெளிவர வேண்டும் என்று முயற்சி. புதுச்சேரியில் பழநியம்மா (பாரதிதாசனின் துணைவியாரின் பெயரில்) மின்விசை அச்சகத்தில் இதழ் அச்சேறுகிறது. இவ்விதழில் 'ஆளவந்தாருக்கு இறுதி அறிக்கை' என்னும் கவிதை. இது திராவிடநாட்டுப் பிரிவினைக்குக் குரல் கொடுப்பது. புகழ்பெற்ற 'ஆண்குழந்தை தாலாட்டு'. 'சத்திமுற்றப் புலவர்' என்னும் பெயரில் ஒரு சந்தத்தமிழ் நாடகம். இக்கால கட்டத்தில் பாரதிதாசன் திரைப்படங்களுக்குக் கதை, உரை யாடல் எழுதிக்கொண்டிருந்தார். ஈட்டிய பொருள் இதழ்ச்

செலவுகளுக்குப் போயிற்று. ராமன் தொடுத்த வழக்கினாலும் செலவினங்கள் அதிகரித்தன.

மூன்றாம் இதழ் மன்னர்மன்னனின் பரிந்துரையை ஏற்று ஆறணா விலையில் வெளிவந்தது. இதில் 1942இல் எழுதிய திராவிட நாட்டுப்பண் மாதிரியே இன்னொரு பாடல். மொழி வழி மாநிலப் பிரச்சினை பற்றி ஒரு கட்டுரை. இந்த முயற்சி திராவிட நாடு கோரிக்கைக்கு எதிரானது என்னும் பின்புலத்தில் ஓர் அலசல். சென்னை தெலுங்கர்களுக்குத் தரப்படும் அல்லது தனிப்பகுதியாக விளங்கும் – அது இனி தமிழ் நாட்டுக்கு இல்லை என்னும் நடுவணரசின் கருத்தைக் கண்டித்து ஒரு கட்டுரை. திரைப்படத்துறையின் செயற்கைத்தனம், பண்பாட்டுச் சீரழிவு பற்றி ஒரு விமர்சனம். இக்கட்டுரை வெளிவந்து 60 ஆண்டுகள் ஆகிவிட்டன. ஆனாலும் அதே செயற்கை, சீரழிவு என்னும் கூறுகள் மேலும் நங்கூரம் பாய்ச்சிக்கொண்டு திரையில் ஆதிக்கம் செய்வது ஒரு மாபெரும் சோகம் என்றுதான் சொல்ல வேண்டும்.

‘குயில்’ 1.10.1948 இதழில் ‘உலகம் உன்னுயிர், உன் உயிர் இவ்வுலகம்’ என்னும் கவிதை. ‘கொடிய ஆட்சி’ என்றொரு கவிதை. ‘வடக்கில் போகும் பஸ்ஸில் ஏறாதீர்’ என்றொரு கட்டுரை. இவற்றில் புதுவை மாநிலத்தை இந்தியக் கூட்டரசில் இணைப்பதை எதிர்த்துக் கருத்துகள் இடம்பெற்றிருந்தன. இவற்றால் ‘குயில்’ என்றாலே அன்றைய காங்கிரஸ் ஆட்சிக்கு எரிச்சல்.

1947இல் இந்திய விடுதலை நாளைத் ‘துக்கநாள்’ என்றார் பெரியார். அண்ணாவோ அது ‘மகிழ்ச்சிநாள்’ என்றார். ‘வெள்ளையர் வெளியேறி அந்த இடத்தில் தமிழர்க்கு ஊறுவிளைவிப்பவர் அமருவதால் விளைவு தீமையே தவிர நன்மை இல்லை’ என்றார் பாரதிதாசன். மன்னர்மன்னன் அன்றைய மாணவர் இயக்கத்துடன் ஒன்றுபட்டு வெள்ளையர், பிரெஞ்சியர் ஆகிய இருவரும் வெளியேறுவதே சரி என்னும் நிலையெடுத்தார். பாரதிதாசன் தமது கருத்தை மகன் மீது திணிக்கவில்லை. ‘குயில்’ அப்போது நாளேடாக வெளிவந்துகொண்டிருந்தது. அவ்விதழின் பொறுப்பு பெரியசாமி என்னும் நண்பருக்கு அளிக்கப்பட்டது. பாரதிதாசன் எடுத்த நிலையால் ‘குயில்’ காங்கிரஸ் ஆட்சியில் தடை செய்யப்பட்டது. அவரது ‘இரணியன் அல்லது இணையற்ற வீரன்’ நாடகமும் தடைக் குள்ளானது.

1954இல் புதுச்சேரி மாநிலம் இந்தியக்குடியரசில் இணைந்தது. பாரதிதாசன் தேர்தலில் பங்கேற்றுச் சட்டமன்ற உறுப்பினர் ஆனார். உள்ளூர் அரசியல் அவருக்கு ஒத்துவரவில்லை. மீண்டும் ‘குயில்’ வெளியிட வாய்ப்பு. 1958இல் ‘குயில்’ கிழமை இதழாக மலர்ந்தது. 1961 வரை புதுச்சேரியிலிருந்து வெளிவந்த ‘குயில்’ அவரது படத்தயாரிப்பு முயற்சி காரணமாகச் சென்னைக்குக்

குடிபெயர்ந்தது. இதற்கிடையில் தொடங்கப்பட்டிருந்த 'தமிழ்க் கவிஞர் பெருமன்ற'த்தின் சார்பாக அது வெளிவந்தது. 1964இல் பாரதிதாசன் மரணமடைகிறார். 1947 முதல் 1964 வரை விட்டு விட்டு 128 இதழ்கள் மட்டுமே வெளிவந்த நிலையில் 'குயில்' இசைப்பதை நிறுத்திக்கொள்கிறது.

பாரதிதாசனின் கவிதையைப் போலவே உரைநடைக்கும் வீர்யமும் வீச்சும் உண்டு. அவரது வரிகளை வைத்தே பின்னாளில் கதை வசன கர்த்தாக்கள் பிழைத்தார்கள். 'என் பாட்டுக்குப் பின் பாட்டு பாடினோன் அதைத் தன் பாட்டென்று விளம்பினான்' என பாரதிதாசனே சுட்டிக்காட்டும் அளவு அவர்கள் பிழைப்பு நடந்தது. 'குயில்' இதழில் அவர் எழுதிய தலையங்கங்கள் ஆழமானவை. ஆணித்தரமானவை. ரத்தினச் சுருக்கமான சொற் செட்டுடன் அமைந்தவை. எடுத்துக்காட்டுக்கு ஒரு துளி:

"பெரியாரின் உடம்பைவிட்டுப் பிரிந்துபோக மூட்டை முடிச்சுகளுடன் காத்திருந்த உயிரைப் போகாதே என்று பிடித்திழுத்து வைத்துக் கொண்டிருந்தவை இரண்டு. ஒன்று அவரின் பெருந்தொண்டு. மக்கள் அவர்மீது வைத்திருந்த அருள். ஆயினும் காற்றிறங்கிப் பொதிமாடு போல் பெருத்துத் தொங்கும் அவர் விதையின் ஒருபால் ஒட்டிய ஆண்குறியினின்று முன்னறிவிப்பின்றிப் பெருகும் சிறுநீரை உடனிருந்து கலம் ஏந்திக் காக்கும் ஓர் அருந்தொண்டு அவர் பெருந்தொண்டால் முடியாது. அவர் மக்கள்மேல் வைத்துள்ள அருளால் முடியாது. பெரியார் வாழட்டும் என்று தன் துடிக்கும் இளமையைப் பெரியார்க்கு ஒப்படைத்த ஒரு பொடிப் பெண்ணை அன்னை என்று புகழாமல் வேறு என்னவென்று புகழவல்லோம்?... பெரியார் மேடைமேல் வீற்றிருப்பார். அவர் எதிரில் வண்டி யளவாக மாலைகளைக் குவிப்பார்கள். அதே நேரத்தில் எல்லாம் உள்ள மணியம்மையார் ஏதும் கெட்ட வேலைக்காரிபோல் தொலைவில் சுவடி விற்றுக்கொண்டிருப்பார். ஒரே ஒரு மாலையை என் துணைவியாருக்குப் போடுங்கள் என்று அந்தப் பாவியாவது சொன்னதில்லை. அம்மாலைகளில் மணக்கும் பெரியாரின் பெருந்தொண்டை முகர்ந்து முகர்ந்து மகிழ்வதன்றி ஓர் இதழைக் கிள்ளித் தம்தலையில் வைத்தார் என்பதும் இல்லை..."

இது 10.5.1960 இதழில் எழுதிய தலையங்கம். என்ன உரிமை. என்ன கடுமை. இப்படியொரு தமிழ் எழுதப் பாரதிதாசன் தாம் இன்னொருமுறை பிறந்துவர வேண்டும். அவரது கருத்தோடு மாறுபடலாம். பிணங்கலாம். எழுத்தோடு உடன் பட்டுத்தானே ஆகவேண்டும்?

பாரதிதாசன் மறைவுக்குப்பிறகு 'பாரதிதாசன் குயில்' என்னும் பெயரில் மன்னர்மன்னன் இதழைத் தொடர்ந்து நடத்தினார். அவர் வானொலிப் பணிக்குச் சென்றமையால் அவருடைய துணைவியார் சாவித்திரி வெளியீட்டைக் கவனித் தார். ஒருகட்டத்தில் குடும்பம் முழுமையும் 'குயில்' இதழ்ப் பணியில் ஈடுபட்டது. மன்னர்மன்னன் மக்கள் அனைவரும் ஈடுபட்டனர். இருப்பினும் திங்கள் இதழ், அதுவும் இலக்கிய இதழ் ஏராளமான பொருளிழப்புக்கு அவர்களை ஆளாக்கியது. *1947*இல் தொடங்கி இடையிடையே தொய்வடைந்து மீண்டும் மீண்டும் இன்னிசையும் இடியிசையும் ஒருசேர ஒலித்த 'குயில்' *1986*இல் தனது கானத்தை நிறுத்திக்கொண்டது. மீண்டும் 'குயி'லுக்குப் புத்துயிர் ஊட்ட முயற்சிகள் முனைப்புடன் நடைபெற்று வருவதாக மன்னர்மன்னனின் இளையமகன் கோ. மணிபாரதி அண்மையில் தெரிவித்துள்ளார்.

'குயில்' என்பது பாரதிதாசனின் குறியீடு. அதற்கு மரணம் வாய்க்கலாகாது என்பதே தமிழுள்ளங்களின் கோரிக்கை.

பிப்ரவரி 1 – 15, 2006

முருகு சுப்பிரமணியன்

அரு. பெரியண்ணன்

முருகு சுப்ரமணியன் (1924 – 1984)

தலையங்கங்கள் எழுதுவதில் வரலாறு படைத்த டி.எஸ். சொக்கலிங்கம், ஏ.என். சிவராமன், ஜே.வி. கண்ணன் ஆகியோர் வரிசையில் முருகு சுப்ரமணியனும் வைத்து எண்ணப்பட வேண்டியவர். சொ. முருகப்பாவிடம் இதழியல் நுட்பங்களைக் கற்றறிந்தவர். 1924இல் புதுக்கோட்டை கோனாப்பட்டில் பிறந்த இவர் படிக்கும் போதே 'இளந் தமிழன்' என்னும் திங்கள் இருமுறை கையெழுத்திதழ் நடத்தியவர். 1947இல் 'பொன்னி'யைத் தொடங்கினார். 1953இல் மலேசியா சென்று அங்கு 'தமிழ் நேசன்' இதழின் துணையாசிரியரானார். பின்னர் 1954இல் 'சிங்கப்பூர் தமிழ்முரசு' நாளிதழில் துணையாசிரியர். 1962இல் 'தமிழ்நேச'னின் தலைமை ஆசிரியர்.

அரு. பெரியண்ணன் (1925)

'பொன்னி'யின் பதிப்பாளர் அரு. பெரியண்ணன் புதுக் கோட்டைக்கு அருகிலுள்ள ஆத்தங்குடிக்காரர். 'செந்தமிழ்ப் பதிப்பகம்' என்னும் பெயரில் அச்சகம் நடத்தியவர். முருகு வெளிநாடு சென்றபின் 'பொன்னி'க்கு உறுதுணையாக நின்று இதழைக் கொண்டுவந்தவர். ஏராளமான திராவிட இயக்க நூல்கள் இவர்வழி அந்நாளில் வெளிவந்தன. அச்சுக்கலையிலும் அழகியலிலும் வல்லுநர் என்று இவரைப் பற்றிக் கண்ணதாசன் தமது 'வனவாச'த்தில் பாராட்டுகிறார். பெரியண்ணன் பிற்காலத்தில் 'ஐடியல் பிரிண்டர்ஸ்' என்னும் அச்சகத்தை நடத்திவந்தார். 'முரசொலி'யில் அச்சக மேலாளராக அலுவல் பார்த்தார்.

பொன்னி

முருகு சுப்ரமணியன், அரு. பெரியண்ணன் என்னும் இரண்டு திராவிட இயக்கப் பற்றாளர்கள் இணைந்து 1947 முதல் 1954 வரை எட்டு ஆண்டுகள் ஓர் அரிய இலக்கிய இதழைக் கொண்டுவந்தார்கள். தொடக்கத்தில் புதுக்கோட்டையிலிருந்தும் பின்னர் சென்னையிலிருந்தும் இதழ் வந்தது. சுப்ரமணியன் ஆசிரியர். பெரியண்ணன் பதிப்பாளர். 1952 வரை சுப்ரமணியன் ஆசிரியர் பொறுப்பிலிருந்தார். அவர் மலேசியா சென்றதால் 1952 செப்டம்பர் முதல் இறுதி வரை கா. அப்பாத் துரையார் அதன் ஆசிரியர் பொறுப் பேற்றார்.

'பொன்னி'யைத் தொடங்கியவர்கள் செட்டி நாட்டு இளைஞர்கள். பாரதியாருக்குப் பிறகு பாரதிதாசன் செட்டிநாட்டு இளம் உள்ளங்களைக் கொள்ளை கொண் டிருந்த காலம் அது. திராவிட இயக்கத்துக்கும் தமிழ், தமிழ்நாடு, தமிழ்க்கலை, தமிழ்ப்பண்பாடு, தமிழிசை என்று தமிழ் சார்ந்த எல்லாவற்றின் இயக்கத்துக்கும் அவர்கள் உயிர் கொடுத்துச் செயலாற்றிய காலம் அது. ஆகவே தமிழ்த் தேசியத்தின் தலைமைக் கவியான பாரதி தாசனின் புகழைப் பரப்பும்வண்ணம் 'பொன்னி' செயல்பட்டது. புரட்சிக்கவிஞரின் பாடல்களுக்கு ஏற்ப அதன் அட்டைப்பட ஓவியங்கள் தீட்டப்பட்டன. பொங்கல் மலர்களின் அட்டைப்படத்தில் சங்க இலக்கியக் காட்சிகள் இடம்பெற்றன. உள்ளே அவற்றின் உரைச்சித்திரமும் தீட்டப்பட்டது.

'பொன்னி' 1949 பொங்கல் மலரின் முன்னுரை இப்படித் தொடங்குகிறது: "கயிலை வாழ் ஈசனுக்கோ ககன மயில் வாகனனுக்கோ இம்மலர் படைக்கப்

படவில்லை. செந்தமிழர் திருமுன்னர்தான் படைக்கப் பட்டிருக்கிறது." 1950 மலரில் இப்படி அமைகிறது: "பொன்னி மலர்த்துறையில் ஏற்படுத்தியுள்ள புரட்சியினை நண்பர்கள் உள்ளது உள்ளபடி உணர வேண்டும் என்றே இத்தனையும் கூறுகிறோம்." சுயமரியாதையும் புரட்சிமனப் போக்கும் கொண்ட 'பொன்னி'யில் பங்களிப்புச்செய்த ஓவியர்கள், வடிவமைப்பாளர் கள் (கண்ணன், ரெஸாக், அழகப்பன், ஜெகந்நாத், கலா, வாணி ஆர்ட்ஸ், பாலு பிரதர்ஸ்) அனைவருக்கும் உரிய மரியாதை காட்டப் பட்டது. மலர்களில் அவர்களது புகைப்படங்களும் இடம்பெற்றன. தொடர்ந்து மு. அண்ணாமலை, நாரா. நாச்சி யப்பன், விசு. திருநாவுக்கரசு, இளமைப் பித்தன், கோவை இளஞ்சேரன் ஆகியோர் 'பொன்னி' பாசறையில் உழைத்துள்ளனர்.

தேசிய இயக்கத்துக்கு 'மணிக்கொடி' எப்படியோ அப்படியே திராவிட இயக்கத்துக்குப் 'பொன்னி' என்று சொல்வது பொருத்த மாக இருக்கும். திராவிட இயக்க இதழ்கள் தொடக்க காலத்தில் *tabloid* எனப்படும் பாணியிலேயே வந்துகொண்டிருந்தன. 'கல்கி', 'ஆனந்தவிகடன்' போன்ற இதழ்கள் போல் நமக்கில்லையே என்னும் குறை இருந்தது. அவற்றிற்கு இணையாக வண்ண அட்டை, ஆப்டோன், ஆப்செட் அச்சு என்றெல்லாம் 'பொன்னி' முன்கை எடுத்தது. அவர்கள் 'தீபாவளி மலர்' என்றால் நாம் அதேபோல் வண்ணத்தில் 'பொங்கல் மலர்' போடுவோம் என்று முயற்சியில் இறங்கிற்று. அதில் கதை, கவிதை, இலக்கியம் என்று உள்ளடக்கம் குறித்தும் ஒரு தீர்மானம் செய்துகொண்டது. இதன் பின்புலத்தில் முருகு சுப்ரமணியன், அரு. பெரியண்ணன் ஆகிய இருவர்தம் தொலைநோக்கும் உழைப்பும் தெரிய வருகின்றன.

'பொன்னி' மூலம் 48 கவிஞர்கள் 'பாரதிதாசன் பரம்பரை' என்று அறிமுகம் செய்யப்பட்டார்கள். மு. அண்ணாமலை தொடங்கி வாணிதாசன், முடியரசன், சுரதா, நாரா. நாச்சியப்பன், நாக. முத்தையா, கோவை இளஞ்சேரன், வழித்துணை ராமன், வா.செ. குழந்தைசாமி, பெரி. சிவனடியான், புதுவை ச. சிவப் பிரகாசம், சாமி. பழனியப்பன், புத்தனேரி சுப்ரமணியம், சுப்பு ஆறுமுகம், ஞா. மாணிக்கவாசகன், நாஞ்சில் மனோகரன் முதலிய கவிஞர்கள் 'பொன்னி'யில் அரங்கேறியவர்களே. இக் கவிஞர்கள் பின்னாளில் பிற துறைகளிலும் தடம் பதித்தார்கள். இவர்கள் 48 பேரும் 'பொன்னி'யில் எழுதிய கவிதைகளையும் இவர்களுடைய வாழ்க்கைக் குறிப்புகளையும் மு. இளங்கோவன் ('பொன்னி' இதழ் ஆய்வாளர்) தமது 'பொன்னி பாரதிதாசன் பரம்பரை' என்னும் தொகுப்புநூலில் தந்துள்ளார். 1993இல் இவருக்கு முன்பாக சுரதா தொகுத்த பாரதிதாசன் பரம்பரை குறித்த நூலில் 47 கவிஞர்கள்தம் கவிதைகள் இடம்பெற்றிருக்

கின்றன என்றும் தெரியவருகிறது.

'பொன்னி' சிறந்த சிறுகதை ஆசிரியர்களையும் அரங்கேற்றி வைத்தது. டி.கே. சீனிவாசனைப் 'பொன்னி'தான் அறிமுகம் செய்தது. அவரது 'ஆடும் மாடும்' அதில்தான் தொடராக வந்தது. விந்தன் 'நக்கீரன்' என்னும் புனைபெயரில் 'கண் திறக்குமா?' என்னும் தொடர்கதை எழுதினார். அகிலன் 'மனிதர்கள்' என்னும் கதை எழுதினார். திரு.வி.க, பெரியார், அண்ணா, மு.க., இரா. நெடுஞ்செழியன், சி.பி. சிற்றரசு, சத்திய வாணிமுத்து, க. அன்பழகன், நாரண. துரைக்கண்ணன், மு. வரதராசன், அ. சிதம்பரநாதன், கே.ஜி. ராதாமணாளன், ஏ.வி.பி. ஆசைத்தம்பி, நா. பாண்டுரங்கன், இளமைப்பித்தன், ஏ.கே. வேலன், எம்.எம். தண்டபாணி தேசிகர், மெ. சுந்தரம் முதலியோரும் பங்களிப்புச் செய்தனர். பொங்கல் மலர்களில் எழுதியவர்களுள் ரகுநாதனும் கமலா விருத்தாசலமும் (புதுமைப் பித்தனின் துணைவியார்) குறிப்பிடத் தகுந்தவர்கள். கமலா விருத்தாசலம் எழுதிய 'புதுமைப்பித்தனின் கடைசி இரவு' என்னும் உருக்கமான கட்டுரை *1949* பொங்கல் மலரில் வெளி வந்துள்ளது.

'பொன்னி' நடத்திய விவாத மேடை பிரபலமானது. அதில் 'மதம் அவசியமா?', 'தனித்தமிழ் வேண்டுமா வேண்டாமா?' குறிப்பிட்டுச் சொல்லப்பட வேண்டியவை. கா. அப்பாத்துரை யார் உலக இலக்கியங்கள் பற்றித் தொடர் கட்டுரை வரைந் தார். தில்லை வில்லாளனின் சிறுகதைகளை வெளியிட்டதுடன் அவர் எழுதிய *40, 50* சிறு நூல்களை முருகு சுப்ரமணியம் பதிப்பித்துமிருக்கிறார். 'பொன்னி'யில் நூல்மதிப்புரையும், திரைப்பட விமர்சனப் பகுதியும் இதழ்தோறும் தவறாமல் இடம் பெற்றன. திருக்குறள் முனுசாமி விகடங்கள், துணுக்குகள் ஆகியவற்றைத் தொகுத்து உதவியுள்ளார். திராவிட இயக்க எழுத்தாளர்களில் அண்ணா, பாரதிதாசன் இருவருக்கும் நகைச் சுவை உணர்வு அதிகம். பிறருக்கு அவ்வுணர்வு குறைவு என்று தான் சொல்ல வேண்டும். முனுசாமி அக்குறையை நீக்கியுள்ளார்.

'பொன்னி'யின் தலையங்கங்கள் பிற்காலத் திராவிட இயக்க இதழ்கள் கையாண்ட வழக்கமான 'முழக்க' நடையில் இல்லாமல் அமைதியான ஆற்றொழுக்கு நடையில் தர்க்கபூர்வ மாக எழுதப்பட்டன. 'எங்கள் எண்ணம்' என்னும் தலைப்பில் அவை தொடக்க காலத்தில் வெளிவந்தன. பின்னாளில் கண்ண தாசன் 'தென்ற'லைத் தொடங்கியபோது தலையங்கத்திற்கு 'எண்ணம்' என்று பெயரிட்டதை இங்கு குறிப்பிட்டாக வேண்டும்.

'பாரதிதாசன் பரம்பரை' அறிமுகம் ஆனபோது கண்ண தாசன் அதில் இடம்பெற முயன்றார் என்றும் வெற்றி பெற

இயலவில்லை என்றும் செய்திகள் உண்டு. கண்ணதாசனுடைய கவிதைக்கு இடமளிக்க மறுத்த 'பொன்னி' அவரது சிறுகதை களைப் பொங்கல் மலர்களில் வெளியிட்டதுண்டு. 'பொன்னி'யில் பாரதிதாசன் பரம்பரைக் கவிஞராக அறிமுகமான நாக.முத்தையா 1959இல் கண்ணதாசனின் கவிதைகள் முதல்தொகுதி காவியக் கழக வெளியீடாக வந்தபோது அவற்றின் தொகுப்பாசிரியராக இருந்திருக்கிறார்.

'பொன்னி'யின் முதல் இதழில் அதன் லட்சியப் பிரகடனம் இப்படி அமைகிறது: "எங்கெங்கோ ஊறிச் செழிக்கும் கருத்து களை அவை தமிழர்க்கும் ஆக்கம் தருபவையானால் தேடிக் கொணர்ந்து தமிழர்க்குப் படைப்பாள் பொன்னி. தமிழர் நெஞ்சம் வளமாகும் வகையில் அவள் எண்ண ஓடை பாயும்" (பிப்ரவரி, 1947). 'திராவிடநாடு திராவிடர்க்கே' என்னும் கோஷத்தை முன்வைத்துத்தான் 'பொன்னி' நடைபோட்டது. அதே சமயம் மொழிவழி மாநிலங்கள் பிரியும் அரசியல் சூழலும் உருவாகிக்கொண்டிருந்தது. அவ்வேளையில் மொழிவழி பிரிந்து இனவழி ஒன்று படுவோம் என்னும் நிலைப்பாட்டை இயக்கம் எடுத்தது. நான்கு தனியாட்சிகள் சேர்ந்த ஒரு கூட்டாட்சி என்று அதற்குப் 'பொன்னி' ஒரு கொள்கை விளக்கம் அளித்தது.

'பொன்னி'யின் தலையங்கங்களில் ஒரு சீர்மை இயல் பாகக் காணப்பட்டது. அரசியல் சமூகச் சிக்கல்களை எடுத்துக் காட்டுவதோடு அவற்றின் அடிவேர், படிநிலை வளர்ச்சி, சமூகத் திற்கு அச்சிக்கல்களால் விளையக்கூடிய நன்மைகள் தீமைகள் என்று எல்லாக் கோணங்களிலும் அது அலசல் செய்தது. இவ்வுண்மையை மிக அழகாக மு.இளங்கோவன் தமது 'பொன்னி ஆசிரிய உரைகள்' என்னும் நூலில் கொண்டு வருகிறார்.

பெரியார் – மணியம்மை திருமணத்தின் போது 'பொன்னி' 'ஜுலை ஒன்பது துக்கநாள்' என்று தலையங்கம் தீட்டியது. "தளபதி அண்ணாதுரை இந்நெருக்கடியில் நல்லொளி காட்ட வேண்டும்" என்று அறைகூவியது (ஜுலை 25, 1949). திருமணத் திற்கு முன்பே 'இது வேண்டாம்' என்று பெரியாருக்கு அது வேண்டுகோள் விடுத்திருந்தது. திராவிடர் கழகத்திலிருந்து திராவிட முன்னேற்றக் கழகம் என்று அண்ணா தலைமையில் ஒரு பகுதியினர் பிரிந்தபோது 'பொன்னி' அவர்களை ஆதரிக்கத் தொடங்கியது. 1948, 49 இரண்டு ஆண்டுகளின் பொங்கல் மலரிலும் பெரியாரின் கட்டுரை உண்டு. 1950 மலரில் இல்லை. முழுக்க முழுக்க திராவிட முன்னேற்றக் கழகத்தின் பக்கம் இதழ் சென்றுவிட்டதைப் புலப்படுத்தும் அடையாளம் இது.

இலங்கைத் தமிழர், இலங்கை இந்தியர், இந்து முஸ்லிம் பிரச்சினைகள், சைனா, வியட்நாம், பாகிஸ்தான், உலகப்போர்,

ஐக்கிய நாடுகள் அவை முதலிய பல பொருள் சார்ந்த நிகழ்வு களைத் தனது கருத்து நிலையை ஒட்டி உடனுக்குடன் ஆய்வு செய்தது. தமிழாசிரியர்களுக்குச் சரிநிகர் ஊதியம் என்று உரிமைக்குரல் கொடுத்தது. உயர்கல்வி எவருக்கும் மறுக்கப் படலாகாது என்று தொலைநோக்குடன் கல்விக்கொள்கை வகுக்கச் சொன்னது. இந்தியச் சுதந்திரம் கிடைத்த நாளில் “எதிரிகளில் ஒருவன் விலகுகிறான்” என்று அண்ணாவின் நிலைப்பாட்டையொட்டி ஆசிரிய உரை பகன்றது. சமயத் துறையிலும் தமிழுக்கு முன்னுரிமை வேண்டும் என்று ஆட்சி யாளருக்குத் தெளிவூட்டியது. கருஞ்சட்டைப் படைக்குத் தடையுத்தரவு வந்தபோது திராவிடக் கழகத்தாரும் கருஞ் சட்டைப் படையினரும் அமைதியைக் குலைப்பவர்களல்ல; காந்தியாரைக் கொன்ற கசடர்களல்ல என்பதை அரசு உணர வேண்டும் என்று இடித்துரைத்தது. மதுவிலக்கு, இந்தி எதிர்ப்பு, இந்துச் சட்டத் திருத்தம், காஷ்மீர்ப் பிரச்சினை முதல் அட்லாண்டிக் ஒப்பந்தம், காமன்வெல்த், சீனக் குடியரசின் தோற்றம் போன்ற அனைத்துலக நிகழ்வுகள் பற்றிய விமர் சனங்களை மக்கள் மன்றத்தில் வைத்தது.

கப்பலோட்டிய தமிழன் வ.உ.சி. பற்றியும் அஞ்சாநெஞ்சன் அழகர்சாமி பற்றியும் ‘பொன்னி’ எழுதிய தலையங்கங்கள் அதன் மனிதநேய மாண்புக்கு அரிய சான்று. அப்படியே மகாத்மா காந்தி, வல்லபாய் பட்டேல் மறைவின் போதும் உருக்கமான மொழியில் இரங்கல் உரை நிகழ்த்திய பாங்கும் குறிப்பிடத் தகுந்தது. அம்பேத்கர் கொண்டுவந்த இந்துச் சட்டத் திருத்த முன்வரைவுக்கு ஆதரவு தெரிவித்து எழுதப்பட்ட தலையங்கம அறபுதமானது. இதனால் இந்து மதத்திற்கு ஆபத்து என்றும் இந்து மதச் சம்பிரதாயங்கள் மாண்டு மடிந்துவிடப் போகின்றன என்றும் கூக்குரல் எழுப்பிய சனாதனிகளையும், சனாதனிகளுக்குச் சார்பாகவும் சட்டத் திருத்தத்திற்கு எதிராக வும் திரண்ட அன்றைய ‘இந்து’, ‘சுதேசமித்திரன்’ ஆகிய இதழ் களையும் விமர்சித்து ‘பொன்னி’ தனது வாதங்களை அடுக்கியது. (10.3.1949 இதழ்) சமுதாயத்தளத்தில் தேசிய இதழ்களும் திராவிட இதழ்களும் வகித்த பாத்திரங்களை ஒப்பீடு செய்து கொள்ள இக்குறிப்புகள் உதவும்.

தலையங்கங்கள் எழுதுவதில் டி.எஸ். சொக்கலிங்கம், ஏ.என். சிவராமன், ஜே.வி. கண்ணன் ஆகியோர் வரலாறு படைத்தவர்கள். முருகு சுப்ரமணியனும் அவர்கள் வரிசையில் வைத்து எண்ணப் பட வேண்டியவரே. முருகு சுப்ரமணியன் சொ. முருகப்பா விடம் இதழியல் நுட்பங்களைக் கற்றறிந்தவர். 1924இல் புதுக் கோட்டை கோனாப்பட்டில் பிறந்த இவர் படிக்கும்போதே ‘இளந்தமிழன்’ என்னும் திங்கள் இருமுறை கையெழுத்திதழ்

நடத்தியவர். 1947இல் 'பொன்னி'யைத் தொடங்கியவர். 1953இல் மலேசியா சென்று அங்கு 'தமிழ்நேசன்' இதழின் துணை ஆசிரியர் பதவி வகித்தவர். பின்னர் 1954இல் 'சிங்கப்பூர் தமிழ்முரசு' நாளிதழில் துணையாசிரியர். 1962இல் 'தமிழ்நேச'னின் தலைமை ஆசிரியர். 1984இல் இயற்கை எய்தும்வரை எழுத்துத்துறைக்குப் புதிது புதிதாய் நண்பர்களைக் கொண்டுவந்தவர்.

'பொன்னி'யின் பதிப்பாளர் அரு. பெரியண்ணன் புதுக் கோட்டைக்கு அருகிலுள்ள ஆத்தங்குடிக்காரர். பிறப்பு 1925. செந்தமிழ்ப் பதிப்பகம் என்னும் பெயரில் அச்சகம் நடத்தியவர். முருகு வெளிநாடு சென்றபின் 'பொன்னி'க்கு உறுதுணை நின்று இதழைச் சிறப்புக்குலையாமல் கொண்டுவந்தவர். திராவிட இயக்க நூல்கள் இவர் வழி ஏராளமாக அந்நாளில் வெளி வந்தன. அச்சுக்கலையிலும் அழகியலிலும் வல்லுநர் என்று இவரைப் பற்றி கண்ணதாசன் தமது 'வனவாச'த்தில் குறிப்பிட்டுப் பாராட்டுகிறார். பெரியண்ணன் பிற்காலத்தில் ஐடியல் பிரிண்டர்ஸ் என்னும் அச்சகத்தை நடத்திவந்தார். 'முரசொலி'யில் அச்சக மேலாளராக அலுவல் பார்த்தார். 'முரசொலி'யின் அச்சழகில் இவரது பங்கு அதிகம்.

பிப்ரவரி 16 – 21, 2006

வ. விஜயபாஸ்கரன்

வ. விஜயபாஸ்கரன் (1926)

கோவையில், தாராபுரம் வடிவேலுப் பிள்ளை – செல்வ நாயகி அம்மாள் தம்பதியருக்கு மகனாய்ப் (26.9.1926) பிறந்தார் விஜயபாஸ்கரன். காங்கிரஸ் குடும்பத்தைச் சேர்ந்த இவர், அண்ணாமலைப் பல்கலைக்கழக மாணவராக இருந்த காலத்தில் (1946) கம்யூனிஸட் ஆனார். மாணவர் இயக்கத்தில் தீவிரமாக ஈடுபட்டதால் இவரைக் கல்லூரி நிர்வாகம் வெளியேற்றியது. பல்கலைக்கழகத்தைவிட்டு நீக்கப்பட்டதும் நேராகச் சென்னைக்கு வந்தார். கட்சிதான் இனி எதிர்காலத்தை முடிவு செய்ய வேண்டும் என்பது நோக்கம். 'சரஸ்வதி' என்ற தன்னேரில்லாத இடதுசாரி இதழைத் தொடங்கி நடத்தினார் (1955 – 1962). பின்னர் 'சோவியத் நாடு' ஆசிரியராகப் பணியாற்றினார்.

சரஸ்வதி

"யார் வேண்டுமானாலும் யாருக்கு வேண்டு மானாலும் ஆசிரியராக இருக்கலாம். ஆனால் சரஸ் வதிக்கே ஆசிரியராக இருந்த பெருமை இவருக்கு மட்டுமே உண்டு" என்று திருப்பூர் கிருஷ்ணனால் சமத்காரத் துடன் வர்ணிக்கப்பட்டவர் வ. விஜயபாஸ்கரன்.

விஜயபாஸ்கரனுடைய 'சரஸ்வதி' 1955 முதல் 1962 வரை மறுமலர்ச்சி இலக்கிய உலகில் சரித்திரம் படைத்த சிற்றிதழ். தலைசிறந்த படைப்பாளிகள் பலரைத் தமிழுக்கு அறிமுகம் செய்த சங்கப்பலகை அது. பொதுவுடைமை இயக்கத்தவரான விஜயபாஸ்கரன், முற்போக்கு பிற் போக்கு என்று தரம் பிரிக்காமல் கருத்துச் சுதந்திரம் என்னும் மறுமலர்ச்சிக் கோட்பாட்டுக்கு மட்டுமே முக்கியத்துவம் அளித்து அந்த இதழைக் கொண்டு வந்தார். அக்காலத்தில் இந்த வித்தியாசமான அணுகு முறை இவரது இதழ் முயற்சிக்கு ஒருவகையில் புது ரத்தம் பாய்ச்சியபோதும் இன்னொரு வகையில் இன்னல் களை வழங்கியது. ஏழாண்டுகள் பிடிவாதமாகத் தாக்குப் பிடித்த பின்னர் சோதனைகளின் சுமையைத் தாங்க இயலாத கட்டம் வரவே ஒருவழியாகக் கடையைக் கட்டிவிட்டார் விஜயபாஸ்கரன்.

தாராபுரத்தில் காங்கிரஸ் இயக்கக் குடும்பத்தில் பிறந்த விஜயபாஸ்கரன் சிதம்பரத்தில் அண்ணாமலைப் பல்கலைக்கழக மாணவராக இருந்த காலத்தில் (1946) கம்யூனிஸ்ட் ஆனவர். மாணவர் இயக்கத்தில் தீவிரமாக ஈடுபட்டதால் இவரைக் கல்லூரி நிர்வாகம் வெளி யேற்றியது. மாணவர் இயக்கத்தை வழிநடத்த ஒரு தனி *fraction committee* கட்சியில் உண்டு. அதில் ப. மாணிக்கம், எஸ். ராமகிருஷ்ணன், எஸ். தாமோதரன், எம்.பி. சீனிவாச

னோடு இவரையும் சேர்த்து ஐந்துபேர். பல்கலைக்கழகத்தை விட்டு நீக்கப்பட்டதும் நேராக தாராபுரம் போகாமல் சென்னைக்கு வந்தார். கட்சிதான் இனி எதிர்காலத்தை முடிவு செய்ய வேண்டும் என்பது நோக்கம். பி.ராமமூர்த்தி, எம்.ஆர். வெங்கட்ராமன் ஆகிய தலைவர்கள் இருவரும் 'தந்தையாரின் அனுமதி பெற்று வாருங்கள்' என்று தாராபுரத்திற்கே அனுப்பி வைத்தார்கள். குடும்பத்தின் மூத்தபிள்ளை என்னும் பொறுப்பு வேறு. தந்தை இவரைச் சொந்த அச்சகத்தில் உட்காரவைத்தார். முழுநேர அரசியல்வாதியாகும் ஆசை அதனால் தீய்ந்துபோனது. அதனால் என்ன, ஒரு முழு இதழாளர் உருவாகும் வாய்ப்பு உடனே உருவாயிற்று.

'நவ இந்தியா' என்றொரு பத்திரிகை கோவையில் தொடங் கப்பட்டபோது இவருக்கு அதில் சேர அழைப்பு. 'நவ இந்தியா' விலிருந்து 'தினத்தந்தி'க்குப் போனார். 1950இல் 'விடிவெள்ளி' என்னும் பெயரில் சொந்தமாக ஒரு புதிய இதழைக் கொண்டு வந்தார். ஓராண்டுடன் அதன் ஆயுள் முடிந்தது. ரூ. 3000 இழப்பு. இதழியல், பதிப்பக முன்னோடி வை.கோவிந்தன் தமது 'சக்தி' என்னும் மாத இதழையும் 'அணில்' என்னும் சிறுவர் இதழையும் கவனித்துக்கொள்ளும் பொறுப்பைக் கொடுத்தார். அவற்றுடன் 'ஹனுமான்' பத்திரிகையில் ஆசிரியர் பணி. இரண்டாண்டுகள் இப்படிக் கழிந்தன. விஜயபாஸ்கரன் என்னும் இதழாளரின் மலர்ச்சிக்கு வை.கோவிந்தன் பின்புலமாக இருந்துள்ளார் என்பது வரலாறு.

சொந்தப் பத்திரிகை ஆசை மீண்டும் தலை தூக்கியது. சாதாரண வாசகர்களையும் கவரும்படியாக ஒரு கலை இலக்கிய இதழைக் கொண்டுவர வேண்டும் என்னும் எண்ணம் நெஞ்சில் பெருந்தீயாக வியாபித்து நின்றது. முற்போக்கு முகாமைச் சேர்ந்த பத்திரிகைகள் எதுவும் வணிக அடைப்படையில் வெற்றிகரமாக இயங்கவில்லை என்பதுடன் அவற்றைப் படிப் பவர்களும் மிகச்சொற்பமாகவே இருந்தார்கள். எனவே தரமும் வேண்டும் அதேசமயம் வெற்றிகரமான விற்பனையும் அமைய வேண்டும் என்னும் பின்புலத்தில் தமக்கென்று ஒரு தடம் வகுத்துக்கொண்டார். அதன்படி ஒரு புறம் முற்போக்கு எழுத் தாளர்கள், இன்னொரு புறம் மறுமலர்ச்சி எழுத்தாளர்கள், இவர்களுடன் இலங்கையைச் சேர்ந்த தமிழ் எழுத்தாளர்கள் என்று ஒரு பெரும் படையைச் சேர்த்துக்கொண்டார். 1955 மே மாதம் 'சரஸ்வதி' முதல் இதழ் வந்தது. 1000 படிகளில் தொடங்கி போகப்போக 7000 படிகள் வரை அச்சிடப்பட்டது. 1950, 60களில் ஒரு சிற்றிதழுக்கு இது மகத்தான சாதனைதான்.

ஒரு கம்யூனிஸ்டாக இருந்தபோதும் இதழைத் தத்துவார்த்த இதழாக நடத்த எத்தனிக்காமல் இலக்கிய இதழாக நடத்தவே

ஆசைப்பட்ட விஜயபாஸ்கரன் அதற்குப் பெயரிட முனைந்த போது பிரேம்சந்த் நடத்திய இலக்கியப் பத்திரிகையின் பெயர் தான் பொருத்தமாகத் தோன்றியது. இதுதான் சரஸ்வதியின் பெயர்க் காரணம். கட்சிக்குச் சொந்தமான ஜனசக்தி அச்சகத் திலேயே இதழ் அச்சிடப்பட்டது. 'சரஸ்வதி'யின் ஆசிரியர் குழுவில் விஜயபாஸ்கரனுடன் எஸ்.ஆர்.கே., ரகுநாதன், சுந்தர ராமசாமி, ஆர்.கே. கண்ணன் ஆகியோர் இடம் பெற்றனர்.

1962இல் 'சரஸ்வதி' நிறுத்தப்பட்டது. 'சமரன்' என்னும் அரசியல் கிழமை இதழ் தொடங்கப்பட்டது. அது திராவிட முன்னேற்றக் கழகத்தை எதிர்த்துப் பிரச்சார நோக்கத்துடன் தொடங்கப்பட்ட இதழ். அன்றைய அரசியல் நிலையில் அது அவசியம் என்று விஜயபாஸ்கரன் முடிவுசெய்தார். 'சமர'னில் பால தண்டாயுதம், எஸ். ராமகிருஷ்ணன் ஆகியோர் தொடர்ந்து பங்களிப்புச் செய்தார்கள். சமரனும் வெற்றிகரமாக நடந்த இதழ்தான். அதன் விற்பனை 14,000 படிகள் வரை போயிற்று. 'சரஸ்வதி'யைப் போலவே 'சமர'னுக்கும் சோதனைகள் வேறு வேறு வடிவங்களில் சூழ்ந்தன. இந்திய – சீனப் போர் மூண்ட தருணம் அது. நாடெங்கும் கம்யூனிஸ்டுகள் சிறை செல்லவேண்டி வந்தது.

விஜயபாஸ்கரனுக்கு 9 மாதங்கள் சிறைவாசம். வெளியே வந்தபின் 'சரஸ்வதி'யையும் உயிர்ப்பிக்க முடியவில்லை. 'சமர'னை யும் தொடர இயலவில்லை. இப்படியாக ஓர் அரிய இதழாளரின் உயரிய முயற்சிகள் இயல்பான முடிவுக்கு வந்தன.

'சரஸ்வதி'யின் சாதனைகள் என்று விஜய பாஸ்கரன் தரும் பட்டியல் இது: "பல நல்ல எழுத்தாளர்கள் அதில் உருவானார்கள். புதிய முயற்சிகள் சோதனைகள் நிகழ்ந்தன. பிற இதழ்கள் ஒதுக்கிய நல்ல எழுத்துகளை இனம் கண்டு பிரசுரம் செய்வதில் சரஸ்வதி முனைந்து நின்றது. பிற மொழி இலக்கியங்களை அறிமுகம் செய்தது. மணிக்கொடி சகாப்தம் என்பதுபோல் தனக்கும் ஒரு சகாப்தத்தை அது உருவாக்கிக் கொண்டது." (சரஸ்வதி களஞ்சியம், கலைஞன் பதிப்பக வெளியீடு).

'சரஸ்வதி'யின் இன்னொரு சாதனை அது தனக்கென ஒரு கோஷ்டியை உருவாக்கிக் கொண்டதும் ஆகும். சாமி. சிதம் பரனார், எஸ். ராமகிருஷ்ணன், நா. வானமாமலை, ஆர்.கே. கண்ணன், கிருஷ்ணன் நம்பி, கார்த்திகை வேலு, க. கைலாச பதி, கே. டேனியல், எச்.எம்.பி. முஹிதீன், க.நா. சுப்ரமண்யம் போன்றோர் 'சரஸ்வதி' குழுவினர் என்று அறியப்பட்டார் கள். இவர்களோடு வல்லிக்கண்ணன், ரகுநாதன், ஜெயகாந்தன், சுந்தர ராமசாமி, தி.க.சி., சின்னப்ப பாரதி, டி. செல்வராஜ்,

கே. ராமநாதன் ஆகியோரையும் தமது தொகுப்பு நூலில் நன்றி யுடன் நினைவுகூர்கிறார் விஜயபாஸ்கரன்.

'சரஸ்வதி'யின் அட்டைப் படத்தில் எழுத்தாளர்களின் புகைப்படங்கள் இடம்பெற்றன. உள்ளே 'நமது எழுத்தாளர் வரிசை' என்னும் தலைப்பில் எழுத்தாளரைப் பற்றிய எழுத் தோவியம் தீட்டப்பட்டது. இதழ்தோறும் ஓர் அயல்மொழி நவீனத்தின் சுருக்கம் 'ரீடர்ஸ் டைஜஸ்ட்' பாணியில் தரப்பட்டது. ஜெயகாந்தன், சுந்தர ராமசாமி என்னும் இருபெரும் படைப் பாளிகள் 'சரஸ்வதி'யின் வழியாகவே தடம் பதித்தார்கள். சு.ரா.வின் 'புளியமரத்தின் கதை' முதற்பகுதி அதில் தொடராக வந்தது. அவர் மொழிபெயர்த்த தகழியின் 'தோட்டியின் மகன்' நவீனமும் அதில்தான் வெளிவந்தது.

சாமி. சிதம்பரனார் இந்தியத் தத்துவங்கள் குறித்து ஓர் அறிமுகத்தொடர் எழுதினார். ஒளிப்பதிவாளர் நிமாய் கோஷ் திரைப்படத் தொழில்நுட்பங்களைப் பற்றி ஒரு தொடர் எழுதினார். 'சென்னைக்கு வந்தேன்' என்னும் தொடரில் எழுத் தாளர்கள் பலர் சென்னைக்கு வந்த அனுபவங்களை வாசகர் களுடன் பகிர்ந்துகொண்டார்கள். 'நானும் என் எழுத்தும்' என்றொரு பகுதி. அதில் எழுத்தாளர்கள் சுயதரிசனம் செய்து கொண்டார்கள். சதுரங்கம், புகைப்படக்கலை பற்றியும் விளக்கக் கட்டுரைகள் வந்தன.

நேர்காணல் பகுதியும் உண்டு. செக் நாட்டு கமில் சுவலபில், மராத்திய காண்டேகர் பேட்டிகள் பேசப்பட்டவை. மொழி பெயர்ப்பாளர் மாஜினி 'சரஸ்வதி'யில் சிறுகதை எழுதியுள்ளார். விளிம்புநிலை மக்களைப் பற்றி நேரிய கோணத்தில் அணுகி யவர் என்று விமர்சகர்களால் பாராட்டப்படும் ஜி. நாகராஜன் 'சரஸ்வதி' கதாசிரியர்களுள் குறிப்பிடப்பட வேண்டியவர். இலங்கை எழுத்தாளர்கள் க. கைலாசபதி, கா. சிவத்தம்பி, துரை, டொமினிக் ஜீவா, எஸ். பொன்னுத்துரை, அ. முத்துலிங்கம், முருகையன், முஹதீன், காவலூர் ராஜதுரை முக்கியமானவர்கள்.

புதுமைப்பித்தனுக்கு மணிமண்டபம் கட்டும் யோசனை முன்வைக்கப்பட்டபோது தி.க. சிவசங்கரன் 'வீர வணக்கம் வேண்டாம்' என்று சர்ச்சை ஒன்றை அதில் தொடங்கிவைத்தார். அப்படியே 'மௌனி வழிபாடு' குறித்தும் ஒரு சர்ச்சை நடந் துள்ளது.

மொழிவெறி, பண்டிதர் மொழி பற்றியெல்லாம் விவாதங்கள் நடைபெற்றன. 'சரஸ்வதி' முழுதும் பண்டிதர் அல்லது புலவர்கள் பார்வைகளோடு மோதும் – சிறுகதை, புதினப் படைப்பாளிகள் பார்வைகளுக்கு முக்கியத்துவம் அளிக்கும் – போக்கு தென் படுகிறது. திருக்குறள் இலக்கியமாகாது என்று க.நா. சுப்ரமண்யம்

ஓர் அதிரடிக் கட்டுரை எழுதியிருக்கிறார். மறைமலையடிகளின் உரைநடையை விமர்சித்து ரா.ஸ்ரீ.தேசிகன் ஒரு கட்டுரை எழுதியுள்ளார். தமிழ் குறித்த இத்தகு சர்ச்சைகளில் அன்றைய திராவிட முன்னேற்றக் கழகமும் கம்யூனிஸ்ட் கட்சியும் எதிரெதிர் துருவங்களாக இருந்தன. காலம் இவ்விரு துருவங்களிடையே எத்தனையோ சமரசங்களைத் தன்போக்குக்குச் செய்துவிட்ட கோலத்தையும் வரலாறு குறித்து வைத்துள்ளது.

அதேபோல் சாகித்ய அகாதமியின் தேர்வுகள் குறித்து ரகுநாதன் தமக்கே உரிய குறும்புநடையில் ஒரு விவாதம் நடத்தியுள்ளார். தேர்வுகள் குறித்து இன்றளவும் விமர்சனம், எதிர் விமர்சனம் எழுந்துகொண்டுதான் இருக்கின்றன. அன்று பண்டிதர்களை மென்ற வாய்கள் இன்று பரிசு வாங்கிய படைப்பாளிகளை மென்று கொண்டிருக்கின்றன. வெல்லாத வாய் வென்ற வாயை மெல்லுவதும் இன்னொரு புறம் தொடர்கிறது.

இலக்கியத்தில் ஆபாசம் பற்றியும் ஒரு சுவையான விவாத மேடை 'சரஸ்வதி'யில் அமைக்கப்பட்டது. மரபுக்கவிதையை எதிர்க்கும் புதுக்கவிதை இயக்கம் அப்போது எழுச்சி நிலையில் இருந்தபோதும் 'சரஸ்வதி' அந்த முயற்சிக்கு மட்டும் ஆதரவு தரவில்லை என்றும் தெரியவருகிறது. தமிழொளி எழுதிய கவிதை ஒன்று புதுக்கவிதை போல் தோன்றுகிறதே என்னும் வாசகர் கேள்விக்கு அது வசனம் என்று பதில் சொல்லப் பட்டுள்ளது. இவையனைத்தும் 'சரஸ்வதி'யின் கலாச்சாரம் மற்றும் கலை இலக்கிய அணுகுமுறையின் இனிய அடையாளங் களாகப் புலப்படுகின்றன.

இதழின் ஒட்டுமொத்த உழைப்பில் விஜய பாஸ்கரனின் ஆளுமை பளிச்சிடுகிறது. இந்த ஆளுமையின் காரணமாகவே இவர் கட்சித் தலைமையுடன் இதழின் சுதந்திரம் பற்றிய நோக்கில் மாறுபட வேண்டிவந்தது. கட்சிக்கட்டுப்பாடு என்னும் நெறிமுறையையொட்டி எந்தத் தலைமையும் அப்படித்தான் நடந்துகொள்ளும். தனிநபர் சுதந்திரம் என்பதெல்லாம் எந்தக் கட்சியிலும் செல்லுபடியாகக் கூடிய விஷயமில்லை. அந்தத் தனிநபர் கட்சியின் தலைமைப் பதவியில் இருந்தால் அல்லது அவர் கையில் தலைமை அல்லது பெரும்பான்மை இருந்தாலொழிய இப்படிப்பட்ட கருத்துச் சுதந்திரத்தின் கதி அதோகதி தான். கட்சி, அரசு என்பவை கெட்டிதட்டிப் போன நிறுவனங் கள். அவற்றின் இயல்பே அதுதான் என்பதையும் விஜய பாஸ்கரன் 'சரஸ்வதி', 'சமரன்' இதழ்களை நடத்திய அனுபவத்தின் மூலம் உணர்ந்திருப்பார்.

'சரஸ்வதி'யின் வெற்றிப்பயணத்தில் வல்லிக்கண்ணனின் பங்களிப்பும் குறிப்பிடத்தக்கது. அதன் ஆயுட்காலம் முழுதும்

வல்லிக்கண்ணன் அதில் நீக்கமற நிறைந்திருக்கிறார். வல்லிக் கண்ணன் அதில் தமது 'அடிவானம்' என்னும் நவீனத்தின் முதல் பகுதியை வெளியிட்டார். விமர்சனக் கட்டுரைகளும் எழுதினார்.

'சரஸ்வதி காலம்' என்னும் தலைப்பில் அவர் எழுதியுள்ள ஆய்வுநூல் 'சரஸ்வதி' குறித்த இலக்கிய வரலாற்று ஆவணமாகத் திகழ்கிறது. 'தமிழில் சிறு பத்திரிகைகள்' என்னும் ஆய்வுநூலிலும் 'சரஸ்வதி' குறித்து வல்லிக்கண்ணன் ஒரு தனிக்கட்டுரை வரைந் துள்ளார். அந்நூல் தமிழில் சிற்றிதழ் வரலாற்று ஆவணம் என்னும் வகையில் முதல் நூல் ஆகும்.

மார்ச் 1 – 15, 2006

பி.ஆர். எஸ். கோபால்

பி.ஆர்.எஸ். கோபால்

‘குண்டுசி’க்கு வருவதற்கு முன்பே கோபால் பிரபலம். ‘ஹனுமான்’ பத்திரிகையில் குதர்க்கமும் நகைச்சுவையும் ததும்பப் பல கட்டுரைகளை எழுதியவர். ‘ஹனுமான்’ பத்திரிகையிலிருந்து ராம்நாத்தின் ‘பேசும் படம்’ இவரை ஆசிரியர் பணி அளித்து இழுத்துக்கொண்டது. ‘பேசும் பட’த்திலும் தமது இதழியல் சிந்தனைகளின் தாக்கத்தைப் பலவிதங்களில் பதிவு செய்தார் என்பது அக்காலப் ‘பேசும் பட’ இதழ்களைப் புரட்டினால் பளிச்சென்று தெரியவரும்.

குண்டூசி

‘சில்வர் ஸ்க்ரீன்’ சினிமா பத்திரிகையில் 1938இல் கேள்வி – பதில் பகுதியைக் ‘குண்டூசி’ என்னும் புனை பெயரில் எழுதிவந்த பி.ஆர்.எஸ். கோபால் (ரா.அ. பத்மநாபனின் சகோதரர்) பத்தாண்டுகள் கழித்து அதே பெயரில் ஒரு சினிமா பத்திரிகையை ஆரம்பித்தார். முதல் இதழ் 1947 அக்டோபரில் வந்தது. மாத இதழ். விலை 8 அணா.

தலையங்கத்தில் இதழின் பெயர்க் காரணத்தை கோபால் இப்படி வர்ணிக்கிறார்: “பத்து வருஷ காலத்திற்குள் இச்சிறு வஸ்துவின் பெயர் எனக்குப் பெரிய புகழை அளிக்கும் என்றும் நான் அப்பெயரிலேயே ஒரு பத்திரிகையையும் ஆரம்பிப்பேன் என்றும் எண்ணவே இல்லை. வாசகர்கள் என்னை முழுதும் ஏமாற்றி எனக்குப் பேராதரவை அளித்திருக்கிறார்கள். எனவே, எதிர்காலத்தில் குண்டூசி பிரமாதமான பத்திரிகையாகிவிட்டால் அந்தப் பொறுப்பையும் நான் ஏற்றுக்கொள்வதாயில்லை. அந்தப் பழியையும் நான் வாசகர்கள் மீதே போட்டு விடத் தீர்மானித்துவிட்டேன்.”

இப்படி ஒரு நயமான, மென்மையான கிண்டல் நடை கைவரப்பெற்றவர் ‘குண்டூசி’ கோபால்.

கோபாலின் ‘குண்டூ’சித் தமிழுக்கு எடுத்துக் காட்டுகள்:

தற்காலம் உள்ள நிலைமையில் குடும்ப ஸ்த்ரீகள் சினிமாவுக்கு வரலாமா?

நீங்கள் குறிப்பிடுவது எதை? தற்காலம் சினிமா உள்ள நிலைமையா? அல்லது குடும்ப ஸ்த்ரீகள் உள்ள நிலைமையா?

சில டைரக்டர்கள் தாமெடுக்கும் படங்களுக்குத் தாமே எடிட்டராகப் பணியாற்ற விரும்புவதன் ரகசியம் என்ன?

ரகசியம் ஒன்றுமில்லை. தாம் முட்டாள்தனமாக எடுத்துத் தள்ளியிருக்கும் நெகடிவ்களை வேறொருவர் பார்ப்பதை எந்த டைரக்டர்தான் விரும்ப முடியும்?

பேசும் படங்களில் திரைமறைவு சங்கீதம் (பின்னணி இசை) கையாளப் படுவதேன்?

இதுகூடத் தெரியாதா? நடிகர்களின் அபஸ்வரங்களைத் திரையிட்டு மறைப்பதற்காகத்தான்.

(இவை 'குண்டூசி' இதழில் வந்த பதில்கள் அல்ல. 1938–43 வாக்கில் கோபால் 'குண்டூசி' என்னும் புனைபெயரில் 'சில்வர் ஸக்ரீன்' பத்திரிகையில் எழுதிய பதில்கள்.)

'குண்டூசி'யின் நோக்கம் சினிமாக்கலையின் வளர்ச்சி ஒன்றுமட்டுமே – அச்சம், தயவு தாட்சண்யம் இல்லாமல் நியாயங்களை வெளியிடுவதே – அதுவும் நகைச்சுவையுடன் வெளியிடுவதே என்னும் கொள்கைப் பிரகடனத்துடன் கோபால் 'குண்டூசி'யைத் தொடங்கினார். ஜாதி, மதம், விருப்பு வெறுப்புகள் அடிப்படையிலான பாகுபாடுகள் 'குண்டூசி'க்கில்லை என்றும் அறைகூவல் விடுத்தார்.

'குண்டூசி'க்கு வருவதற்கு முன்பே கோபால் பிரபலமாகி விட்டிருந்தார். 'ஹனுமான்' பத்திரிகையில் குதர்க்கமும் நகைச் சுவையும் ததும்ப அவர் எழுதிய கட்டுரையால் எரிச்சலுற்ற ஓர் ஆத்திரக்காரர் கோபாலின் முகத்தில் பேனாக்கத்தியால் கோடு போட அந்த விழுப்புண் கோபாலின் புகழ்வடுவாய் விளங்கியது. 'ஹனுமான்' பத்திரிகையிலிருந்து ராம்நாத்தின் 'பேசும் படம்' இவருக்கு ஆசிரியர்பணி அளித்து இழுத்துக் கொண்டது. 'பேசும் பட'த்திலும் தமது இதழியல் சிந்தனை களின் தாக்கத்தைப் பலவிதங்களில் இவர் பதிவுசெய்தார் என்பது அக்காலப் 'பேசும்பட' இதழ்களைப் புரட்டினால் பளிச்சென்று தெரியவரும்.

'குண்டூசி'யின் போஷகர் அல்லது அதிபர் கே.ராதா கிருஷ்ணன். இவர் மதுரையில் ஜவுளித்தொழிலில் கொடி கட்டிப் பறந்தவர். எழுத்தாளர் சாவியின் மைத்துனர். ராதா கிருஷ்ணன் நிதிப் பங்குதாரர் என்றும் பி.ஆர்.எஸ். கோபால் பணிப் பங்குதாரர் என்றும் ஓர் அடிப்படை ஒப்பந்தம் செய்து கொண்டு தொடங்கப்பட்டது 'குண்டூசி'. மாதாமாதம் கோபாலுக்கு ரூ. 1000 ஆசிரியர் சம்பளமாக அளிக்கப்பட்டது. ராதாகிருஷ்ணன் – கோபால் இருவரும் பின்னாளில் பிரிய

நேரிட்டது. ஒரு காலத்தில் அவர் லட்சுமி கிருஷ்ணமூர்த்தியின் 'வாசகர் வட்ட'த்தில் மேலாளராகப் பணிபுரிந்துள்ளார். அங்கு அச்சுப்பிழை திருத்திக் கொண்டிருந்ததும் உண்டு. இறுதிக் காலத்தில் கோபால் மிகவும் வறுமையில் வாடியதாகவும் பக்கவாதம் வந்து வில்லிவாக்கத்தில் தமது மகள் வீட்டில் கடைசிக்காலத்தைக் கழித்ததாகவும் செய்திகள். குறும்பு கொப்பளிக்கும் எழுத்தின் சொந்தக்காரர் இப்படிச் சோகமாக முடிந்துபோனது ஓர் இயற்கை முரண் என்றுதான் சொல்ல வேண்டும்.

முதன்முதலில் 26, கிடங்குத்தெரு, சென்னை – 1 என்னும் முகவரியில் அலுவலகம் அமைய ராஜா சர் அண்ணாமலை செட்டியாரின் கமர்ஷியல் பிரிண்டிங் & பப்ளிஷிங் ஹவுஸ் (அரண்மனைக்காரத் தெரு, சென்னை – 1) என்னும் அச்சகத்தில் வாகனம் ஏறி 'குண்டூசி' உலாவரத் தொடங்கியது. ராதா கிருஷ்ணன் 'குண்டு சூதி' என்னும் பெயரில் ஒரு தெலுங்கு சினிமா இதழையும் பின்னாளில் நடத்தினார். தமிழ்க் 'குண்டூசி'க்கு மட்டுமே கோபால் ஆசிரியர். 1976 வரை அக்காலத்தில் தனித்த செல்வாக்குடன் புதுமையான திரை இதழாக வந்த 'குண்டூசி' அதற்குப்பின் சினிமாவிலிருந்து ஆன்மிகத்திற்குக் குடிபெயர்ந்தது.

'குண்டூசி' முதல் இதழில் கல்கி கிருஷ்ணமூர்த்தி, என்.எஸ். கிருஷ்ணன், டி.ஆர். ராஜகுமாரி, பி. பானுமதி, வி. நாகையா, பி. எஸ். கோவிந்தன், வி.என். ஜானகி போன்ற பிரபலங்கள் அளித்த வரவேற்பு மற்றும் வாழ்த்துரைகள் இடம்பெற்றன. என்.எஸ். கிருஷ்ணன் போன்ற ஓரிருவர் தவிர எல்லோருமே பகவான் அருளால் பத்திரிகை நீண்டகாலம் வாழவேண்டும் என்றே பிரார்த்தனை செய்திருக்கிறார்கள். இதழும் தொடர்ந்து 52 ஆண்டுகள் (1947 முதல் 1976 வரை சினிமா இதழாகப் பகவான் அருளின்றியும் 1977 முதல் 1998 வரை ஆன்மிக இதழாகப் பகவான் அருளோடும்) நடந்தது.

இதழ்தோறும் இடம்பெற்ற பகுதிகள் – குண்டூசி கேள்வி–பதில், குண்டூசி டைரி, நுனிப்புல், நடிக நடிகையர் வாழ்க்கைச் சரிதம், நட்சத்திரங்களுடன் ஒருநாள், உள்ளது உள்ளபடி (இது அரசியல் சமூகக் கலாசார நிகழ்வுகள் குறித்த அறிமுக விமர்சனத் தொடர்). இவை தவிர, திரைப்படத் தொழில் நுணுக்கங்கள் குறித்த கட்டுரை, மறுமலர்ச்சி எழுத்தாளர்களின் ஓரிரு சிறுகதைகள். நுனிப்புல் பகுதி ஏறக்குறைய இக்காலக் 'கிசுகிசு' போன்றது. ஆனால் எல்லை மீறாமல் தனிநபர் விமர்சனம் செய்தார் கோபால். யாரைக் குறித்து எழுதுகிறார் என்பது தெரிந்தும் தெரியாமலும் இருக்கும்படியான ஒரு குறிப்பு

மொழியில் நகைச்சுவையும் நையாண்டியும் விரவிவர 'நுனிப்புல்' மேய்ந்தார் என்று சொல்லலாம். அதனால் அதற்கு வாசகர்கள் ஏராளம்.

'கேள்வி – பதில்' பகுதி 'குண்டூசி'யைப் பேசவைத்த பகுதி... பாபுராவ் படேல் நடத்திய 'பிலிம் இந்தியா'தான் இப்பகுதிக்கு முன்னோடி என்பது செய்தி. பாபுராவ், கோபால் இருவரைப் போலவே 'கேள்வி – பதில்' பகுதிமூலம் பிரபலமான இன்னொரு பத்திரிகையாளர் தமிழ்வாணன். இன்று நச், நறுக் என்றெல்லாம் அடைமொழியிட்டு விளம்பரம் செய்கிறார்களே அத்தகைய பண்புகளுடன் 'கேள்வி – பதில்' பகுதியைக் கோபால் கொண்டுவந்தார்.

'குண்டூசி'யின் இன்னொரு பிரபலமான பகுதி அதன் நடன அரங்கம். அந்தப் பகுதியை ஏ.ஆர். கிருஷ்ணமூர்த்தி எழுதினார். இவர் ராஜா அண்ணாமலை செட்டியாரின் கம்பெனி ஒன்றில் எழுத்தர் பணிபுரிந்துகொண்டிருந்த கலை விமர்சகர். அக்காலப் பரதக் கலைஞர்களும் திரைப்பட நாட்டிய நடிகையரும் நடன அரங்கத்தின் அபிமானிகள். 'குண்டூசி'யில் கி.வா. ஜகந்நாதன், மாயாவி, எல்லார்வி, ஆர்.வி. ('கண்ணன்' ஆசிரியர்) போன்ற புதினப் படைப்பாளிகள் தொடர்ந்து சிறுகதைகள் எழுதினார்கள். கணபதி ஸ்தபதியின் மகன் ஜி. பார்த்தசாரதி, ஆர். நடராஜன் (கே. மாதவன்) இருவரும் 'குண்டூசி'யின் கலைஞர்கள், ஓவியர்கள்.

'குண்டூசி' 20,000 படிகள் விற்று அரசோச்சிய காலத்தில் 'பேசும் படம்' 5000 தான் விற்பனை என்றும் செய்திகள் உண்டு. "லஸ் நியூஸ் மார்ட்டில் மட்டும் 1947 – 48இல் ஆனந்த விகடன் 1200 படிகள். 'குண்டூசி', 'பேசும்படம்' ஒவ்வொன்றும் 100 படிகள் விற்றன" என்கிறார் அதன் உரிமையாளராகவும் திரு.வி.க.வின் 'நவசக்தி', சீனிவாச ராவின் 'நாரதர்' ஆகிய இதழ்களுக்கு விநியோக முகவராகவும் இருந்த ஜே.ஆர்.எஸ். சர்மா. 'கலாவல்லி' ஆசிரியர், தமிழகத்தின் முதல் திரைப்பட டைரக்டரியான 'சினிமா டைரி' நிறுவனர் காண்டீபன் எல்லாம் இவரே. 'குண்டூசி'யின் விளம்பர மேலாளராக 1947 முதல் பல்லாண்டுகள் பணிபுரிந்துள்ள சர்மாவுக்கு இன்று 86 வயது. லஸ் நியூஸ் மார்ட்டிற்கு நீதிபதிகளும் திரையுலகப் பிரதிநிதிகளும் (இயக்குநர் கே. சுப்ரமணியம்), நடிகர்களும், எழுத்தாளர்களும் (புதுமைப்பித்தன், கே.எஸ். வேங்கடரமணி) அடிக்கடி நேரடியாக வந்து பத்திரிகைகள் வாங்குவதும் நண்பர்களோடு உரையாடுவதும் வாடிக்கை.

'சினாரியோ' என்னும் தலைப்பில் ('குண்டூசி' நவம்பர் 1947) சது.சு. யோகியார் திரைக்கதை நுட்பங்களைப் பற்றி

ஓர் அரிய கட்டுரை வழங்கியுள்ளார். "சினாரியோ என்பது காட்சிக்கோப்பு. டிராமா என்றால் நாடகம். ஏற்கெனவே தமிழில் உள்ள சொற்கள் இவை. இலக்கியத்திலும் இவை எப்போதோ இடம்பெற்றுவிட்டன. டிராமா என்பதைக் காட்டிலும் நாடகம் என்னும் சொல் அர்த்தமுள்ள சொல். நாடு – அகம். அகத்தை நாடுவது. ஒரு நாடகத்தை காட்சி களாகப் பிரித்து எழுதினால் அதற்குப் பெயர் சினாரியோ" என்று சினிமாஅரிச்சுவடியில் தொடங்கி வெகு அழகாக சினாரியோ பற்றி விளக்குகிறார் யோகியார். அவர் தமிழும் இசையும் கலை இயக்கமும் கற்றவர். 'குண்டூசி' அவரை நன்கு பயன்படுத்திக்கொண்டுள்ளது. இப்படிப்பட்ட கலை, தொழில்நுட்பக் கட்டுரைகளைப் பிற்காலத்தில் 'பிலிமாலயா' இதழில் எம்.ஜி. வல்லபனும் வெளியிட்டுள்ளார் என்றாலும் 'குண்டூசி' 30 ஆண்டுகளுக்கு முன்பே (இன்றைய கணக்கில் 60 ஆண்டுகள்) பாதை போட்டுவிட்டது.

1948 பிப்ரவரி இதழில் காந்தியடிகள் படுகொலை செய்யப் பட்டதையொட்டி ஓர் உருக்கமான தலையங்கம். 1948 மார்ச் இதழில் 'சந்திரலேகா' திரைப்படம் தயாரிப்பு நிலையில் இருந்த போதே அப்படத் தயாரிப்பு குறித்து விரிவான ஒரு முன்னோட்டக் கட்டுரை. காசினோ தியேட்டர் முதலாளி இரானியும் சன் தியேட்டர் சுந்தர் ராவ் நாயுடுவும் மரணம் அடைந்ததை யொட்டித் தென்னிந்திய பிலிம் சேம்பர் துக்கம் கொண்டாடிய செய்தி, 1955 மே இதழில் ரா.பி. சேதுப்பிள்ளையைக் கவுரவித்து ராஜா சர் முத்தையா செட்டியார், முதல்வர் கு. காமராஜ் பாராட்டிய நிகழ்வுகள் – இப்படித் திரைப்படத்துறையை ஒட்டியும் அதற்கு அப்பாலும் நிகழ்வுகளைத் தெரிவுசெய்து பதிவு செய்யும் நேர்த்தி 'குண்டூசி' கோபாலின் இதழியல் ஈடுபாட்டைக் காட்டுகிறது.

1955 செப்டம்பர் இதழில் கே. ராஜலட்சுமி எழுதுகிறார்: "ஆங்கிலப் படங்களில் உணர்ச்சி வெளிப்பாடுகளுக்கு முக்கியத் துவம் தருகிறார்கள். தமிழ்ப் படங்களிலோ நடிகர்களின் வாய்க்குத்தான் அதிக சந்தர்ப்பம் தரப்படுகிறது. கதை ஒரு பக்கமும் வசனம் இன்னொரு பக்கமும் இழுக்க படம் முழுக்க முழுக்க முரணான கதம்பக் காட்சிகளால் பின்னப்படுகிறது." 50 ஆண்டுகளுக்கு முன்னைய விமர்சனம் இன்றும் பொருந்து கிறது.

மாதாமாதம் நிகழ்பவற்றில் முக்கியமானவற்றைக் 'குண்டூசி டைரி' என்னும் பகுதி தொடர் பட்டியல் இட்டுள்ளது. 1947 நவம்பர் இதழில் சென்னை சட்டசபையில் தமாஷா வரி உயர்வு மசோதா சட்டமாக்கப்பட்ட செய்தி. அதற்காகக்

கூட்டப்பட்ட தேர்வுக்குழு விவாதத்தில் கலந்துகொள்ள எஸ்.எஸ். வாசனுக்கு அழைப்பு போன்ற செய்திகள். அதே இதழில் இன்னொரு பக்கத்தில் நாடகங்களுக்குத் தமாஷா வரியிலிருந்து விலக்கு வேண்டும் என்று நவாப் ராஜமாணிக்கம் செய்த சொற்பொழிவு முழுதும் பிரசுரமாகியுள்ளது.

ராஜமாணிக்கம் மிக உருக்கமாக அவரது நாடக ஆர்வம் பற்றியும் அதனால் நிகர இழப்பு பல லட்சங்கள் ஆகியும் கடனாளியாகவே அத்துறையிலேயே தொடர்ந்து ஈடுபடும் தமது விடாப்பிடியான பற்று குறித்தும் பேசியுள்ளார். கட்டுரையின் இறுதியில் வரி விதித்தே ஆகவேண்டும் என்றால் பேசாமல் அரசே தமது நாடகக் கம்பனியை எடுத்து நடத்தலாம் என்றும் கோரிக்கை விடுத்துள்ளார். இதழ் வெளிவந்த நேரம் நாடகங்களுக்கு வரி விலக்கு அளித்துச் சட்டமன்றம் ஆணையிட்ட மகிழ்ச்சிச் செய்தியும் அதே இதழில் பிரசுரம் ஆகியுள்ளது.

1949 மே இதழில் என்.எஸ்.கிருஷ்ணன் தலைமையில் 'தென்னிந்திய நடிகர் சங்கம்' ஆரம்பிக்கப்பட்டது; தியாகராஜ பாகவதருக்கு 'ஏழிசை மன்னர்', கே.பி. சுந்தராம்பாளுக்கு 'ஏழிசை வாணி' பட்டங்கள் அளிக்கப்பட்டன; பட்டுக் கோட்டை அழகிரிசாமிக்கு நிதியுதவி அளிப்பதற்காக சி.என். அண்ணாதுரை தலைமையில் என்.எஸ். கிருஷ்ணனின் 'கிந்தனார்' நாடகம் நடத்தப் பட்டது; தியேட்டர்களில் புகை பிடிப்பதைத் தடை செய்யும் சட்டம் நிறைவேற்றப்பட்டதுமான செய்திகள்.

"காஞ்சி சங்கராச்சாரியார், ரத்தினகிரி சுவாமிகள் ஆகிய இருவர் அறிவுரையின் பேரில் சினிமாவுக்குத் தலைமுழுகி விட்டு அதை ஓர் ஆன்மீக இதழாகக் கொண்டுவந்தார் என்னுடைய தந்தையார்" என்கிறார் ராதாகிருஷ்ணனின் மகள் லதா கிரிதரன். ஆன்மிக இதழான கட்டத்திலோ அதற்கு முன்னரோ கோபால் 'குண்டூசி' ஆசிரியர் பொறுப்பிலிருந்து விலகிவிட்டார்.

1976 முதல் 1996 வரை அதற்கு ராதாகிருஷ்ணனும் அவரது துணைவியாரும் ஆசிரியர்கள். ராதாகிருஷ்ணன் 1996இல் மறைந்துவிடவே 1998 வரை இரண்டு வருடங்கள் மகள் ஆசிரியர், அதிபர் எல்லாமாக இருந்து இதழை நடத்தியுள்ளார் என்றும் தெரிகிறது.

'குண்டூசி' சினிமா இதழாக நடந்த காலத்தில் எம்.ஜி.ஆர்., சரோஜாதேவி, அஞ்சலிதேவி, சௌகார் ஜானகி, கே.ஆர். விஜயா, சந்தியா போன்ற அக்காலப் பிரபலங்கள் ராதாகிருஷ்ணன் வீட்டுக்குச் சர்வசாதாரணமாக வருகை தருவதுண்டு என்றும் எம்.ஜி.ஆர். முதல்வரான பிறகும் தமது குடும்பத்தின்மீது அக்கறை

கொண்டு உதவி புரிந்துள்ளார் என்றும் லதா கிரிதரன் சொல்கிறார்.

திரைப்படத்துறை சார்ந்து தமிழில் ‘நாரதர்’, ‘சில்வர் ஸ்கிரீன்’, ‘பேசும் படம்’, கலை, ‘பொம்மை’, ‘சித்ராலயா’, ‘பிலிமாலயா’ என்று தொடங்கி எத்தனையோ இதழ்கள் வெளி வந்துள்ளன. வந்துகொண்டிருக்கின்றன. ஆனால் ‘குண்டூசி’க்கு அவற்றின் மத்தியில் தனியிடம் உண்டு. அது முழுக்க முழுக்க கோபாலின் ஆளுமை தொடர்பானது.

மார்ச் 16 – 31, 2006

முல்லை முத்தையா

முல்லை முத்தையா (1920 – 2000)

முல்லை முத்தையா (7.6.1920 – 8.2.2000) தேவகோட்டையில் பிறந்தவர். பெற்றோர் பழனியப்பர் – மனோன்மணி ஆச்சி. வித்துவான் நாகப்ப செட்டியார், அஷ்டாவதானம் சிவசுப்ரமணிய செட்டியார் ஆகிய இருபெரும் புலவர்களின் பேரர். பள்ளி இறுதி வரை படிப்பு. வடமொழியும் ஓளரளவு பயின்றவர். இவரது முல்லை பதிப்பகத்தின் மூலம்தான் பாரதிதாசனின் 'அழகின் சிரிப்பு', 'பாண்டியன் பரிசு', 'நல்ல தீர்ப்பு', 'காதல் நினைவுகள்', 'தமிழியக்கம்' போன்ற படைப்புகள் அச்சுக்கு வந்தன. உலகப்புகழ் பெற்ற அயல்மொழி நவீனங்களையும் மொழிபெயர்த்துப் பதிப்பித்துள்ளார். தமிழ்நாடு பதிப்பாளர் சங்கத்தைத் தோற்றுவித்தவர். அதன் செயலாளராக இருமுறை பதவி வகித்துள்ளார். 'முல்லை' தொடங்கப்பட்ட 1946இல் இவருக்கு வயது 26தான்.

முல்லை

பாரதிதாசனின் ‘அழகின் சிரிப்’பைத் தனது முதல் படைப்பாக அச்சேற்றிய பதிப்பகம் ‘முல்லை பதிப்பகம்’ (1944). அதன் உரிமையாளர் பி.எல். முத்தையா – கவிஞரின் அணுக்கத் தோழராய், ஆஸ்தான பதிப் பாளராய்ப் பல்லாண்டுகள் விளங்கியவர். ‘முல்லை’ என்றோர் இலக்கியத் திங்கள் இதழைப் பாரதிதாசன், புதுமைப்பித்தன் ஆகிய இருபெரும் சிகரங்களின் ஆதர்சத் தோடு அவர் கொண்டுவந்தார் (ஜனவரி, 1946). அதன் பிறகு அவர் ‘முல்லை முத்தையா’ என்றே அழைக்கப் பட்டார்.

‘முல்லை’க்கு உள்ள சிறப்புகளில் தலையாயது அது ‘பொன்னி’க்கும் முற்பட்ட திராவிட இயக்க இலக்கிய இதழ் என்பதுதான். ‘முல்லை’யில் எழுதிய முருகு சுப்ர மணியன் பிற்காலத்தில் ‘பொன்னி’யின் நிறுவனர். முத்தையாவுக்கு ஒரே காலகட்டத்தில் பாரதிதாசனோடும் புதுமைப்பித்தனோடும் நெருக்கமான நட்பு ஏற் பட்டுள்ளது. அதன் காரணமாக இருவரின் பங்களிப் பையும் முதல் இதழிலிருந்தே அவர் பயன்படுத்திக் கொண்டுள்ளார். ‘முல்லை’க்கு இதனால் இரட்டிப்பு நன்மை.

‘முல்லை’ முழுக்க முழுக்க பாரதிதாசன் இதழாகவே தொடங்கப்பட்டது. ‘முல்லைக்கு ஆதரவாளர் கவியரசர் பாரதிதாசன்’ என்றே அதன் முதல் பக்கத்தில் அறிவிப்பு. ‘எங்கள் வாழ்வும் எங்கள் வளமும் மங்காத தமிழென்று சங்கே முழங்கு’ என்னும் அவரது வரிகளே முகப்பில் முறுவலிப்பு. ‘மலர்ந்தது முல்லை’ என்னும் அவரது பாடல் முதல் இதழில் பிரசுரம். ‘கவிஞர் வாழ்க்கையில்’ என்றொரு தொடரின் தொடக்கம். இப்படி எங்கெங்குக்

காணினும் புரட்சிக்கவிஞரின் பெயரும் படைப்பும் புகழும் கொடிகட்டிப் பறக்க 'முல்லை' மணந்தது. புதுமைப்பித்தன் எழுதினார்: "முல்லையில் நம் கவிஞரைப் பற்றிய கருத்துகள் நிறைய வரும், அனைவரும் கவனமாகச் சேர்த்துவைத்துக் கொள்வார்கள்."

மு. இளமுருகன் 'முல்லை'யின் தொடக்ககாலச் செய்தி களைத் தெளிவாகத் தருகிறார். "மரபும் புதுமையும் இடை மிடந்த உள்ளடக்கத்தோடு கூடிய இதழின் தேவையை முல்லை நிறைவு செய்தது." "முல்லையின் மணம் தமிழின்பம். அரசியல் சார்புக்கு அப்பாற்பட்டு அனைவரும் தமிழால் ஒன்றுபட வேண்டும் என்பதே இலக்கு" என்கிறார். தமிழாசிரியர்களும் தலைமையாசிரியர்களாக வரும் காலத்தை முன்மொழிந்த முருகு சுப்ரமணியன், இலக்கியம் மனிதனுக்குரியது என்னும் தளத்தில் மரபுகள் வகுக்கப்படுவதை விரும்பிய கா. அப்பாத் துரை, சரீர மர்ம சாத்திரங்களை மாணவர்களுக்குக் கற்பிக்கச் சொன்ன கு. அழகிரிசாமி, தமிழிசை ஆர்வலர்கள் திரு.வி.க., தண்டபாணி தேசிகர் ஆகியோர் கட்டுரைகளை விரிவாக மேற்கோள் காட்டியுள்ளார் ('இலக்கிய இதழ்கள்'; உலகத்தமிழ் ஆராய்ச்சி நிறுவன வெளியீடு). முல்லையின் முதல் ஆறு இதழ்களில் பாரதிதாசன் கவிதை இடம்பெற்றது. அவரது 'ஒரே முத்தம்' என்னும் கதை ஐந்தாம் இதழில் இடம்பெற்றது. 28.7.1946 அன்று அவருக்குப் பொற்கிழி வழங்கப்பட்டது. பொற்கிழி வழங்குதல் தொடர்பான குழுவில் பெரியார், ஜீவானந்தம், முத்தையா முதலியார், ஆர்.கே. சண்முகம் செட்டி யார், வ.ரா, டி.எஸ். சொக்கலிங்கம், ம.பொ.சி. ஆகியோருடன் முத்தையாவும் இருந்தார். அந்நிகழ்வுக்குச் சில நாட்கள் முன்பாகவே முல்லை முத்தையாவுக்கும் பாரதிதாசனுக்கும் மனத்தாங்கல் ஏற்பட்டு பாரதிதாசனின் நூல்கள் பதிப்புரிமை பற்றிய வழக்காக அது முற்றியது. இதன் விளைவு 'முல்லை' ஏழாம் இதழிலிருந்து பாரதிதான் பற்றிய குறிப்புகளோடு பிரகடனக் கவிதை வரிகளும் அகற்றப்பட்டன.

ஏழு தொடங்கி ஒன்பது இதழ் வரை 'முல்லை' முத்தை யாவே ஆசிரியராக இருந்துள்ளார். பத்தாம் இதழ் முதல் ஆசிரியர் என்னும் பதவியில் சிதம்பர ரகுநாதன் அமர்ந்தார். புதுமைப்பித்தனையே ஆசிரியர் பொறுப்புக்கு முத்தையா அழைத்தார். புதுமைப்பித்தன் திரைப்படக்கதை, வசனம், தயாரிப்பு என்று பல பணிகளில் ஈடுபட்டிருந்ததால் ரகுநாதனைப் பரிந்துரை செய்தார் என்று தெரிகிறது. முத்தையாவின் மகன் மு. பழனியப்பன் தொகுத்த 'முல்லை இலக்கியக் களஞ்சியம்' நூலின் அற்புதமான ஆய்வுரையில் இவ்விவரங்கள் தரப் பட்டுள்ளன.

இப்படியாக 'முல்லை'யின் ஆயுளில் இரண்டு படலங்கள். முதல் படலம் பாரதிதாசனின் ஆளுமை காரணமாகத் திராவிட மற்றும் சங்க இலக்கியப் படலமாகவும் 'இரண்டாம் படலம்' ரகுநாதன் ஆளுமை காரணமாக இதற்கு நேர்மாறான மறு மலர்ச்சி இலக்கியப் படலமாகவும் அமைந்தன. முதற்கட்டத்தில் பெரும் பங்காற்றிய திரு.வி.க., சோமசுந்தர பாரதி, மு.வ., அ. சிதம்பரநாதன், காழி சிவ. கண்ணுசாமி போன்றவர்களுக்கு விடை கொடுக்கப்பட்டது. தமிழின் தொன்மை பற்றி வீண் பெருமை பேசுபவர்கள் இவர்கள் என்பது ரகுநாதனின் கருத்து. 'உலகின் முதல் குரங்கு தமிழ்க்குரங்கு' என்று நக்கலடித்தவர் அல்லவா புதுமைப்பித்தன்? அவருடைய சீடர் ரகுநாதன் தமது பங்குக்கு இந்தச் சீர்திருத்தத்தைச் செய்தார்.

இதழியல் என்று எடுத்துக்கொண்டால் ரகுநாதன் செய்த சீர்திருத்தங்கள் செம்மையானவைதாம். அதற்காக ரகுநாதன் கையில் வந்தபிறகு வெளிவந்த 'முல்லை' இதழ்களைப் பற்றி மட்டுமே பேசுவோம் என்போரின் உட்கிடக்கையையும் வெளிச் சத்திற்குக் கொண்டுவந்துவிட வேண்டியதுதான்.

தம் கையில் 'முல்லை' வந்ததும் ரகுநாதன் இப்படி எழுதி னார்: "இனி வரும் முல்லை நேயர்களின் கழுத்தில் கைகொடுத்து அவர்களைப் புறநானூற்றுக் காலத்திற்கோ கபாடபுரத்தின் கோட்டை வாசலுக்கோ தள்ளிக்கொண்டு போக விரும்ப வில்லை." பண்டிதர்களை முதுகில் அடித்த கை அடுத்து மணிக்கொடிப் பரம்பரையினர் கன்னத்திலும் ஓர் அறை விடுகிறது. "மாஜி பெருங்காய டப்பாக்களின் குடுகுடுப்பைக்கும் இலக்கிய விமர்சனம் என்னும் பெயரில் சவ்வு மிட்டாய்த்தனம் பண்ணும் சரடுகளுக்கும் முல்லையில் இடமில்லை."

பாரதிதாசனை ஆதர்சமாக வைத்து 'முல்லை'யை முத்தையா வழிநடத்திய காலத்தில் புதுமைப்பித்தனுக்கு முன்னிடம். ரகுநாதன் காலத்திலோ உச்சகட்டம். நவீனமான வர்கள் என்பதால் ஆ. சீனிவாச ராகவன், ஆ. முத்துசிவன் ஆகிய இரு பேராசிரியர்களுக்கு 'முல்லை'யில் முக்கியத்துவம் இருந்தது. லா.ச. ராமாமிர்தம், எம்.வி. வெங்கட்ராம், கு. அழகிரி சாமி ஆகியோர் தொடர்ந்து எழுதியுள்ளனர். காண்டேகர் போன்ற அயல்மொழிப் படைப்பாளிகளின் கதைகள் மொழி யாக்கம் செய்யப்பட்டு வெளிவந்துள்ளன.

பாரதிதாசன் படலத்தில் லட்சிய வெறியில் புனைவியல் நெறியில் தமிழ்மீது காதல். ரகுநாதன் படலத்தில் யதார்த்த மான ஆண் பெண் இணைவிழைச்சு, பாலியல் பற்றிய விஞ்ஞானம் சார்ந்த அணுகுமுறை கொண்ட கட்டுரை. அக்காலக் கலை இலக்கிய வைதிகர்களுக்கு அதிர்ச்சியூட்டும் வண்ணமாகப்

பாலியல் கதை, நிர்வாண ஓவியம் என்று புதுமைகளைப் புகுத்தினார் ரகுநாதன். இவ்விரண்டு நெறிகளில் எது சரி, எது சரியில்லை என்னும் விவாதம் தேவையில்லை. இரண்டு போக்குகளும் காலத்தின் தேவைகளே.

ஆ. இரா. வேங்கடாசலபதி சொல்கிறார்: "பாரதிதாசனுக்கும் முல்லைக்கும் இருந்த தொடர்புகள் சிட்டி சுந்தரராஜனுக்குத் தெரியவில்லை. ரகுநாதன் முல்லையை ஆரம்பித்தார் என்று பிழைபட எழுதிவிட்டார்."

க. திருநாவுக்கரசு பாரதிதாசன் 'முல்லை'யையும் கண்ண தாசன் பிற்காலத்தில் நடத்திய அதே பெயர் கொண்ட இன்னொரு 'முல்லை'யையும் ஒன்றே போல் கருதிவிட்டார். அவர் ரகுநாதனைக் குறிப்பிடவும் மறந்துவிட்டார். இப்படியாக 'முல்லை'யின் தோற்றமும் இருப்பும் பல வகையில் குழப்பப் பட்டுள்ளன. தமிழில் சிறுபத்திரிகைகள் வரலாறு எழுதிய வல்லிக் கண்ணனும் 'முல்லை' பற்றித் தந்துள்ள ஒருபக்கக் குறிப்பில் பாரதிதாசனை விட்டுவிட்டார்.

பாரதிதாசன் காரணமாக 'முல்லை'யைப் புறக்கணித்த அதே நவீன இலக்கியவாதிகள், ரகுநாதனின் கம்யூனிசக் கொள்கைமீது கொண்ட பகையுணர்வால் 'முல்லை'யைத் தள்ளியே வைத்தார்கள். ரகுநாதனே பிற்காலத்தில் 'முல்லை'யைப் பற்றிப் பேசுவதில்லை என்றும் வேங்கடாசலபதி குறிப்பிடு கிறார். தமிழ், தனித்தமிழ் பற்றியெல்லாம் ரகுநாதனுக்கிருந்த ஒருவகையான கண்ணோட்டம் தான் இவற்றுக்கெல்லாம் மூலகாரணம்.

இன்றைய சிற்றிதழாளரின் சேட்டைகளை அக்காலத் திலேயே புதுமைப்பித்தன் ஆரம்பித்து விட்டார். ரகுநாதனும் தமது பங்குக்குப் பாரதிதாசன், தேசிகவிநாயகம் பிள்ளை, கம்பதாசன், சுரதா ஆகியோர் கவிதைகளிலிருந்து வரிகளை எடுத்துக் குதர்க்கம் பண்ணியிருக்கிறார். 'மு.வ. கதை எழுதவும் க.நா.சு. தமிழ் எழுதவும் கற்றுக்கொள்ள வேண்டும்' என்பது ரகுநாதனின் புகழ்பெற்ற பிற்காலக் குறும்புமொழி. ரகுநாதன் பொறுப்பில் வந்ததும் 'முல்லை' அழகியல் கூறுகளில் அக்கறை செலுத்தியது. ஆர். கிருஷ்ணன், என். ராமகிருஷ்ணன், தாசானந்தா ஆகியோரின் புகைப்படங்களும் சித்திரங்களும் இதழை அலங் கரித்தன. 'முல்லை' இறுதி இதழ் ஆகஸ்ட் 1947இல் வந்தது. அதில் காண்டேகர், கொனஷ்டை, அழகிரிசாமி, வல்லிக்கண்ணன் ஆகியோர் கதைகள் உண்டு. அத்துடன் 'முல்லை'யின் பயணம் முடிந்தது.

'முல்லை' மூன்றாம் இதழில் 'இலக்கிய மரபு' என்னும் தலைப்பில் புதுமைப்பித்தன் எழுதுகிறார்: "சமூகம் அடிமாண்டு

போக, போன இடம் புல்முளைத்து தடம்தெரியாது மறைந்து விடாதிருக்க ஏற்றிவைக்கப்பட்ட சிந்தனை விளக்குகளில் ஒன்று இலக்கியம் என்பதற்காக ஒரு வார்த்தைக்கு இடம் கொடுத்து அதற்கு வணங்கி வழிபட்டு வருகிறோம். அதற்கு நாம் இட்ட பெயர் மரபு என்பது. இன்று இலக்கிய மரபு மனித சகவாசத்தை அவனுடைய பலவீனங்களால் விரும்பித் தோழமை கொள்கிறது. அந்தரத்து தேவர்களைத் தேடித்திரிந்து கால்சலித்த இலக்கியம் இன்று வாழ்வின் பாதையில் மனிதனுடன் சமமாக அவனோடு அவனாகப் பொருந்திச் செல்கிறது . . .” இப்படி விளையாடுகிறது புதுமைப்பித்தனின் அர்த்தம் செறிந்த தமிழ். இக்கட்டுரை ஒன்று போதும் ‘முல்லை’ யின் பெயர் சொல்ல.

‘வக்காலத்து’ என்னும் கட்டுரையில் (‘முல்லை’ இதழ் 9) புதுமைப்பித்தன் எழுதுகிறார்: “சுமார் இருநூறு வருஷங்களாக ஒருவிதமான சீலைப்பேன் வாழ்வு நடத்திவிட்டோம். சில விஷயங்களை நேர்நோக்கிப் பார்க்கவும் கூசுகின்றோம். அதற்காக இப்படி சக்கரவட்டமாகச் சுற்றிவளைத்துச் சப்பைக்கட்டு கட்டுகிறோம். ராமாயணத்தில் விபசாரம் இல்லையா? தற்காலப் புத்தகத் தணிக்கை போர்டார், இப்போது எழுதினால் ஆபாசம் என்று தடை விதிக்கக்கூடிய வேறு விவகாரங்கள் இல்லையா? என் கதைகளின் பொதுத்தன்மை நம்பிக்கை வறட்சி. எதிர் மறையான குணங்கள் இலக்கியத்திற்கு வலுக்கொடுக்குமா? என்று கேட்கலாம். அது ஏற்பவர்கள் மனோபாவத்தைப் பொறுத்ததே ஒழிய எதிர்மறை பாவத்தின் விஷத் தன்மை யைப் பற்றியதல்ல. . .” பு. பியின் இலக்கியநோக்கை ஆணி யடித்து நிலைநிறுத்தும் வரிகள் இவை.

முல்லை முத்தையா (7.6.1920 – 8.2.2000) தேவகோட்டையில் பிறந்தவர். பெற்றோர் பழனியப்பர் – மனோன்மணி ஆச்சி. வித்துவான் நாகப்ப செட்டியார், அஷ்டாவதானம் சிவசுப்ர மணிய செட்டியார் ஆகிய இருபெரும் புலவர்களின் பேரர். பள்ளி இறுதிவரை படிப்பு. வடமொழியும் ஓரளவு பயின்றவர்.

இவரது முல்லை பதிப்பகத்தின் மூலம்தான் பாரதிதாசனின் ‘அழகின் சிரிப்பு’, ‘பாண்டியன் பரிசு’, ‘நல்ல தீர்ப்பு’, ‘காதல் நினைவுகள்’, ‘தமிழியக்கம்’ போன்ற அரிய படைப்புகள் அச்சுக்கு வந்தன. உலகப்புகழ் பெற்ற அயல்மொழி நவீனங்களையும் மொழிபெயர்த்துப் பதிப்பித்துள்ளார். தமிழ்நாடு பதிப்பாளர் சங்கத்தைத் தோற்றுவித்தவர். அதன் செயலாளராக இருமுறை பதவி வகித்துள்ளார். பெற்ற பரிசுகளும் விருதுகளும் ஏராளம். அவற்றில் 1987இல் கா. சுப்ரமணியனார் நூற்றாண்டு விழாவில் அளிக்கப்பட்ட ‘பாவேந்தர் சீர்பரவுவார்’ பட்டம், 1990இல்

தமிழக அரசு தந்த 'பாவேந்தர் விருது' உலகத் திருக்குறள் உயராய்வு மையம் அளித்த 'குறள் ஆய்வுச்செம்மல்' சன்னதம் குறிப்பிடத்தக்கன.

'முல்லை' தொடங்கப்பட்ட *1946*இல் இவருக்கு வயது *26* தான். *24* வயதில் பதிப்பகம் கண்ட முத்தையா, அத்தனை இளம்பிராயத்தில் பதிப்புலகில் மகத்தான சாதனைகளைத் தொலைநோக்கோடு நிகழ்த்திக்காட்டிய முத்தையா தம் வாழ்க்கையின் பிற்காலத்தில் சிறப்பாகச் செயல்பட இயலாமல் போய் விட்டது துர்ப்பாக்கியமே என்பதையும் வேங்கடாசலபதி பதிவு செய்திருக்கிறார்.

ஏப்ரல் 1 – 15, 2006

பி.சி. கணேசன்

மாதவி

• அரசியல் வார ஏடு •

பி.சி. கணேசன் (1927 – 2006)

பி. சி. கணேசன் (30.4.1927 – 28.3.2006) தஞ்சை மாவட்டம் நீடாமங்கலத்திற்கு அருகிலுள்ள பூவனூர் என்னும் சிற்றூரைச் சேர்ந்தவர். காசா சுப்பாராவ் ஆசிரியராக இருந்த 'சுதந்திரா' ஆங்கிலப் பத்திரிகையில் தமிழ்த்தலைவர்கள் பற்றித் தொடர் எழுதி அன்றைய அறிவுஜீவிகளின் கருத்தைக் கவர்ந்தவர். தெளிவான சிந்தனையும் நேர்மையான விமர்சன நோக்கும் ஆழமான மொழிநடையும் வாய்க்கப்பெற்ற பி.சி. கணேசன் முதிர்ந்த அரசியல் அறிஞர்.

மாதவி

பி.சி. கணேசன் (30.4.1927 – 28.3.2006) தஞ்சை மாவட்டம் நீடாமங்கலத்திற்கு அருகிலுள்ள பூவனூர் என்னும் சிற்றூரைச் சேர்ந்தவர். காசா சுப்பாராவ் நடத்திய 'சுதந்திரா' ஆங்கிலப் பத்திரிகையில் தமிழ்த் தலைவர்கள் பற்றிய தொடர் எழுதி அன்றைய அறிவு ஜீவிகளின் கருத்தைக் கவர்ந்தவர். சின்னக் குத்தூசியின் மொழியில் சொல்வதானால் தமிழைவிட ஆங்கிலத்தில் இன்னும் சிறப்பாக எழுதவல்லவர். அந்நாளில் திராவிட – தமிழ் இயக்கங்களைச் சேர்ந்தவர்களை ஆங்கிலம் அறிந்த அறிவுஜீவிகள் அலட்சியம் செய்வார்கள். அந்தப் பின்புலத்தில் பி.சி.ஜி.யின் தொடர் வெகுவாகப் பேசப் பட்டது. அவரும் மதிக்கப்பட்டார். அவருக்கென்று ஓர் அபிமானிகள் பட்டாளமே திரள ஆரம்பித்தது.

தெளிவான சிந்தனையும் நேர்மையான விமர்சன நோக்கும் ஆழமான மொழிநடையும் வாய்க்கப்பெற்ற பி.சி.ஜி. முதிர்ந்த அரசியல் அறிஞர். 1950களில் 'முரசொலி' யில் 'மனிதனின் கதை' மற்றும் பாமரிட இயல் கட்டுரைத் தொடர் எழுதித் திராவிட இயக்கத்தின் சீரிய சிந்தனை யாளராக அறிமுகமானவர். இவரது 'கிழக்கும் மேற்கும் ஏந்திய தலைவன்' என்னும் ஜவஹர்லால் நேருவைப் பற்றிய தொடர் நெடுமாறனின் 'குறிஞ்சி' இதழில் 1960களில் வெளிவந்த அற்புதமான அரசியல் விமர்சனம். வெ. சாமிநாத சர்மா, ஏ.என். சிவராமன் போன்றவர் களோடு ஒப்பிடத்தக்கப் பொறுப்புணர்வும் முதிர்ச்சியும் கொண்ட பண்பான எழுத்தாளர்.

பி.சி.ஜி.யின் 'மாதவி' ஜூன் 1961 – ஆகஸட் 62 காலகட்டத்தில் வெளிவந்த அரசியல் கிழமை ஏடு. திருவாரூரில் உயர்நிலைப் பள்ளித் தலைமையாசிரி

யராகப் பணிபுரிந்த பி.சி.ஜி. தொடங்கிய 'மாதவி'க்கு ஆசிரியர் இரா. தியாகராசன் (சின்னக் குத்தூசி). வெளியீட்டாளர் அவரே. அச்சிட்டது பாரதி பிரஸ், உப்புக்காரத்தெரு, திருவாரூர். வெளியீடு மாதவி புத்தக நிலையம். பின்னாளில் அச்சிட்டது ஸ்டார் பிரஸ், நாகை ரோடு, விஜயபுரம், திருவாரூர். விலை 16 காசுகள்.

சிலப்பதிகார மாதவி மீது ஒரு மயக்கம் பி.சி.ஜி.க்கு உண்டு. அதன் காரணமாகவே தமது மகளுக்கு அப்பெயரைச் சூட்டினார். அதே பெயரில் ஒரு புத்தக நிலயமும் பதிப்பகமும் ஆரம்பித்தார். சொந்தப் பத்திரிகை தொடங்கும் எண்ணம் வந்ததும் 'மாதவி' என்றே அதற்குப் பெயரிட்டார்.

மாதவியை பி.சி.ஜி. ஆரம்பிக்க உடனடிக் காரணம் உண்டு. 'மனிதனின் கதை' தொடரின் ஒரு சில இதழ்களில் கணேசனின் பெயர் விடுபட்டுப்போனதால் ஏற்பட்ட கசப்பும் சொந்தப் பத்திரிகை நடத்திப்பார்த்தால் என்ன என்னும் தூண்டுதலும் உடனடிக் காரணம். அப்படி விடுபட்டுப் போனதற்கு வருத்தம் தெரிவித்து முரசொலி மாறனே இவரைத் தேடிவந்து சந்தித்தார் என்பதும் அதற்குப் பிறகும் தமது வளர்ச்சியை நிர்வாகம் விரும்பவில்லை என்னும் கருத்து பி.சி.ஜி மனத்தில் ஆழப்பதிந்து விட்ட பின்னணியில் இவருக்கு 'முரசொலி'யுடன் பிணக்கம் ஏற்பட்டுவிட்டது என்பதும் செய்திகள்.

நண்பர்கள் கோ. அரங்கநாதன் (ரயில்வே அதிகாரி, ஆங்கிலம் தமிழ் இருமொழி எழுத்தாளர், 'முத்தாரம்' இதழிலும் *Caravan* பத்திரிகையிலும் எழுதிக் கொண்டிருந்தவர், பின்னாளில் திருச்சி அறிவாளிகள் பேரவை நிறுவனர், பி.சி.ஜி.யின் குடும்ப நண்பர்), நாகலிங்கம், வரதராஜன், ராமையா, அணியமங்கலம் சுவாமிநாதன் (பள்ளி ஆசிரியர்கள்) ஆகியோர் ஆக்கமும் ஊக்கமும் தர முன்வந்த பின்னணியில் 'மாதவி' பிறந்தது. ஐவரும் இதழின் முதலீட்டாளர்கள். ரூ. 10,000 முதலீட்டில் இதழ் ஆரம்பிக்கப்பட்டது. இதழின் வளர்ச்சிக்காகக் கண்ண தாசனும் நெடுமாறனும் திருவாரூரிலும் கும்பகோணத்திலும் சிறப்புக்கூட்டம் நடத்தி ரூ. 2000 நிதி வசூல் செய்து தந்தார்கள் என்கிறார் இரா. விசுவநாதன் (நடிகர், பேச்சாளர், எழுத்தாளர்). சின்னக் குத்தூசி நடுநிலைப் பள்ளியாசிரியராக இருந்து அதிலிருந்து விலகி 'மாதவி, ஆசிரியர் பொறுப்பை ஏற்றார். அவர் ஊதியம் இல்லாமலேயே அதில் பணி புரிந்தார். தலை யங்கங்கள் பெரும்பாலானவை சின்னக் குத்தூசியால் எழுதப் பட்டன. சிறுபான்மை பி.சி.ஜி.யால் எழுதப்பட்டன.

நடுநிலை அல்லது தி.மு.க. ஆதரவுநிலைதான் இதழின் அடிநாதம் என்னும் கருத்தொற்றுமையில் இதழை ஆரம்பிக்க

வேண்டும் என்றுதான் திட்டமிடப் பட்டது. அன்றைய அரசியல் நிலவரங்கள் இதற்கு நேர் எதிரிடையான பின்புலங்களைத் தோற்றுவித்தன. அண்ணா – சம்பத் கருத்து வேறுபாடுகள் முற்றி தி.மு.க. பிளவுண்டது. சம்பத் தமிழ்த் தேசியக்கட்சி தொடங்கினார். பி.சி. கணேசன் சம்பத்தின் பக்கம் நின்றார். இதழும் த.தே.க. இதழாக மலர்ந்தது.

முழுநேர அரசியலில் ஈடுபடுவதற்காகத் தலைமையாசிரியர் பதவியை விட்டுநீங்கி சம்பத்தோடு போக வேண்டாம் என்று நண்பர்கள், குறிப்பாக கோ. அரங்கநாதன் சொன்ன ஆலோசனையை பி.சி.ஜி. ஏற்றிருந்தால் அவருடைய எதிர்காலம் வேறு மாதிரியாக இருந்திருக்கும். அப்படிப் போனதால் குருவில்லா ஜேகப், பாலகிருஷ்ண ஜோஷி போன்று அனைத்திந்திய அளவில் மிகப்பெரும் பெயரும் புகழும் நல்லாசிரியர் என்னும் தகுதியில் பெற்றிருக்கவேண்டிய வாய்ப்பை பி.சி.ஜி. தவறவிட்டார் என்பதும் நண்பர்களின் கருத்து. எப்படியானாலும் தனிமனிதர் என்னும் அளவில் தோல்விகளையே சந்தித்த நிலையிலும் எழுத்தாளர், சுதந்திரச் சிந்தனையாளர் என்னும் தகுதியில் அவர் என்றும் நினைவு கூரப்படுவார் என்றே தோன்றுகிறது.

சம்பத்தோடு போன சின்னக் குத்தூசி பிற்காலத்தில் மீண்டும் தி.மு.க.வுக்கு ஆதரவு என்னும் நிலையெடுத்ததுபோல் அல்லாமல் பி.சி.ஜி. நடுநிலையாளராகவே நீடித்துவிட்டார். காங்கிரஸ் கட்சியில்கூட அவர் இறுதிக்காலத்தில் தம்மை இறுக்கமாகப் பிணைத்துக்கொள்ளவில்லை. சுதந்திரமான எழுத்தாளராகவே வாழ்ந்து முடித்து விட்டார்.

மாதவி *tabloid* வடிவத்தில் நேர்த்தியான அச்சுக் கோப்புடன் வெளிவந்த கிழமை இதழ். 'மாதவி'யை மிக நேர்த்தியான பத்திரிகையாகக் கொண்டுவந்ததில் ஓவியர் ஆழி.வே. ராமசாமியின் பங்களிப்பு அதிகம். ஆழியே இதழின் நிர்வாகப்பொறுப்பையும் சுமந்தார். 'மாதவி'யில் அரசியல், கலை, இலக்கியம், சினிமா விமர்சனம், சிறுகதை அனைத்தும் உண்டு. அரசியல் தான் இதழை அதிகமாக ஆக்ரமித்துக்கொண்டது. சம்பத் அரசியல் கட்டுரை எழுதினார். கதைகள் என்று எடுத்துக்கொண்டால் நா. பார்த்தசாரதி, எழில் முதல்வன், கோ. அரங்கநாதன், இரா. விஸ்வநாதன், மலையமான் ஆகியோர் எழுதினார்கள். கண்ணதாசன், மு. உலகநாதன், சந்திரா ஆகியோரது கவிதைகள் வெளிவந்தன.

'திரு ஆரூரான்' என்னும் புனைபெயரில் சின்னக் குத்தூசி அரசியல் தலைவர்கள் பற்றிக் கட்டுரைகள் தீட்டினார். நாகலிங்கம் 'சுதந்திரன்' என்னும் பெயரில் 'எண்ண அலைகள்'

என்னும் தொடர் எழுதினார். சம்பத்துடன் த.தே.க. சென்ற என்.எஸ். இளங்கோ, பொறையார் சி. ஜம்பு, திருத்துறைப் பூண்டியில் அஞ்சல் துறையில் பணிபுரிந்த மறைமலையான் கட்டுரை எழுதினார்கள். பிற்காலத்தில் என்.ஜி.ஓ. சங்கத் தலைவரான இளங்கோ சினிமா விமர்சனம் வரைந்தார். 'நெஞ்சில் ஓர் ஆலயம்' படத்திற்கு இவர் எழுதிய விமர்சனம் படத்தைப் போலவே அத்தனை சிறப்பாக அமைந்தது.

பி.சி.ஜி. பல புனைபெயர்களில் எழுதினார். அகத்தியன், அரசியல்வாதி, மெகஸ்தனிஸ், மங்களப்பிரியன் என்பவை அவை. பி.சி.ஜி.யின் நடை பிற திராவிட இயக்க எழுத்தாளர் களின் நடையிலிருந்து முழுக்க முழுக்க மாறுபட்டது. எதுகை மோனை அழகுகளோ வார்த்தை ஜாலங்களோ இல்லாத சிக்கலற்ற எளிய தெளிவான நடை. நேரடியான வாக்கியங்கள் கொண்ட தர்க்கம் நிரம்பிய தமிழ்நடை. உயர்வு நவிற்சியோ காய்தல் உவத்தலோ இல்லாத நடப்பியல் நடை.

'மாதவி' வெளிவந்த புதிதில் அதன் தலையங்கம் ஒன்றை அப்படியே மறுபிரசுரம் செய்ததன் மூலம் இதழின் வருகையைப் பாராட்டி மகிழ்ந்தது 'ஆனந்த விகடன்'. இப்படி ஒரு வெகுஜன இதழ் புதிதாக ஆரம்பிக்கப்படும் சிற்றிதழைக் கவுரவிப்பது ஓர் அபூர்வமான நிகழ்வு அல்லவா? பி.சி. கணேசனின் தலை யங்கம் அத்தனை செறிவுள்ளது என்பது இதன் உட்கிடை. 'மாதவி'யில் 'நடிகை' என்னும் தொடர் கதையை பி.சி.ஜி. எழுதிய வேளை அதன் விற்பனை பலமடங்கு அதிகரித்தது. த.தே.க.வின் முன்னணிப் பேச்சாளராகவும் எழுத்தாளராகவும் விளங்கிய பின்புலத்தில் 'அண்ணாவின் அரசியல் – ஒரு கண்ணோட்டம்' என்னும் தலைப்பில் கடுமையான ஒரு விமர்சனக் கட்டுரையை எழுதிப் பெரும் பரபரப்பை ஏற் படுத்தினார். பிற்காலத்தில் அதற்கு மாற்றாக அண்ணாவைப் பற்றி நடுநிலையில் நின்று மத்திய அரசின் பதிப்பகப் பிரிவினருக் காக *(Publications Division)* ஆங்கிலத்தில் ஒரு நூலெழுதினார்.

பி.சி. கணேசனின் அபிமானிகள் பெரும்பாலும் திராவிட முன்னேற்றக் கழகத்தினர் மற்றும் தமிழன்பர்கள். அவருக்குத் திருவாரூரில் அப்படி ஒரு செல்வாக்கு அந்நாளில். அந்தப் பின்புலத்தில் தான் 'மாதவி' தொடங்கப்பட்டது. பிசி. கணேசனைத் தொடர்ந்து திருவாரூர் மற்றும் சுற்றியுள்ள பகுதி அபிமானிகள் எல்லோரும் அப்படியே தமிழ்த் தேசியக் கட்சிக்குப் போனார் கள். 'மாதவியி'ன் முதல் இதழே த.தே.க. ஆதரவு இதழாகத்தான் வெளிவந்தது. ஆனால் அந்நேரம் தமிழக அரசியல் தளத்தில் மிகப்பெரும் மாற்றங்கள் நேர்ந்தன. த.தே.க.வுக்கு எதிர்பார்த்தது போல் எதிர்காலம் இல்லாமல்போனது அதன் ஆதரவு நிலை

இதழையும் பாதித்தது. அதன் விற்பனையைப் பாதித்தது. தரம் இருந்தது. விற்பனை இல்லாததால் விளம்பரம் இல்லை. முகவர்கள் ஏமாற்றினார்கள். இதழ் தள்ளாட ஆரம்பித்தது. கடன் அதிகரித்தது.

இதழ் நிற்கும்போது கடன் ரூ. 10,000. பாரதி பிரிண்டர்ஸ் நிறுவனத்துக்கு மட்டுமே நிறைய பாக்கி. அவ்வளவு தொகையையும் அரசு அளித்த காகிதக்கோட்டாவை விற்று அடைத்து விட்டு பி.சி.ஜி. கடையைக் கட்டிவிட்டார்.

1962 தேர்தலின் போது ரூபாய்க்கு மூன்றுபடி அரிசி தருவோம் என்னும் வாக்குறுதியை அண்ணா மக்கள்மன்றத்தில் வைத்தார். அது குறித்த விமர்சனக் கட்டுரையில் ('மாதவி' 29.4.1962) பி.சி.ஜி. எழுதுகிறார்: "நாங்கள் ஆட்சிப்பீடம் ஏறினால் ரூபாய்க்கு மூன்று படி அரிசி என்று சவால் விட்டுச் சொல்கிறார். சவாலைத்தான் விடுகிறாரே தவிர, அதற்காக எத்தகைய பொருளியல் முறைகளை அல்லது வியாபாரக் கட்டுப்பாடு களைக் கையாள்வார் என்று விளக்கிச் சொல்வதில்லை. பாங்கிகள் நெல்லை முதலீடு செய்துகொண்டு விவசாயிகளுக்குக் கடன் கொடுக்கும் பழக்கத்தைக் கைவிட்டால் மூன்றுபடி அரிசி கிடைக்கும் என்கிறார்.

"இப்படி முதலீடு செய்யப்பட்டுள்ள நெல் எவ்வளவு? முதலீடு செய்து அதிக விலைக்கு விற்பதால் வரும் கூடுதல் தொகை எவ்வளவு? அந்த வித்தியாசம்தான் அரிசியின் விலையேற்றத்திற்குக் காரணம் என்பதை நிரூபிக்கப் புள்ளிவிவரம் உண்டா? விவசாயிகளுக்கு ஓரளவு நியாயமான லாபத்தை அனுமதித்து பாங்கிகளில் முதலீடு செய்யப்பட்ட நெல்லை அரசே கொள்முதல் செய்து எடுத்துக் கொண்டால் மூன்று படி கொடுத்துவிட முடியுமா? அதற்கான புள்ளிவிவரம் என்ன? அப்படியே நிர்ணயம் செய்துவிடுவதாக வைத்துக்கொண்டாலும் விவசாயப் பொருளாதாரமுடைய ஒரு நாட்டில் மற்றத் தேவைப் பொருள்களின் விலைகளை அதே விகிதத்தில் கட்டுப்பாடு செய்ய வழி என்ன?" – எத்தனை ஆழமான அர்த்தமுள்ள கேள்விகள். இந்தக் கேள்விகள் இன்றும் பொருள் பொதிந்தவையாக இருக்கின்றன.

இதழாசையைப் போலவே திரைப்பட ஆசையும் அவருக்கு வந்தது. 'பாடிப்பறந்த குயில்' என்னும் பெயரில் ஒரு படம் எடுத்தார். ஜெய்கணேஷ், சுஜாதா கதைநாயகர்கள். தாமே கதை வசனம் எழுதி இயக்கவும் செய்தார். படம் நன்றாகவே உருவாயிற்று. 9 லட்சம் கொடுத்து அதன் முழு உரிமையை வாங்கிக்கொள்ள விநியோகஸ்தர்கள் முன்வந்த வேளையில் அவர் மறுக்கவே படம் இன்றளவும் திரைக்குவர இயலாத நிலை.

ராஜ்யசபை உறுப்பினர் பதவி அவருக்கு வர இருந்த வேளை, எம்.ஜி.ஆர். தர இருந்த வேளை, ஏ.பி. ஜனார்த்தனத்திற்கு அது போயிற்று. அப்படியே காமராஜ் காலத்திலும் அவருக்கு வர இருந்த எம்.பி. இடம் கே. விநாயகத்திற்குப் போயிற்று. அவரது நிதி நிலையைச் சரிசெய்ய எம்.ஜி.ஆர். ஒரு திரைப்படம் நடித்துக் கொடுப்பதாக இருந்தார். அவர் முதல்வராக ஆனதால் நடித்துக்கொடுக்க முடியாமல் போயிற்று. இப்படிக் கைக்கெட்டிய வாய்ப்புகள் வாய்க் கெட்டாமலும் வரவேண்டிய வெற்றிகள் வராமலும் பொதுவாழ்க்கை அவரை வஞ்சித்துவிட்டது.

இதழாளராக பி.சி.ஜி. ஆற்றிய பணிகள் பல. 1975இல் நெருக்கடிநிலைப் பிரகடனம் ஆகியபோது தி.மு.க. தொடங்கிய *Rising Sun* ஆங்கிலப் பத்திரிகைக்கு *de facto editor* ஆக இருந்தார். அண்ணாவின் *Homeland* இதழிலும் அவரது பங்களிப்பு அதிகம். *Swarajya, Polstar* போன்ற பத்திரிகைகளிலும் அவரது கட்டுரைகள் தொடர்ந்து பிரசுரம் ஆகியுள்ளன. நெடுஞ்செழியன் நடத்திய 'மன்ற'த்தில் 'கலைவென்ற காவலன்' என்னும் தொடர் எழுதினார். ஏறக்குறைய 500 நூல்களின் ஆசிரியர் அவர் என்பது தகவல்.

Rising Sun இதழில் இருந்தபோது தினமும் மு. கருணாநிதி அவரைச் சந்திப்பார். ஆலோசனை கேட்பார். யாராவது அயல்நாட்டுப் பிரமுகர்கள், பத்திரிகையாளர்கள் வந்து கட்சியின் நடவடிக்கைகள் பற்றிக் கேட்டால் பி.சி.ஜி.யைக் கைகாட்டி விட்டுப் போய்விடுவது வழமை என்கிறார் அரங்கநாதன்... *Rising Sun* இதழில் வெளிவந்த இந்திரா காந்தி பற்றிய கேலிச்சித் திரம் ஒன்று பிரச்சினைக்குள்ளானது. இந்திராவே கோபம் கொண்டு ராஜாராமைக் கூப்பிட்டு அதைப் பற்றிக் கடிந்து கொண்டாராம். பி.சி.ஜி.க்கும் நிர்வாகத்திற்கும் அப்படிப்பட்ட விஷயங்களால் கருத்துவேறுபாடு முற்றி *Rising Sun* இதழிலிருந்தும் அவர் வெளியேறினார்.

'திரும்பிப் பார்க்கிறேன்' என்னும் தமது அரசியல் சுயசரிதை நூலில் தி.மு.க.வை விட்டு சம்பத்துடன் விலகிச்சென்ற நண்பர் களின் கதியை பி.சி.ஜி. எழுதியுள்ளார். சர்ச்சைக்குரிய அந்நூலில் தம்மீதே அவர் கொண்ட கழிவிரக்கமும் தொனிப்பொருளாகப் புலப்படுகிறது. பெரியார், அண்ணா, சம்பத், கருணாநிதி, கண்ணதாசன், எம்.ஜி.ஆர்., காமராஜ், ராஜாஜி, சி. சுப்ரமணியம் போன்ற எண்ணற்ற அரசியல் தலைவர்கள் மீதான நேரிய விமர்சனக் கணைகளை அந்நூலில் அவர் தொடுத்துள்ளார். காமராஜர் முதல் கருணாநிதி வரை அனைவரையும் அவர் அரசியல் அளவில் விமர்சித்தாரே தவிர எவர்மீதும் தனிப்பட்ட காழ்ப்புணர்வு கொண்டிருந்ததில்லை என்னும் உண்மையும்

அந்நூலில் பதிவு செய்யப்பட்டுள்ளது. தராசுக்கோலின் நிதானத்துடனும் பொறுப்புடனும் அந்நூல் எழுதப்பட்டுள்ளது.

பி.சி. கணேசன் என்னும் மாசற்ற, சபலங்கள் அற்ற, மயக்கங்கள் இல்லாத, ஒளிவு மறைவோ கள்ளங்கபடோ இல்லாத புறநோக்கு நேர்மையான அரசியல் அறிஞரை, விமர்சக வித்தகரைத் தமிழும் தமிழகமும் சரிவரக் கவுரவிக்கவில்லை என்றே சொல்ல வேண்டும் என்கிறார் அரங்கநாதன். 1952 முதலே அரங்கநாதன் பி.சி.ஜி.யின் அணுக்கத்தோழர். அகநக நட்பது என்கிறார்களே அவ்வகை நட்பு அவர்கள் இருவரிடையிலும் பூத்திருந்த நட்பு. அவர் வந்து பார்த்தபிறகுதான் ஊசலாடிக்கொண்டிருந்த பி.சி.ஜி.யின் உயிர் உடலைவிட்டு நீங்கியது என்பது செய்தி. பி.சி.ஜி.க்கு மணிமணியான நண்பர்கள். சின்னக் குத்தூசி, விசுவநாதன், சுவாமிநாதன், வரதராஜன், நாகலிங்கம், ராமையா ஆகிய அனைவருமே அவரைப் போலவே உயர்ந்த உள்ளங்கள். மணிக்கணக்கில் பி.சி.ஜி.யைப் பற்றிய நினைவலைகளில் ஆழும் மகத்தான உள்ளங்கள்.

ஏப்ரல் 16 – 30, 2006

பி. இராமசாமி

நாத்திகம்

பி. இராமசாமி (1932)

பெற்றோர்: பிச்சைக்கனி – பூவம்மாள். பிறந்த தேதி 25.12.1932. சொந்த ஊர் தாமிரபரணிக் கரையிலுள்ள ஆழ்வார்தோப்பு. எட்டாம் வகுப்புடன் பள்ளிப் படிப்பை முடித்துக்கொண்டவர் இராமசாமி. 17ஆம் வயதில் சென்னைக்கு வந்ததும் ஈரோடு பாலகுரு, கே.எம். கண்ணபிரான், கே. கோவிந்தசாமி, நீல நாராயணன் போன்ற தோழர்களின் நட்புக் கிடைத்தது. 'நாத்திகம்' தொடங்கியபோது தி.மு.க. ஏடு என்று போட வேண்டாம் என முட்டுக்கட்டை போடப் பட்டது. 'நாத்திகம் மத எதிர்ப்புக்கொள்கை. அது தி.மு.க.வின் கொள்கையில்லை' என்று கூறப்பட்டது. 'தி.மு.க. தீவிர ஏடு' என்று இதழைப் பிடிவாதமாகக் கொண்டு வந்தார்.

நாத்திகம்

'நாத்திகம்' என்று சொன்னவுடன் நினைவுக்கு வரும் பெயர் ஒன்று. பெயருக்கு உரிய நபர் இருவர். ஒருவர் பெரியார் ஈ.வே.ராமசாமி. இன்னொருவர் 'நாத்திகம்' பி. இராமசாமி. நாத்திகராக இருப்பதே கடினம். 'நாத்திகம்' என்னும் பெயரில் ஒரு பத்திரிகை தொடங்கி ஆத்திகம் கோலோச்சும் சமூகத்தில் எதிர்நீச்சல் போட்டு அதை வெற்றிகரமாக நடத்திவருவது எத்தனை கடினமான காரியம்? அப்படி ஓர் அரும் சாதனையை 1958 முதல் நிகழ்த்திவருபவர் நாத்திகம் பி. இராமசாமி.

எட்டாம் வகுப்புடன் பள்ளிப்படிப்பை முடித்துக் கொண்ட இராமசாமி (பெற்றோர் – பிச்சைக்கனி, பூவம்மாள். பிறந்த தேதி 25.12.1932. சொந்த ஊர் – தாமிர பரணிக் கரையிலுள்ள ஆழ்வார் தோப்பு) தமது 17ஆம் வயதில் 1949இல் சென்னை வருகிறார். சென்னை வந்ததும் ஈரோடு பாலகுரு, கே.எம். கண்ணபிரான், கே. கோவிந்த சாமி, நீல நாராயணன் போன்ற தோழர்கள் நட்பு. 1948இல் தூத்துக்குடி திராவிடர் கழக மாநாடு நடக்கிறது. 16 வயதில் 17 மைல் கால்நடையாக நடந்து மாநாட்டில் கலந்துகொள்ளும் அளவு அதிதீவிர தி.க. பற்றாளர். தொண்டர்.

தமது அன்னையாரை அழைத்துக்கொண்டு நாத்திகம் இராமசாமி பெரியாரைச் சந்தித்த சம்பவம் சுவையானது. இராமசாமிக்கு அப்போது 18 வயது. நொச்சிக்குப்பத்தில் ஒரு பொதுக்கூட்டத்திற்காக வந்திருந்த பெரியாரைப் போய்ப் பார்த்தார். மூத்த பிள்ளை என்று தெரிந்ததும் பெரியார் சொன்னார்: "நீ இப்படிக் கட்சி என்று வந்துவிட்டால் குடும்பத்தை யார் பார்ப்பார்கள்? போ போய் அதைக் கவனி" பெரியார்

இப்படி அறிவுரை சொல்வார் என்று அன்னையார் எதிர்பார்க்க வில்லை. நெகிழ்ந்துபோனார். மகனிடம் சொன்னார்: "இவர் ஒரு ரிஷி மாதிரி இருக்கிறார். நீ இவரிடம்தான் இருக்க வேண்டும். இவருடைய லட்சியங்களுக்காகத் தான் உழைக்க வேண்டும். குடும்பத்தை மற்ற பிள்ளைகள் பார்த்துக்கொள்வார்கள்". பெரியார் அத்துடன் விடவில்லை. இராமசாமி சிக்கனமாக வாழ்கிறாரா, இல்லை ஊதாரித்தனமாகச் செலவு செய்கிறாரா என்று அடிக்கடி கணக்குக் கேட்பார். "20 ரூபாய் கொண்டுவந்தேன் என்கிறாய். இங்குவர 2 ரூபாய்தான் வண்டிச் சத்தம். மீதி 18 பத்திரமாக வைத்திருக்கிறாயா?" என்றெல்லாம் சோதிப்பாராம்.

1949இல் பெரியார் – அண்ணா கருத்து வேறுபாடு முற்று கிறது. தி.மு.க. பிறக்கிறது. இராமசாமி அண்ணாவின் தம்பி ஆகிறார். ராபின்சன் பூங்காவில் கட்சி தோன்றியபோது அதற்குச் சாட்சியமாக அந்தப் பூங்காவில் நின்றவர்களில் இராமசாமி யும் ஒருவர். 1950 – 51இல் மயிலாப்பூர் தி.மு.க. செயலாளர். ஆனால் கட்சி தோன்றிய நாளிலிருந்தே சுயமரியாதை இயக்கக் கொள்கைகளிலிருந்து விலகிச்செல்லத் தொடங்கிவிட்டதை அடிநாளிலேயே கவலையுடன் கவனிக்கவும் ஆரம்பிக்கிறார். சமூகச் சீர்திருத்தம் என்பதையே பின்னுக்குத் தள்ளிவிட்டு வெற்று அரசியலில் மட்டுமே ஆழ்ந்துவிட்ட கட்சியை இராமசாமி விமர்சிக்கவும் தொடங்குகிறார்.

1958இல் வி.பி. ராமனைக் கட்சியில் சேர்த்தபோது அதை விமர்சிக்கிறார். 'அது திராவிடர் கழகக் கொள்கை – இது திராவிட முன்னேற்றக் கழகக் கொள்கை' என்று அதற்கு விளக்கம் தரப்படுகிறது. இந்த விளக்கம் 'மன்றம்' இதழில் நெடுஞ்செழியனால் ஒரு முழுப்பக்கக் கட்டுரையாகவும் நீள்கிறது. ராமனைக் கட்சியில் சேர்த்த நாளிலிருந்தே அண்ணா சூழ நின்றவர்களின் கைப்பாவை ஆகிப்போனார் என்கிறார் இராமசாமி.

அடுத்த மோதல் அவர் 'நாத்திகம்' ஆரம்பித்த போது. 'நம்நாடு' இதழுக்கு 'நாத்திகம்' வெளிவருவது குறித்து ஒரு விளம்பரம் தருகிறார். பணமும் கட்டுகிறார். விளம்பரம் தடுக்கப் படுகிறது. பத்திரிகைக்கு அப்படி ஒரு பெயர் கூடாது என்கிறது தி.மு.க. தலைமை. அண்ணா சொன்னதாக நெடுஞ்செழியன் அறிவுரை. இராமசாமியோ பெயரைப் பதிவு செய்துவிட்டார். பெரியார் பிறந்த நாளில் 17.9.1958இல் 'நாத்திகம்' முதல் இதழ் (மாதம் இருமுறை ஏடு, விலை 12 காசு) வெளியாகிறது. தி.மு.க. ஏடு என்று போட வேண்டாம் என முட்டுக்கட்டை போடுகிறார் கள். 'நாத்திகம் மத எதிர்ப்புக் கொள்கை. அது தி.மு.க.வின் கொள்கையில்லை' என்று வியாக்யானம். 'தி.மு.க. தீவிர ஏடு'

என்று இதழைப் பிடிவாதமாகக் கொண்டு வருகிறார். அவர் தாம் இராமசாமி. இதை வையேன் எனில் அதை விட்டு வைக்காத புரட்சிக்கவிஞரின் பாணி அவருடையது. இந்த முரட்டுக்கொள்கைப் பிடிவாதத்தைக் குத்தூசி குருசாமி வரவேற்கிறார். 'விடுதலை'யில் 'நாத்திக'த்தை ஆதரித்து எழுதுகிறார். தி.க.வை விட்டு விலகி தி.மு.க.வில் சேர்ந்தவருக்கு தி.க.வில் ஆதரவு பெருகுகிறது.

மயிலாப்பூர் செயலாளர் இராமசாமி பதவி நீக்கம் என்று அறிவகம் (தி.மு.க. தலைமை) கட்டளை. ஆக 'நாத்திகம்' தி.க. ஆதரவு ஏடாகிவிடுகிறது. வாசகர்களும் மாறுகிறார்கள். முகவர்கள் மட்டும் அதே தி.மு.க.வினர். சில்லறைத் தொல்லைகள் தரப்படுகின்றன. இராமசாமி விடாக்கண்டர் அல்லவா? தம்போக்குக்கு வீறுநடை போடுகிறார். இதுதான் 'நாத்திக'த்தின் தனிப்பாணி. 2000 படிகளில் தொடங்கிய இதழின் விற்பனை 14,000 வரை உயர்கிறது. "இதழியல் என்றால் என்னவென்றே தொடக்கத்தில் எனக்குத் தெரியாது. ஏதோ ஒரு வேகத்தில் ஆரம்பித்துவிட்டேன்" என்கிறார் இராமசாமி.

ஓவியர்கள் ஆனந்தன், ரகுமான், 'தினத்தந்தி' மாலி, ராகி ஆகியோர் பல காலகட்டங்களில் நாத்திகத்தின் வடிவமைப்புக்கும் கேலிச் சித்திரங்களுக்கும் பொறுப்பு. ராகியின் சித்திரங்கள் அன்றைய தி.மு.க. தலைமையை (50, 60களில்) உண்டு இல்லை என்று ஒரு வழி செய்தன. பெரியார் வகுப்புவாதம் பேசுகிறார் என்று ஒருமுறை தி.மு.க. விமர்சித்தது. அதற்குப் பதிலாக 'நாத்திக'த்தில் ராகி வரைந்த கேலிச்சித்திரம் குறிப்பிடத் தருந்தது

'நாத்திக'த்தின் முதல் அச்சகர் 'மாலைமணி' இளங்கோ. பிறகு பல காலகட்டங்களில் கரந்தை சண்முகவடிவேல், முல்லை சக்தி அச்சகப் பொறுப்பாளிகள். இதழின் ஆஸ்தான எழுத்தாளர்கள் கீரன் (நாகை வீரபாண்டியன். இவர் துணை ஆசிரியராகவும் இருந்தார்), இலங்கைத்தமிழன், அந்தணிசில் ஜவஹரிஸ்ட் (விஜயராகவன்), மங்களராஜ், கயிலைமன்னன், விவேகாநந்தன், கரூர் இளந்துறவி, கலைச்செழியன், நாராயணன் ஆகியோர். இதழ்தோறும் கவிதைகள் இடம்பெற்றன. கவிஞர்கள் பொன்னிவளவன், நாமக்கல் கந்தசாமி, தஞ்சை உமாபதி, கே.சி. ராமசாமி, காஞ்சிபுரம் குப்புசாமி, கோவூர் கிழார், புலவர் கந்தசாமி, அ.சு. மணி, இமயவரம்பன், ஆனந்த கோவிந்தன் என்று ஒரு பெரும் கவிஞர் படை 'நாத்திக'த்திற்கு உண்டு. இராமசாமியிடம் பணிபுரிந்த புகழ்பெற்ற பத்திரிகையாளர்கள் பலர். மிக முக்கியமானவர்கள் சின்னக் குத்தூசி, சிவலை இளமதி, முத்துலிங்கம் (திரைப்படக் கவிஞர்) ஆகியோர்.

நாத்திகன், இடதுகரம், இரணியன், பெரியாரிஸ்ட் என்று பல புனைபெயர்களில் இராமசாமி கொள்கைப் பகைவர்களை வறுத்தெடுத்தார்.

'நாத்திக'த்தில் வெளிவந்த தொடர்களில் பிரபலமானது 'அண்ணாவின் இலக்கியத் திருட்டுகள்' என்னும் தொடர். கீரன் எழுதிய இத்தொடர் பெரிதும் பேசப்பட்ட தொடர். 'குளத்தங்கரையில் உஞ்ச விருத்தி' என்னும் தொடர் இன்றைய டீக்கடை பெஞ்சின் முன்னோடி. 'கைலாசத்தில் பத்தினிகள்' என்னும் அங்கதத் தொடரும் அன்றைய வாசகர்களால் வரவேற்கப்பட்டது. பகிரங்கக் கடிதத் தொடர் ஒன்றும் வெளியானது. காஞ்சிபுரத்தார்க்குக் கருஞ்சட்டையான் கடிதம் *(9.3.62)*, காயிதேமில்லத்துக்குக் காயலான் கடை காதர் பாஷா கடிதம் *(16.3.62)* அற்புதமானவை. 'நாத்திக'த்தின் கேள்வி – பதில் பகுதி 'நீங்களும் நானும்' என்னும் தலைப்பில் அமைந்தது. இராமசாமியின் அமிலநடைக்கு ஒரு சில எடுத்துக்காட்டுகள்: "அண்ணாத்துரை என்று எழுதவேண்டியிருக்க அண்ணாதுரை என்று எழுதுவது ஏன்? – அவர் எதையும் அரைகுறையாகத்தான் கடைப்பிடிக்கிறார்." "அண்ணாவின் கம்பரசம், ஆரியமாயை, வர்ணாஸ்ரமம் போன்ற நூல்களை எத்தனை பேர் படித்திருப்பார்கள்? – சினிமா வசனங்களை வாங்கும் அளவு மேற்கண்ட நூல்களைத் தோழர்கள் வாங்குவதில்லை. படிப்பதும் இல்லை."

'நாத்திக'த்திற்காக இருமுறை நிதிதிரட்டல் நடந்துள்ளது. ஒன்று, *1964* வாக்கில் பெரியார் அனுமதியுடன் தி.க. தொண்டர்கள் திரட்டிக்கொடுத்த ரூ. *16,000*. இன்னொன்று, *1967*க்குப் பிறகு பத்திரிகையை நாளிதழாகக் கொண்டுவர முடிவு செய்த போது எம்.ஆர். ராதா வாணிமஹாலில் காமராஜ் தலைமையில் நாடகம் நடத்திக்கொடுத்த ரூ. *20,000*. இன்னொரு சுவையான சம்பவம் அண்ணாவை இராமசாமி கடுமையாக விமர்சனம் செய்து கொண்டிருந்த வேளையில் ஹோம்லண்ட் அச்சு எந்திரத்தை இராமசாமி ஒரு நண்பர் மூலம் அண்ணாவிடம் விலை பேசினார். என்ன விலை கொடுத்தாலும் சரி என்று அண்ணா பெருந்தன்மையுடன் சொன்னாராம். 'அவர்தாம் அண்ணா' என்று இராமசாமி நெகிழ்கிறார்.

தி.க.விலும் இராமசாமிக்குப் பிரச்சினை வந்தது. குருசாமி – மணியம்மை பனிப்போர் சமயத்தில், இவர் குருசாமியின் ஆள் என்பதால் கட்சிக்கு இவர்மீது கசப்புணர்வு. குருசாமி, தி.பொ. வேதாசலம், தா. லோகநாதன், வேலூர் திருநாவுக்கரசு, எம்.கே.டி. சுப்ரமணியம், எஸ்.டி. விவேகி, பாவலர் பாலசுந்தரம் ஆகியோருடன் இவரையும் கட்சி *1964*இல் நீக்கம் செய்தது. நீக்கப்பட்டதும் காமராஜரைப் போய்ப்பார்த்தார், "நீ காங்கிரசில்

சேரலாம். நாத்திகம் பத்திரிகையையும் நடத்தலாம். அதே வேலையைத் தானே நாங்களும் செய்கிறோம்? நாங்களும் நாத்திகர்களே" என்று காமராஜ் கரம் நீட்டினார். 1964க்குப் பிறகு 'நாத்திகம்' இதழ் நாளிதழ் ஆயிற்று.

'நாத்திகம்' நாளிதழான பிறகு 1967 – 68இல் விற்பனை 80,000 வரை போயிற்று. காங்கிரஸ், தி.க., த.தே.க., கம்யூனிஸ்ட் கட்சிகள் கூட்டாக நின்று ஒரே மேடையில் சம்பத், கண்ண தாசன், ஜெயகாந்தன், பாலதண்டாயுதம், நாத்திகம் இராமசாமி என்று கலகலப்பாகத் தேசிய முற்போக்காளர் அணி என்னும் பெயரில் அரசியல் நடத்திய காலகட்டம் அது. 'இந்த மேடைப் பேச்சுகள்தாம் காங்கிரசை மக்கள் சக்தியாக்கின. காங்கிரசின் பொற்காலம் 1967 உடன் முடிவுக்கு வந்துவிட்டது' என்று வருந்துகிறார் இராமசாமி.

காமராஜ் மறைவுக்குப் பிறகு தி.மு.க.வுக்கு ஆதரவளித்து 'நாத்திகம்' இதழ் புதிய நிலைப்பாட்டை மேற்கொண்டது. ஆனால் தி.மு.க. போக்கில் இராமசாமிக்கு இன்றுவரை திருப்தி யில்லை. 2001 – 03 வாக்கில் ஜஸ்டிஸ் கட்சி வரலாறு பற்றிய ஒரு பாட நூற் கட்டுரையை அரசு நீக்கிவிட, அதை எதிர்த்துக் கூட தி.மு.க. குரல் கொடுக்கவில்லை என்று இராமசாமி குற்றம்சாட்டுகிறார். பெரியாருக்கு அடுத்து உள்ளொன்று வைத்துப் புறமொன்று பேசாத தலைவர் காமராஜர்தாம் என்றும் அவருக்குத்தான் திராவிட இயக்கக் கொள்கைகளில் உண்மையான ஈடுபாடு இருந்தது என்றும் திராவிடக் கட்சிகள் என்று சொல்லிக்கொள்ளும் கட்சிகளுக்கு அத்தகைய ஈடுபாடு இல்லை என்றும் அவர் அடித்துச் சொல்கிறார்.

அதிரடிப் பேச்சும் ஆணித்தரமான எழுத்தும் கைவரப் பெற்றதால் இராமசாமிக்கு அவற்றால் 60க்கும் மேலான வழக்குகளை எதிர்கொள்ள வேண்டி வந்தது. மு. கருணாநிதி, எம்.ஜி.ஆர்., மதியழகன், அன்பில் தர்மலிங்கம் போன்றோர் 15 வழக்குகளையும் அரசு, மத நிறுவனங்கள் 45 வழக்குகளையும் போட இராமசாமி தினம் ஒரு நீதிமன்றத்தில் நிற்கவேண்டிய தாயிற்று. ஒருமுறை 1970 – 71 வாக்கில் ஓர் அவதூறு வழக்கு உச்சநீதிமன்றம் போயிற்று. அவ்வழக்கில் இராமசாமிக்கு ஓராண்டுத் தண்டனை. குறைப்பதாக இருந்தால் மாநில அரசு அதைச் செய்யலாம் என்று உச்சநீதிமன்றம் சொல்லிற்று. மு.க. அப்போது முதல்வர். தண்டனையை அவர் குறைக்கவில்லை. மன்னிப்புக்கேட்க மறுத்ததால் இராமசாமி ஓராண்டு கழித்துத் தான் விடுதலை ஆனார். ஆர்ச் பிஷப் அருளப்பா வழக்கிலும் முல்லா ஒருவர் வழக்கிலும் வழக்குரைஞர் வைத்துக்கொள்ளாமல் வாதிகளை இராமசாமியே குறுக்கு விசாரணை செய்தார்.

ஒருமுறை மத அவமதிப்பு வழக்கு ஒன்றில் (1959) ஏழாம் மாஜிஸ்டிரேட் கோர்ட்டில் 500 ரூபாய் அபராதம் போட்டு விட்டார்கள். காரை சிவம் வீட்டில் தங்கியிருந்த பெரியார் 500 ரூபாயை இராமசாமியிடம் தந்து கட்டிவிடு என்றாராம். இராமசாமி அதை வாங்கிக்கொள்ளவில்லை. மிகுந்த மரியாதை யுடனும் நெகிழ்ச்சியுடனும் மறுத்துவிட்டாராம். அப்போது பெரியார் சொன்ன அறிவுரை: "இந்து மதத்தை மட்டும் விமர்சனம் செய். பிற மதங்கள் நமது உடனடி எதிரிகள் அல்ல. முதலில் நம் வீட்டை நாம் திருத்த வேண்டும்." காமராஜரும் அதே போன்ற அக்கறையைத் தம்மீது காட்டிய தாகச் சொல்கிறார். ஓராண்டுத் தண்டனைச் சமயத்தில் 'சிறையில் அவனைப் போய்ப் பார்த்தீர்களா?' என்று நண்பர் களைக் கேட்பாராம். 'பத்திரிகையை யார் கவனித்துக்கொள் வார்கள்? உன்னைப்போல் அவர்கள் நம்பிக்கையாகப் பார்த்துக் கொள்வார்களா?' என்று வருந்துவாராம்.

"என்னைச் செதுக்கிய சிற்பி" என்று பெரியாரைக் கொண்டாடுபவர். அன்பு, பண்பு, அடக்கம், சிக்கனம், சேமிப்பு, ஒழுக்கம் என்னும் எல்லா நலன்களையும் அவரிடமே தாம் கற்றதாக மகிழ்பவர். பெரியாரைப் போலவே சினிமாவை எதிர்த்தவர். 'கூத்தாடிகள் கூட்டம்', 'விசிலடித்தான் குஞ்சுகள்' என்றெல்லாம் அன்றைய தி.மு.க.வினரை அர்ச்சனை செய்தவர். திரைக்கலைஞர்களுக்கு அதீத முக்கியத்துவம் தருவதை அடி நாளிலேயே தட்டிக்கேட்டவர். இன்றும் அதே குரலில்தான் பேசுகிறார்.

'குரோட்டன்ஸ் தலையர்' என்று சாயிபாபாவை நையாண்டி செய்தவர். 2006 ஏப்ரல் இதழ் ஒன்றிலும் 'பகவானுக்கு ஏன் பக்கத்துணை' என்று பாபாவைக் கைத்தாங்கலாக அழைத்துச்செல்லும் பக்தர்களைக் கிண்டலடிக்கிறார். 'கம்பராமாயணக் கம்யூனிஸ்டு' என்று ஜீவானந்தத்தைக் கிண்டல் செய்தவர். 75 வயது ஆகிவிட்டது. காரம், மணம், குணம் போகவில்லை.

மே 16 – 31, 2006

பால்வண்ணன்

பால்வண்ணன் (1905 – 1985)

பால்வண்ணனின் பெற்றோர் வி. தாமோதரம் – லட்சுமி காந்தம். பள்ளியிறுதி வகுப்புவரை படித்தவர். மீஞ்சூருக் கருகிலுள்ள நாலூர் சொந்த ஊர். வள்ளலாரின் பரம பக்தர். சிறந்த மேடைச் சொற்பொழிவாளர். சிங்கப்பூர், மலேசியா, இலங்கை சென்று சன்மார்க்கம் பற்றி விரிவுரையாற்றியவர். பெரியார் முதல் அண்ணல்தங்கோ வரை அனைத்துத் திராவிட இயக்கத்தினரையும் நன்கு அறிந்தவர். 'ஊடுருவி' என்னும் புனைபெயரில் கட்டுரைகள் எழுதியவர்.

கலைமன்றம்

முழுக்கமுழுக்கத் திராவிட முன்னேற்றக் கழக ஆதரவு இதழ் (கிழமை இதழ்) ஒன்றை அக்கட்சியில் அடிப்படை உறுப்பினராகக்கூட இல்லாத, ஆனால் கட்சியின் தீவிர அனுதாபியாக இருந்த ஒருவர் *1952* முதல் *1956* வரை வெகு சிறப்பாகக் கொண்டுவந்தார். அவர் பால்வண்ணன். இதழ் 'கலைமன்றம்.' கட்சி இதழ் களைப் போல் அல்லாமல் மாறுபட்ட ஒரு கலை இலக்கிய இதழாக, வண்ண அட்டை, வண்ணவண்ண ஓவியங்கள், உயர்மட்டத் தலைவர்களுக்கு மட்டுமல்லாமல் மாவட்ட, வட்டத் தலைவர்களுக்கும் முகப்பில் இடம், கட்சியின் மாநாடுகள் பற்றிய முழு வர்ணனைகள் என்று அமர்க்களம் செய்தார் பால்வண்ணன்.

'திராவிடர் முற்போக்கு வார இதழ்' என்னும் பிரகடனத்துடன் இதழ் வெளிவந்தது. தொடக்க காலத் திராவிட முன்னேற்றக் கழகத்தின் வளர்ச்சிக்கும் கவர்ச் சிக்கும் இவ்விதழின் பங்களிப்பு மிகமிக அதிகம். கோவி. மணிசேகரனின் மொழியில் சொல்வதானால், தி.மு.க. என்னும் கட்டடத்தின் ஆரம்பகால வளர்ச்சிக்குச் செங்கற் களை அடுக்கிய பத்திரிகை 'கலைமன்றம்.' அதனாலேயே கட்சியின் பிற பிரபலங்களுக்கு இவ்விதழின் மீது ஒரு வகைப் பொறாமையும் இருந்தது.

இதழின் துணையாசிரியராக வரலாறு படைத்தார் கோவி. மணிசேகரன். கோவியின் 'புரட்சிப் புலவன் அம்பிகாபதி' நாடகம் 'எங்கள் நாடு' (கருமுத்து தியாகராச செட்டியாரின் பத்திரிகை) நாளிதழின் வார அனு பந்தத்தில் *1947*இல் தொடராக வெளிவந்தபோது பல்லா யிரம் வாசகர்களை ஈர்த்தது. ஈர்க்கப்பட்டவர்களில் பால்வண்ணனும் ஒருவர். பால்வண்னன் அவ்விதழில்

பிழை திருத்துநராகப் பணிபுரிந்ததுண்டு. முதன்முதலில் கோவியைச் சந்தித்த அடுத்த கணமே சிற்றுண்டி வாங்கிக் கொடுத்து உபசரித்து, அதற்கடுத்த கணமே 'கலைமன்ற'த்தின் துணயாசிரியராக ரூபாய் 125 சம்பளத்தில் அமர்த்தியவர். தம்முடைய இலக்கிய வேருக்கு நீரூற்றியவர் என்று கோவி நெகிழ்ச்சியுடன் நினைவுகூர்கிறார். ஓவியர்கள் அய்க்கண், நவீன், நந்தி ஆகியோர் இதழின் புனைவுக்கும் வனப்புக்கும் பின்னணியில் நின்றார்கள். விருதை ந. ராமசாமியின் பங்களிப்பும் 'கலைமன்ற'த்தில் உண்டு.

'கலைமன்ற'த்தில் கதை, கட்டுரை, கவிதை, விமர்சனம், கேலிச்சித்திரம் எல்லாம் உண்டு. கோவி. மணிசேகரன், பூவண்ணன், துரை. அரசன், பா. கலைச்செழியன், சுப்பு ஆறுமுகம், வேலாயுதசாமி, கோவேந்தன் ஆகியோர் தொடர்ந்தும் பொங்கல் மலர்களில் அண்ணா, என்.எஸ். கிருஷ்ணன், கண்ண தாசன், ஆசைத்தம்பி, ஏ.கே. வேலன், வாணிதாசன், தில்லை வில்லாளன், ப. கண்ணன் போன்ற பிரபலங்கள் அவ்வப்போதும் எழுதியுள்ளனர். 'அன்றுமுதல் இன்றுவரை' என்னும் வரலாற்றுத் தொடரில் தலைவர்கள், பேச்சாளர்கள், நடிகர்கள், தொண்டர் கள் என எல்லா மட்டத்தினருக்கும் உரிய இடம் தரப்பட்டுள்ளது. இத்தகைய ஜனநாயகமயமாக்கத்தை அன்றைய தி.மு.க. தலைமை அத்தனை இயல்பாக எடுத்துக்கொள்ளவில்லை என்பதையும் சொல்லித்தான் ஆகவேண்டும்.

'கலைமன்ற'த்தின் எழுத்தாளர்களில் வழிப்போக்கனைப் பற்றி (இயற்பெயர் மாணிக்கம்) தனியே குறிப்பிட வேண்டும். அவரது கட்டுரைகள் அங்கதம் நிரம்பியவை. ஒருமுறை படித்தவர் களை மீண்டும் மீண்டும் படிக்கத் தூண்டுபவை. அவர் எழுதிய 'சீதாயணம்' தொடரால் 'கலைமன்றம்' இலங்கையில் தடை செய்யப்பட்டது (1954). அரசுப்பணியில் இருந்த அவருக்கும் தொல்லைகள் ஆரம்பமாயின. அப்போது முதல்வராக இருந்த காமராஜரைப் போய்ப் பார்த்தார். ஏன் இப்படியெல்லாம் எழுதுகிறாய் என்று காமராஜ் கோபித்துக்கொண்டதுடன் அவர் மதுரைக்கு இடமாற்றம் ஆகவும் உதவிசெய்தார்.

பஞ்சாங்கம், சினிமா வசனம், பாட்டுப்புத்தகங்கள் வெளி யிட்டுவந்த வரதா முத்தியப்பன் தெரு ஸ்ரீமகள் கம்பெனிதான் 'கலைமன்ற'த்தையும் வெளியிட்டது. ஸ்ரீமகள் கம்பெனியின் உரிமையாளர்கள் பிரான்சிஸ் (சங்கு கணேசன்), ராஜேந்திரன் என்னும் இருவர். முன்னவர் குமரி அனந்தனின் மாமனார். பின்னவர் இலங்கைக் குடியுரிமை பெற்று இந்தியாவில் வசித்தவர்.

தொடக்க காலக் 'கலைமன்ற'த்தின் அட்டையை மேலை அறிஞர்கள், சிந்தனையாளர்கள் படங்கள் அலங்கரிக்கும்.

பிறகு தி.மு.க. தலைவர்கள் படங்கள் வெளிவந்தன. டபுள் டெம்மி இதழானதால் அட்டையின் பெரிய வண்ணப்படங்கள் மிகமிக எடுப்பாக அமைந்தன. பெரும்பாலான அட்டைப்படக் கட்டுரைகளைத் தலைவர்களைப் பேட்டி கண்டு பூவண்ணன் எழுதினார்.

மு. கருணாநிதியின் படத்தைப் போட வேண்டும் என்று கோவி. மணிசேகரன் முனைந்தபோது நிர்வாகம் ஒப்பவில்லை. காரணம் நிர்வாகத்துக்கும் மு.க.வுக்கும் இடையே மனத்தாங்கல் இருந்த சமயம் அது. மு.க.வின் மேடைப்பேச்சுகளை மு. நமசிவாயத்தைக் கொண்டு குறிப்பெடுத்து நூல்களாகப் போட்டு ஸ்ரீமகள் விற்பனை செய்தபோது ஆசிரியரின் அனுமதி இல்லாத வெளியீடு என்று மு.க. வக்கீல் நோட்டீஸ் விட்டுவிட்ட பின்னணியில் ஏற்பட்ட மனத்தாங்கல். கோவி விடவில்லை. மு.க. படத்தைப் போடாவிட்டால் என் 'அக்கினிக் கோப'த்தை நிறுத்திவிடுவேன், நானும் ராஜினாமா செய்துவிடுவேன் என்று நிலைப்பாடு எடுத்தார். வென்றார். மு.க.வின் படம் நவம்பர் 20, 1954 அட்டையில் இடம்பெற்றது.

'கலைமன்றம்' தொடர்பாக இன்னொரு சுவையான சம்பவத்தையும் கோவி சொல்கிறார்: 'இல்லறஜோதி' திரைப் படத்திற்குக் கண்ணதாசன் திரைக்கதை வசனம் எழுதினார். படம் தயாரிப்பில் இருக்கும்போது அவர் சிறைசெல்ல நேரிட்டது. அதில் இடம்பெற்ற 'அனார்கலி' என்னும் ஓரங்க நாடகத்தை மட்டும் மு.க.வை வைத்து எழுதச்செய்து படத்தை வெளியிட்டார்கள். படம் வெளிவந்து அதன் புகழ்வட்டம் வசனத்திற்காகவே பலமடங்கு ஒளிவீசிற்று. கோவி பார்த்தார். தம்மாலும் அப்படி எழுத முடியும் என்று நிறுவும்வண்ணம் இன்னொரு 'அனார்கலி' நாடகத்தை எழுதிக் 'கலைமன்ற'த்தில் வெளியிட்டார். படித்துப் பார்த்த கண்ணதாசன் சிறையிலிருந்து வெளிவந்ததும் கோவியைக் 'கலைமன்றம்' அலுவலகத்தில் சந்தித்து அப்படியே கட்டிப் பிடித்துப் பாராட்டினார்.

'அக்கினிக் கோபம்' என்னும் சரித்திரத் தொடரைக் கோவி 'கலைமன்ற'த்தில் எழுதியபோது அதற்கு இதழியல் வரலாறு காணாத அளவு சுவரொட்டி விளம்பரம், வானொலி விளம்பரம், திரைப்பட விளம்பரம் என்று திக்குமுக்காட வைத்துவிட்டார் பால்வண்ணன் என்று கோவி நன்றியுடன் நினைவு கூர்கிறார். பால்வண்ணனுக்கும் பத்திரிகை நிர்வாகத்திற்கும் இடையே மனக்கசப்புகள் தோன்றியவேளை கோவியை ஆசிரியர் பொறுப்பேற்கச் செய்ய முயற்சிகள் நடந்தன. ஆனால், அவர்களால் தொடர்ந்து இதழை நடத்த முடியாதபடி சம்பவங்கள் அரங்கேறின. 'கலைமன்றம்' கலகலத்துவிட்டது. 1956இல் அதற்கு முடிவுரையும் எழுதப்பட்டுவிட்டது.

பத்திரிகைத் துறையில் *wage board* நிர்ணயத்தின்படி சம்பளம் கொடுக்கப்பட வேண்டும் என்று சட்டம் வந்தது. நிர்வாகம் அச்சட்டத்தைக் குறுக்குவழியில் புறங்காண முயன்றது. சட்டப் படி சம்பளம் வாங்குவதாகக் கையெழுத்துப் போட்டுவிட்டுத் தருகிற சம்பளத்தை வாங்கிக்கொள்ளுங்கள் என்று நிர்வாகம் சொன்ன யோசனைக்கு ஆசிரியர் உள்ளிட்ட அனைவரும் ஒட்டுமொத்தமாக மறுப்புத் தெரிவித்தார்கள். இதழ் நிறுத்தப் பட்டது. மீண்டும் ஸ்ரீமகள் கம்பெனி சினிமாப் பாட்டுப் புத்தக வெளியீட்டில் மிகுதி அக்கறை செலுத்த வேண்டிய தாயிற்று.

வள்ளலாரின் பரம பக்தரான பால்வண்ணன் அருட்பா 6,000 பாடல்களையும் எழுத்தெண்ணிப் படித்தவர். சிறந்த மேடைச்சொற்பொழிவாளர். சிங்கப்பூர், மலேசியா, ஸ்ரீலங்கா என்று வள்ளலாரின் சன்மார்க்கம் பற்றி விரிவுரையாற்றியவர். பெரியார் முதல் அண்ணல் தங்கோ வரை அனைத்துத் திராவிட இயக்கத்தினரையும் நன்கு அறிந்தவர். நெஞ்சில் நிறுத்தி மதித்து நெகிழ்ந்தவர். ‘ஊடுருவி’ என்னும் புனைபெயரில் கட்டுரைகள் வடித்தவர்.

இதழின் துணையாசிரியர் கோவி அண்ணாமலைப் பல்கலையில் சங்கீதபூஷணம் படித்தவர். சித்தூர் சுப்ரமணியப் பிள்ளையிடம் 5 ஆண்டு குருகுலவாசம் செய்தவர். அவரது நடையில் தம்பூராவின் சுருதி கேட்கும் என்பார்கள். அப்படி ஓர் இசைத்தமிழ் நடை இயல்பாகக் கைவரப்பெற்றவர். கோவியின் மகத்தான படைப்புகள் ‘அக்கினிக்கோபம்’, ‘மயிலிறகு’, ‘குற்றாலக் குறிஞ்சி’, ‘கோவி ராமாயணம்’ எனப் பல. இவ்விருவரின் உழைப்பில் ‘கலைமன்றம்’ எழில்கொஞ்சும் கலை இலக்கிய ஏடாக மிளிர்ந்தது.

பால்வண்ணனின் பெற்றோர் தாமோதரன் – லக்ஷ்மி காந்தம்மாள். தாமோதரன் ரட்டன் பஜாரில் *furniture mart* வைத்திருந்தார். மீஞ்சூருக்கு அருகிலுள்ள நாலூர் சொந்த ஊர். சிந்தாதிரிப்பேட்டை சிங்கண்ண செட்டித் தெருவில் குடியிருந்தபோதுதான் பால்வண்ணன் உட்பட எல்லாச் சகோதர சகோதரிகளும் பிறந்தார்கள். சூளை அங்காளம்மன் கோவில் தெரு வீட்டில் அந்நாளில் சமரச சன்மார்க்க சங்கம் நடைபெற்றுவந்தது. ராமலிங்க வள்ளலார் மீது அவருக்கு அத்தனை ஈடுபாடு.

‘கலைமன்றம்’ என்னும் பெயரில் பதிப்பகம் வைத்து ‘உலகைத் திருத்திய உத்தமர்கள்’, ‘நாநா’ போன்ற 100 நூல்களை வெளியிட்ட பால்வண்ணன் ஸ்ரீமகள் கம்பெனி பத்திரிகை தொடங்க முன்வந்த போது தமது பதிப்பகத்தின் பெயரையே

இதழுக்கும் வைத்துவிட்டார். 'கலைமன்ற'த்தின் பூர்வோத்திரம் இதுதான். அண்ணாவின் பொன்மொழிகள், அடுக்கு மொழிகள், வர்ணனைகள் என்றெல்லாம் தலைப்புகள் போட்டு ஆயிரக் கணக்கில் தி.மு.க. மாநாடுகளில் முதன்முதலாக நூல்கள் விற்பனை செய்தவர் பால்வண்ணன்.

அன்புமணி, பூவண்ணன், சந்திரா என்னும் உடன்பிறந் தோர் கொண்ட பால்வண்ணன், குடும்பத்தின் தலைமகன். "பஞ்சாங்கமும் பாட்டுப் புத்தகமும் போட்டுக்கொண்டிருந்த ஸ்ரீமகள் கம்பெனியைப் பகுத்தறிவு நூல்கள் அச்சிட வைத்த தோடு பத்திரிகை நடத்தவும் வைத்தவர்" என்று கழகப்புலவர் இளவழகனார் பால்வண்ணனைப் பற்றிக் குறிப்பிட்டுள்ளார்.

ஸ்ரீமகள் கம்பெனி மூன்று இதழ்களைக் கொண்டு வந்தது. 'கரும்பு' (சிறுவர் வார இதழ், பூவண்ணன், சேரன் இருவரும் அடுத்தடுத்து ஆசிரியர்கள்), 'கலை மன்றம்', 'கலையரங்கம்' (திங்கள் ஒருமுறை திரையிதழ்). 'கலையரங்கம்' முழுக்க முழுக்கக் கோவியின் தாக்கத்தில் வெளிவந்தது. அந்நாளில் ஆர்.வி. ஆசிரியராக இருந்த 'கண்ணன்' என்னும் குழந்தைகள் பத்திரி கைக்குக் 'கரும்பு' போட்டியாகக் கருதப்பட்டது. அவ்வாறே 'குண்டூசி'க்குப் போட்டி 'கலையரங்கம்.'

'கலைமன்றம்' 13.11.1954 இதழில் அண்ணாவின் அறிவிப்பு: "கல்லக்குடி வழங்கப்பட்டுவிட்டது. அறப்போர் வென்றது. கல்லக்குடி வழங்கிய மத்திய சர்க்கார் ரயில்வே அமைச்சருக்கும் மாநிலத்தின் மனப்போக்கை எடுத்துக்காட்டி நீதி கிடைக்கச் செய்த சென்னை சர்க்காருக்கும் என் நன்றியறிதலைத் தெரிவித் துக்கொள்கிறேன். கல்லக்குடி வழங்கப்பட்டிருப்பது காமராசர் சர்க்கார் மக்கள் குரலுக்கு மதிப்பளிக்கும் மாண்பு கொண்டது என்பதற்கு மற்றோர் எடுத்துக்காட்டாக அமைந்திருக்கிறது. மகிழ்கிறேன்." அண்ணாவின் சொற்களைக் கவனியுங்கள். அகந்தையோ எள்ளலோ இல்லாத எளிமையான அழகுநடை.

இப்படி எழுத அவரால் மட்டுமே முடியும். அதனால்தான் அவர் எல்லோருக்கும் அண்ணா.

இன்னொரு பக்கத்தில் இப்படி ஒரு செய்தி: தூத்துக்குடி சதி வழக்கில் தீர்ப்பு – நெல்லை மாவட்ட அடிஷனல் செஷன்ஸ் நீதிபதி தீர்ப்பில் கூறப்பட்டுள்ளதாவது: "குற்றம் சாட்டப்பட்ட வர்கள் கொலைபுரியவும் கொள்ளையடிக்கவும் பார்ப்பனர் களைத் தாக்கவும் பாலங்களைத் தகர்க்கவும் திட்டமிட்டார் கள் என்பதை என்னால் நம்பமுடியவில்லை. சர்க்கார் தரப்பிலும் நிரூபிக்கவில்லை. ஆனால் அவர்கள் ரயில்களை நிறுத்துவதற்கு கூடிப்பேசினார்கள் என்று மட்டும் கருதுகிறேன்."

தீர்ப்பையும் அண்ணாவின் அறிக்கையையும் சேர்த்து மீண்டும் ஒருமுறை படியுங்கள். அவர்தாம் அண்ணா.

'கலைமன்றம்' 27.11.1954 இதழில் ஓர் அறிவிப்பு: "சில எழுத்தாளர்கள் தாமே சுயமாகச் சிந்தித்து எழுதாமல் பிறர் எழுதியதைக் கொஞ்சம் மாற்றி எழுதி அனுப்பி விடுகிறார்கள். இம்மாதிரியான கேவலமான காரியங்களைச் செய்யாமல் நல்ல முறையில் எழுதியனுப்புவார்களாக."

சூதாட்டம் பற்றி ஒரு பொன்மொழித் தொகுப்பு: "லாட்டரிப் போட்டி மூடர்களுக்காகக் கண்டுபிடிக்கப்பட்ட புதிய வரித் திட்டமாகும். குதிரைப்பந்தயத்தில் லாபம் காண்பவர்கள் யார் தெரியுமா? பந்தயக்குறிப்புகள் எழுதிப் புத்தகம் வெளியிடுபவர்கள்தான்."

கேள்வி – பதில் பகுதியில் ஒரு துளி

தி.சு. அவினாசிலிங்கம் தொகுத்த கலைக் களஞ்சியத்தில் பெரியார், அண்ணா பெயர்கள் இல்லையே. ஏன்?

'அவர்களின் தொகுப்பு அப்படித்தான் போகும். நாம் தொகுக்கப்போகும் களஞ்சியத்தில் அப்படிப்பட்ட குறைகள் இருக்காது.'

இந்தத் துளிகள் 'கலைமன்ற'த்தின் பண்பலை எத்தகையது என்று நிறுவப் போதுமானவை.

ஜூன் 16 – 30, 2006

சுரதா

காவியப்

சுரதா (1921 – 2006)

நாகப்பட்டினம் திருவேங்கடம் – சண்முகம் அம்மையார் தம்பதியருக்கு மகனாக 21.11.1921இல் பழையனூரில் பிறந்த ராஜகோபால், பின்னாளில் பாரதிதாசனின் தாக்கத்தால் சுப்புரத்தினதாசனாகி, அதைச் சுருக்கி 'சுரதா' எனப் பெயர்சூட்டிக்கொண்டார். பள்ளியிறுதி வகுப்புவரை மட்டுமே படித்த சுரதா, புதுமைத்தமிழில் புதுப்புது உவமைகள் கொண்டுவர வேண்டும் என முனைந்து சொல்லாக்கங்களில் பெரிதும் ஈடுபாடு காட்டியவர். மறைவு 20.6.2006.

காவியம்

அடக்கம், எளிமை, அதே சமயம் திறமைக்கே உரிய கர்வம், அத்துடன் அசாத்தியமான தன்னம்பிக்கை இவை அனைத்தும் கொண்டவர் சுரதா (சுரதா – சுப்பு ரத்தினதாசன் என்பதன் சுருக்கம். அதாவது பாரதி தாசனின் தாசன் என்பது அர்த்தம்) என்கிறார் மலேசிய நண்பர் ஆதி குமணன். சிறப்பு என்னவென்றால் இவரது கர்வம் வெறுக்கத்தக்கதாக இல்லாமல் ரசிக்கத்தக்கதாக இருப்பதுதான் என்று முடிக்கிறார். சுரதாவைப் பற்றிய மிகச்சிறந்த படப்பிடிப்பு இந்த வர்ணனை. ஆயிரம் பிறைகண்ட அழகுக்கவிஞர் இவர். ஆம் கவிஞர்களில் இவரளவு கவர்ச்சியானவர்கள் என்று கம்பதாசன், கண்ணதாசன் ஆகிய இருவரை மட்டுமே சொல்ல முடியும். இன்னொரு வகையில் சொன்னால் இவரது கவிதைகளைப் போலவே இவரும் அழகானவர்.

‘வெண்பாவில் புகழேந்தி விருத்தமென்னும் ஒண்பாவில் உயர்கம்பன்’ என்றொரு பழம்பாடல் தொடங்கும். அதுபோல் உவமைக்கு ஒரு கவிஞர் இவர் தாம். இவரைவிடவும் சிறந்த உவமைக்கவிஞர் இதுநாள் வரை பிறக்கவில்லை என்றே சொல்லலாம். உத்திகளில் இவர் பாரதிதாசனைப் பலவகைகளில் பின்பற்றி எழுதத் தொடங்கியவர்தாம் என்றாலும் போகப்போகத் தமக்கென அடையாளங்களை மிகத்தெளிவாக உருவாக்கிக் கொண்டார். அப்படி உருவாக்கிக் கொண்டதால் இவருக்கும் ஒரு பரம்பரை (முருகு சுந்தரம் குறிப்பிடத் தகுந்தவர்) உண்டு.

தியாகராஜ பாகவதரோடு தங்கத்தட்டில் அன்ன முண்ட அனுபவம் சுரதாவுக்கு உண்டு. பாரதிதாசனிடமும் நாமக்கல் கவிஞர் ராமலிங்கம் பிள்ளையிடமும் கவிதை

களைப் படியெடுக்கும் பணிபுரிந்த அனுபவமும் உண்டு. 1944இல் தமது 24ஆம் வயதில் 'மங்கையர்க்கரசி' திரைப்படத்திற்கு உரையாடல் எழுதினார். நாரண துரைக்கண்ணனின் 'பிரசண்ட விகட'னில் எழுத்தாளராக அறிமுகம் ஆனார். 'புரட்சிக்கவி' நாடகத்தின்மூலம் (1942) நடிகராகவும் பரிணமித்தார். வி.ஆர்.எம். செட்டியார் இவரது 'சாவின் முத்தம்' என்னும் கவிதை நூலை 1946இல் வெளியிட்டார். 'முரசொலி'யில் 1954இல் எழுதத்தொடங்கிய போதுதான் இவருக்கு ஒரு பரம்பரை உருவாக ஆரம்பித்தது. அத்தனை தாக்கத்தை இவரது பாணி ஏற்படுத்தியது.

1958இல் 'அமுதும் தேனும் எதற்கு' என்னும் தொகுப்பைக் கொண்டுவந்தார். பாலியல் கவிதைகள் நிரம்பிய தொகுப்பு என்று அதற்கு ஒரு விமர்சனம் உண்டு. ஆனால் அத்தொகுப்பு இவரை வியப்புடன் ஏறிட்டுப் பார்க்கவைத்த தொகுப்பு என்பதே உண்மை. கி.ராஜநாராயணன் 70களில் கதை இலக்கியத்தில் செய்த புரட்சியைச் சுரதா 50களில் கவிதைகளில் செய்தார் என்றே சொல்லத் தோன்றுகிறது. அந்நூலுக்கு ஒரு தொழு நோயாளியிடம் முன்னுரை பெற்றதுடன் 'என் கழுத்தில் நானே மாலை போட்டுக்கொள்கிறேன்' என்று தாமே ஒரு முன்னு ரையும் எழுதிக்கொண்டார். இத்தகைய அதிர்ச்சிதரும் வித்தியாச மான முயற்சிகளில் சுரதாவின் தனித்தன்மையைக் காண முடியும். திரையுலகமும் சரி தமிழுலகமும் சரி இவரைச் சரியாகக் கவனிக்கவில்லை என்னும் ஆதங்கமே அதிர்ச்சிச் செயல்களுக்கு அடிப்படைக் காரணம் என்று தோன்றினாலும் இவரது செயல் களில் ஒரு நியாய ஆவேசம் வெளிப்படுவதை மறுப்பதற்கில்லை. 'அமுதும் தேனும்' தொகுப்பை அடுத்து 'தேன்மழை' என்னும் தொகுப்பு 1965இல் வெளிவந்தது. அதற்குத் தமிழக அரசின் பரிசு கிடைத்தது.

'ஆனந்தவிகட'னில் செய்திக் கவிதைகளை 1971இல் எழுதினார். செய்திக் கவிதைகள் பெரும் பரபரப்பை உண்டாக்கின. 'துக்ளக்' இதழ் அச்செய்திக் கவிதைகளுக்கு எதிர்வினையாகச் சில கவிஞர்களின் கட்டுரைகளைக் கேட்டு வாங்கிப்போட்டு அந்தப் பரபரப்பை அதிகரித்தது. 'சுவரும் சுண்ணாம்பும்' என்னும் தொகுப்பில் அவை மறுபிரசுரம் செய்யப்பட்டன. அவை பற்றிக் கேட்கப் பட்டபோது சுரதா சொன்னார்: "கவிதை ஒரு வீர வழிபாடு ஆகிவிட்டது. அம்மரபை மட்டம் தட்டவே சுவரும் சுண்ணாம்பும்" என்றார்.

சுரதா நடத்திய இதழ்களில் 'காவியம்' (1955) முதன்மை யானது. பிற இதழ்கள் 'இலக்கியம்' (1958), 'ஊர்வலம்' (1963), 'விண்மீன்' (1964), 'சுரதா' (1968) என்பன. தமது பெயரிலேயே

ஓர் இதழைக் கொண்டு வந்த சாதனையையும் இவரே முதன் முதலில் செய்து காட்டினார். கண்ணதாசன் 1968இல் தமது பெயரில் ஓர் இலக்கியத் திங்கள் இதழைக் கொண்டுவந்தது எல்லோருக்கும் தெரியும். இவ்வகையில் கண்ணதாசனுக்கு சுரதா முன்னோடி எனலாம்.

உலகிலேயே முழுக்க முழுக்கக் கவிதைகளை மட்டுமே தாங்கிவந்த முதல் இதழ் 'காவியம்' என்கிறார்கள். *17.9.1955* முதல் *30.3.1956* வரை 'காவியம்' 22 வாரம் மட்டுமே வெளிவந்தது என்கிறார் கவிக்கொண்டல் மா. செங்குட்டுவன் (இவர் சுரதா வின் பத்திரிகையில் அக்காலகட்டத்தில் பணிபுரிந்தவர். ஓரணா விலையில் வெளியிடப்பட்ட கிழமை இதழின் முதல் பக்கத்தில் பாரதிதாசன் பற்றி சுரதா எழுதிய கவிதை (எண்சீர் விருத்தம்) இடம் பெற்றுள்ளது. 'நமக்குக் கிடைத்த நாத்திகக் கவிஞன்' என்பது தலைப்பு.

சுரதா வர்ணித்தபடி விகுதியென நிற்காமல் பகுதி போன்று விளங்கிய பாரதிதாசனைப் போலவே இவரும் திராவிட இயக்கத்தைச் சேர்ந்த நாத்திகக் கவிஞர் என்பது குறிப்பிடத் தகுந்தது. திராவிட இயக்கம் சார்ந்த பெரும்பாலான கவிஞர்கள் நாத்திகத்தைக் கடைப்பிடிக்க முடியாமல் அல்லது கடைப் பிடிப்பதால் வரும் சோதனைகளைத் தாங்கிக்கொள்ள முடியாமல் விலகி வெகுதூரம் சென்றுவிட்ட சூழலில், சுரதா இப்படி விடாப் பிடியாக நாத்திகக் கவிஞராக வாழ்ந்து காட்டியது வியப்புக்குரியது.

'காவியம்' முழுக்க முழுக்க சுரதாவின் கைவண்ணம். நான்கு பக்கங்களில் மூன்று சுரதாவுக்கு. பிறரது படைப்புகள் குறைவுதான். ஆண்டிதழைச் சுவடி என்றும் தனிஇதழை ஏடு என்றும் சுரதா குறிப்பிட்டார். இவர் நடத்திய 'இலக்கியம்', 'ஊர்வலம்', 'சுரதா', 'விண்மீன்' ஆகியவற்றின் பிரிவுகளிலும் அவ்வாறே புதுமையாகப் பெயரிட்டுள்ளார். 'காவியத்தில்' நூல்விளக்கம் என்றொரு பகுதி. ஒவ்வொரு இதழிலும் ஒரு நூல்பற்றிய அறிமுகக் கவிதையுடன் அமைந்தது இப்பகுதி. முதல் இதழில் கல்லாடம் பற்றி ஒரு கவிதை. 'கல்லாடம் கற்றவனுடன் சொல்லாடாதே' என்பது முதுமொழி. அந்தக் கல்லாடத்தின்மீது சுரதாவுக்கு ஒரு மயக்கம். அதனால் தமது மகனுக்குக் கல்லாடன் என்றே பெயர்சூட்டிவிட்டார்.

'காவியம்' ஒவ்வோர் இதழிலும் சிகரம் தொட்ட ஒரு சாதனையாளரைப் பற்றிய அறிமுகக் கவிதையைத் தருகிறார் சுரதா. முதல் இதழில் பாரதிதாசன். தொடர்ந்து ராமநாதபுரம் சேதுபதி, முகம்மது இக்பால், சிங்காரவேலர், கொங்குநாட்டு அருச்சுனன், சோணாட்டு ஏ.டி. பன்னீர்ச்செல்வம், ரஷ்யாவின்

லெனின், மராட்டிய சிவாஜி, குன்றக்குடி அடிகள், மருதப்ப தேவர், புதுவை ஆனந்தரங்கம்பிள்ளை, பாம்பன் சுவாமிகள் என்று இப்பட்டியல் நீளும். பிரபலமான சாதனையாளர்களுடன் அத்தனை பிரபலம் ஆகாத ஆனால் பிரபலம் ஆகியிருக்க வேண்டியவர்களை சுரதா கவிதையில் தீட்டிய அழகே அழகு. சேரவேண்டிய அளவு புகழ் சேரப் பெறாதவர்களை சுரதாவைப் போல் எவரும் பரிவுடன் நினைவுகூர்ந்ததில்லை. ஒரு சரித்திர ஆசிரியனின் தீவிரத்துடன் அவர்களைப் பற்றிய சிறுசிறு விவரங் களைக்கூடத் தோண்டியெடுத்து வாசகர்களுடன் பகிர்ந்து கொண்டவர் சுரதா. இந்த அம்சத்தில் சுரதாவுக்கு இணை சுரதாவே.

'காவிய'த்தில் 'சொல்விளக்கம்' என்றொரு பகுதி. இப்பகுதி தூய தமிழ்ச்சொற்களின் வேர்களைக் கண்டறிந்து எல்லாச் சொற்களும் காரணச்சொற்களே என நிறுவும் ஒரு முயற்சியாக விளங்கியது. திராவிட இயக்க ஏடுகளில் அந்நாளில் சொல் லாராய்ச்சி துடிப்பாக நடைபெற்றது. ஏனெனில், வடசொற் களை நீக்கித் தூய தமிழ்ச்சொற்களையே பயன்படுத்த வேண்டும் என்னும் தனித்தமிழ் இயக்கம் அப்போது அரசியலில் உச்சத்தில் இருந்தது. தனித்தமிழ் இயக்கத்தின் ஒரு பின்விளைவாகவே இப்பகுதி அமைந்தது. அம்மி, கழல், தோகை, பூ, முளரி (தாமரை), கறையடி (யானை), குதிரை, கைதை (தாழம்பூ), மஞ்ஞை (மயில்), பரிதி (சூரியன்), பிறை, திரை எனப் பல பொருள்களின் மூலங்களை அலசும் முயற்சியாக இப்பகுதியை உருவாக்கினார் சுரதா. இதன்மூலம் வழக்கிழந்துபோன பழஞ்சொற்களை மீண்டும் புழக்கத்திற்குக் கொண்டுவரும் பயிற்சியிலும் சுரதா ஈடுபட்டார் எனலாம்.

1955 செப்டம்பர் திங்கள் வெளிவந்த முதல் இதழின் தலையங்கத்தில் செப்டம்பர் மாதத்தின் சிறப்புகள் அலசப் படுகின்றன. என்ன அப்படிப்பட்ட சிறப்புகள்? பெரியார் என்னும் தலைவர் தோன்றினார். திராவிட முன்னேற்றக் கழகம் என்னும் கட்சி பிறந்தது. 'காவியம்' என்னும் கவிதை இதழ் தொடங்கப்பட்டது. இந்நிகழ்வுகள் மூன்றும் செப்டம்பர் மாதச் சிறப்புகள் என்கிறார் சுரதா. 'காவிய'த்தின் கடமை அல்லது லட்சியம் என்னவென்றால், 'கோவிலின் வியாபாரத் தைக் கொட்டிடும் தேள் மதத்தை ஆவி வைத்திருக்குமட்டும் அழித்திட வேலைசெய்யும்' என்கிறார்.

சுரதாவின் இன்னொரு தனித்தன்மை என்னவென்றால் பிறர் அத்தனை முக்கியமானதன்று என்று ஒதுக்கிவிட்ட அல்லது அவர்கள் முனைந்து தெரிந்துகொண்டு சொல்ல முயலாத விவரணங்களை வெகு அழகாக உரிய இடங்களில் தெளித்துச்

செல்வதில் சுரதா கைதேர்ந்தவர். சாம்ராட் அசோகன் கலப்பு மணம் புரிந்துகொண்டது, குணங்குடி மஸ்தான் சாஹிப் அத்தர் வணிகம் செய்தது, சீர்காழி அருணாசலக் கவிராயர் நகைக்கடை வைத்திருந்தது, 1842இல் சந்திரசேகரப் பாவலர் தமிழில் முதல் அகராதி தயாரித்தது, காவடிச்சிந்து அண்ணாமலை ரெட்டியாருக்கு அரையாப்புக்கட்டி வந்தது என்பன போன்ற துணுக்குச் செய்திகளை ஒரு பத்திரிகையாளர் பாணியில் ஆங்காங்கே பெய்துவிட்டுப் போவதில் சுரதாவின் துல்லியமான பார்வை, குறும்பான நகைச்சுவை உணர்வு எல்லாம் புலப்படும்.

தமது அரிய உழைப்பின் மூலம் லட்சக்கணக்கான தகவல்களைச் சேகரித்து வைத்திருந்தவர் சுரதா. ஒவ்வொரு பொருள் பற்றியும் ஒரு புதினம் எழுதும் அளவு ஆழமும் அகலமும் உடைய ஆய்வு விவரங்கள் அவரது நூலகக் குறிப்புகளில் உண்டு. கலைக்களஞ்சியம் தயாரிக்க அவை உதவும். 'காவிய'த்தில் இவ்வகை விவரங்கள், தகவல்கள் நிறைய உண்டு. சுரதா பிற்காலத்தில் நடத்திய 'இலக்கியம்', 'ஊர்வலம்', 'விண்மீன்', 'சுரதா' ஆகிய இதழ்களிலும் இவை உண்டு. சுரதா உவமைக் கவிஞர் மட்டுமல்லர், ஒரு நடமாடும் தகவல் களஞ்சியமும் ஆவார்.

சுரதா தம்மைப் பற்றிச் சொல்லிக்கொள்கிறார் கேளுங்கள்: "கணக்கைப் போன்றதே கவிதை என்பதால் கவிதை புனைந்திடக் கற்பனை வேண்டும் என்னும் கருத்தை நான் ஏற்பதே இல்லை. புகழ்வெறி எனக்குப் புள்ளியளவும் இல்லை. சராசரிப் பொறாமையும் இல்லை. நானொரு கவிஞன். அதைவிட நானொரு நல்லவன் இந்த நாட்டிலே." மற்றவர்களிடமிருந்து சுரதா முழுக்க முழுக்கக் கவிதை, கவித்துவம் பற்றிய பார்வையில் மாறுபடுகிறார் என்பதையும் கவனிக்க வேண்டும்.

முருகு சுந்தரத்துடன் பேசும்போது சுரதா வெளியிட்ட இன்னொரு கருத்தும் சிந்தனைக்குரியது: "உணர்ச்சிவசப்பட்டுப் பாடுதல் என்னிடம் கிடையாது. எதையும் உட்கார்ந்து சிந்தித்துத்தான் எழுதுவேன். பிள்ளை பெறுவதற்காகப் புணர்வதில்லை. அதுபோல் கவிதை ஆவேசத்திற்காக எப்பொருளையும் பார்ப்பதில்லை."

சுரதாவுக்குப் பெரியாரை மிகவும் பிடிக்கும். ஆனால் திராவிடர் கழகத்தில் சேர்ந்ததில்லை. அண்ணாவின்மீது அளவற்ற பற்று. திராவிட முன்னேற்றக் கழகத்தின் பக்கம் போனதில்லை. திராவிட உணர்வுடன் மட்டும் நிறுத்திக் கொண்டவர்.

சுரதாவுடன் நெருக்கமான தொடர்பு கொண்டிருந்தவர்கள் அல்லது அவரது தாக்கம் நிரம்பப்பெற்றவர்கள் என்று ஒரு

பட்டியல் எடுத்தால் அதில் முருகு சுந்தரம், அப்துல் ரகுமான், தஞ்சைவாணன், பொன்னிவளவன், தமிழன்பன், உசேன், தங்கவயல் லோகிதாசன், நீலமணி ஆகியோரைக் குறிப் பிட்டாக வேண்டும்.

தஞ்சை மாவட்டம் பழையனூரில் பிறந்து (21.11.1921) பள்ளி இறுதி வகுப்பு வரை மட்டுமே படித்த சுரதா தமிழ் இலக்கிய இலக்கணங்களைக் கரைத்துக்குடித்தவர். உவமை சொல்வதில் முன்னோரையும் பின்னோரையும் ஒருங்கே கடந்து உச்சிக்குச் சென்றவர். அதிவீர ராம பாண்டியனையும் மிஞ்சும் வகையில் அழகிய வர்ணனைகள் ஆயிரமாயிரம் அள்ளித்தந்தவர். இளமைக்கால நண்பர் பட்டுக்கோட்டை குமாரவேல் சொல்வதுபோல் பெண்மை கலந்த ஆண்மை யழகு நிரம்பியவர். தமது 85ஆம் வயதில் நிறைவாழ்வு வாழ்ந்த பூரிப்புடன் 20.6.2006இல் நீள்துயிலில் ஆழ்ந்தவர்.

ஆகஸ்ட் 1 – 15, 2006

ஏ.வி.பி. ஆசைத்தம்பி

தனி அரசு

ஆசிரியர்: ஏ.வி.பி.ஆசைத்தம்பி

ஏ.வி.பி. ஆசைத்தம்பி (1924 – 1979)

விருதுநகரில் பழனிப்பன் – நாகம்மாள் தம்பதியினருக்கு மகனாக ஆசைத்தம்பி 24.9.1924இல் பிறந்தார். தந்தையார் நீதிக்கட்சியில் ஈடுபாடு உடையவராக இருந்ததால் மகனுக்கு இளமையிலேயே பெரியார் மீதும் சுயமரியாதை இயக்கத்தின் மீதும் அளவற்ற பற்று ஏற்பட்டுவிட்டது. 28.5.54இல் பெரியார் தலைமையில் திருமணம். வாழ்க்கைத் துணைவியார் பரமேஸ்வரி. பிள்ளைகள் காந்தி, சவுந்தர். பெண் வசந்தா. 10 ஆண்டுகள் நகராட்சி உறுப்பினராவும் இருமுறை சட்ட மன்ற உறுப்பினராகவும் பணிபுரிந்த ஆசைத்தம்பி 1977இல் நாடாளுமன்றத்திற்கும் தேர்ந்தெடுக்கப்பட்டார். சிறந்த மேடைப்பேச்சாளர். நகைச்சுவை கொப்பளிக்கும் நடைக்குச் சொந்தக்காரர். தி.மு.க.வின் தொடக்ககால முன்னணித் தலைவர்களுள் ஒருவராக விளங்கியவர். 1979இல் அந்தமான் சென்றிருந்தபோது மரணம்.

தனியரசு

திராவிட முன்னேற்றக் கழகத்தின் முன்னணித் தலைவர்களுள் ஒருவர் என்று ஐம்பதுகளில் அறியப் பட்டவர் ஏ.வி.பி. ஆசைத்தம்பி. கட்சித் தலைவர்களுள் முதன்முதலாகச் சிறைவாசம் அனுபவித்தவர் அவரே. அவர் எழுதிய 'காந்தியார் சாந்தியடைய' என்னும் நூல் தடை செய்யப்பட்டு அவர் தண்டனைக்குள்ளான நிகழ்வு அந்நாளில் பரபரப்பான செய்தியாக நாளிதழ் களில் இடம் பிடித்தது. பெரியாரின் பாணியிலேயே மேடைப்பேச்சை அமைத்துக்கொண்டதால் அவரை 'வாலிபப் பெரியார்' என்றும் அழைத்தார்கள். அவர் முதலில் விருதுநகரிலும் பின்னர் சென்னையிலும் நடத்திய இதழ் 'தனியரசு.'

பெயருக்கேற்பத் தனித்து நின்ற பத்திரிகை 'தனியரசு.' 'ஒருதனிச் செய்யகோல்' என்றோர் இலக்கியப் பிரயோகம் உண்டு. அப்படி இதழுலகில் தனக்கே உரிய நெறியில் செய்யகோல் ஓச்சிய இதழ் 'தனியரசு.' ஆசைத்தம்பியும் தனித்து நின்றவர்தாம். கட்சியும் அவரைச் சரியாகக் கண்டுகொள்ளாமல் தனித்து நிற்க வைத்துவிட்டது. முன்னணித் தலைவர்களுள் ஒருவர் கட்சி வளர வளர எங்கோ மூலைக்குத் தள்ளப்பட்டார். அவருக்கு அரசியலில் சரியான இடம் ஒதுக்கப்படாமல் போனாலும் அவரது 'தனியரசு'க்கு இதழுலகில் தனியிடம் உண்டு.

'தனியரசு' தி.மு.க.வின் பிரசார இதழாக வெளிவந்த போதும் தமிழ் இலக்கியங்களை அது ஒதுக்கிவிட வில்லை. அரசியலும் இலக்கியமும் பத்திரிகையின் இரு பகுதிகள் எனக் கருதிய பின்னணியில் இதழ் நடத்தப் பட்டது என்கிறார் அவ்விதழில் துணையாசிரியராகப் பணிபுரிந்த பி.வி. கிரி. 'தனியரசு' *1954 – 55*இல் விருதுநகரில்

புத்தக வடிவிலும் (மாதம் இருமுறை), 1959 முதல் சென்னையில் நாளிதழாகவும் வெளிவந்து எண்ணற்ற இளம் எழுத்தாளர் களை இதழுலகுக்கு அறிமுகம் செய்தது. இதழில் பணியாற்றிய வர்கள் பிற்காலத்தில் தலைசிறந்த பத்திரிகையாளர்களாகப் பரிணமித்திருக்கிறார்கள்.

சென்னை ஐஸ் ஹவுஸ் பகுதியிலிருந்து (டாக்டர் நடேசன் சாலை) நாளிதழ் அளவில் நான்கு பக்கங்கள் கொண்ட மாதம் இருமுறை இதழாகத் 'தனியரசு' பத்திரிகை வெளிவந்தபோது அதன் விற்பனை 35,000 படிகள். பிறகு நுங்கம்பாக்கம் வில்லேஜ் சாலைக்கு (இன்று அக்கட்டடத்தில் வேலு மிலிட்டரி ஓட்டல் இயங்குகிறது) குடிபெயர்ந்தது. ஆசைத்தம்பி மாடியில் குடித்தனம் இருந்தார். 1957இல் 'தனியர'சின் பொறுப்பாசிரியராக மா. செங்குட்டுவன் அமர்ந்தார். ஆசைத்தம்பி 1957இல் சட்ட மன்ற உறுப்பினராக ஆயிரம்விளக்குத் தொகுதியிலிருந்து தேர்ந் தெடுக்கப்பட்டதால் விருதுநகரிலிருந்து 'தனியரசு' சென்னைக்குக் குடிபெயர்ந்தது. 6 மாதம் பணிபுரிந்துவிட்டு அண்ணா அழைப் பின்பேரில் செங்குட்டுவன் 'நம்நாடு' பத்திரிகைக்குப் போனார். செங்குட்டுவன் தி.மு.க. வின் ஆதிகால இதழாளர். 1949இல் தி.மு.க. தொடங்கு முன்பே 'மாலைமணி' என்னும் பிரச்சார ஏடு ஒன்றை ஆரம்பித்தார்கள் (1949, ஆகஸ்ட் 10). அதற்கு ஆசிரியர் அண்ணா. வெளியீட்டாளர் டி.எம். பார்த்தசாரதி. செங்குட்டு வனை அடுத்து 'தனியர'சில் 1959இல் தமது 21 வயதில் துணை யாசிரியராகச் சேர்ந்தார் பி.வி. கிரி. அவர் எழுதிய 'இதழியல் உலகம்' என்னும் நூலின் முதல் கட்டுரை இதழியல் உலகில் 'தனியரசு' வகித்த பாத்திரத்தை வெகுஅழகாக அலசுகிறது.

விருதுநகரில் பழனிப்பன் – நாகம்மாள் தம்பதியினருக்கு அருமை மகனாக ஆசைத்தம்பி 24.9.1924இல் பிறந்தார். தந்தையார் நீதிக்கட்சியில் ஈடுபாடு உடையவராக இருந்ததால் மகனுக்கு இளமையிலேயே பெரியார்மீதும் சுயமரியாதை இயக்கத்தின்மீதும் அளவற்ற பற்று ஏற்பட்டுவிட்டது. 20 வயதில் 28.5.54இல் பெரியார் தலைமையில் திருமணம். வாழ்க்கைத் துணைவியார் பரமேஸ்வரி. பிள்ளைகள் காந்தி, சவுந்தர். பெண் வசந்தா. 10 ஆண்டுகள் நகராட்சி உறுப்பினராவும் இருமுறை சட்டமன்ற உறுப்பினராகவும் பணிபுரிந்த ஆசைத்தம்பி 1977இல் நாடாளு மன்றத்திற்கும் தேர்ந்தெடுக்கப்பட்டார்.

சிறந்த மேடைப் பேச்சாளர். நகைச்சுவை கொப்பளிக்கும் நடைக்குச் சொந்தக்காரர். பிற பேச்சாளர்களைப் போல் அல்லாமல் தமக்கெனத் தனிப்பாணியைப் பெரியாரின் பாணியை ஒட்டி ஏற்படுத்திக்கொண்டவர். தொடங்கும்போது மிக மிக நிதானமாகக் கருத்துகளைச் சொல்வார். போகப் போகப் பேச்சில் சூடேறும். ஒரு கட்டத்தில் உணர்ச்சி பொங்கும்.

நகைச்சுவை மட்டும் ஊடுபாவாகப் பேச்சு முழுதும் இழை யோடும். இயற்கையாகவே நல்ல குரல்வளம். நவின்று நவின்று பயின்று பயின்று பக்குவப்படுத்திக்கொண்ட ஆழமான பேச்சுக் கலை அவருடையது. அப்படி ஒரு பாணியில் அவருக்குப் பின் பேச ஆளில்லை. அவருக்கு முன் குத்தூசி குருசாமி, குடந்தை நீலமேகம் சி.பி. சிற்றரசு போன்றவர்கள் இருந்தார்கள். பின்பு எவருக்கும் அந்த நேர்த்தி கைவரவில்லை. எழுத்திலும் அப்படியே தனித்துவம் மிளிர வைத்தார். அவரது தலையங்கங்கள் ஆணித்தரமானவை. பிற தி.மு.க. தலைவர்களின் சாயல் இல்லாதவை.

சம்பத்தும் கண்ணதாசனும் தி.மு.க.விலிருந்து பிரிந்து 1961இல் தமிழ்த் தேசியக்கட்சி கண்டபோது அவர்களோடு செல்வார் என்று எதிர்பார்க்கப்பட்டது. ஆனால் போகவில்லை. தி.மு.க. தலைமையோடு அக்காலகட்டத்தில் முரண்பட்டி ருந்ததால் அப்படி ஒரு சூழல் தோன்றியது. ஆனால் இறுதி நேரத்தில் தி.மு.க.விலேயே நீடிப்பதாக முடிவெடுத்துவிட்டார். இக்காரணங்களால் 'தனியரசு' தனித்துவத்தோடு வெளிவந்து கொண்டிருந்தது. அதன் விற்பனையும் தாக்கமும் அதிகரித்தன.

ஆசைத்தம்பியின் எழுத்துப்பணி நாரணதுரைக் கண்ணனின் 'பிரசண்ட விகட'னில் தொடங்கியது. 1948இல் 'காந்தியார் சாந்தியடைய' என்னும் நூலுக்குத் தடை. அவருக்குச் சிறையில் மொட்டை போட்டார்கள். ஏறக்குறைய 10 முறை சிறைவாசம் அனுபவித்தவர். 40 நூல்களின் ஆசிரியர். இளமையில் மாடர்ன் தியேட்டர்ஸ் கதைவசன இலாகாவில் பணிபுரிந்த அனுபவமும் உண்டு. இவர் எழுதிய திரைப்படங்களில் 'சர்வாதிகாரி' குறிப் பிடத்தக்கது. ஆசைத்தம்பி 'திராவிட சினிமா' என்னும் திங்கள் இருமுறை திரைப்பட இதழையும் நடத்தினார்.

ஆசைத்தம்பியின் ஆணித்தமிழுக்குச் சில எடுத்துக்காட்டு கள்: ம.பொ.சி எப்பொழுது பார்த்தாலும் கண்ணகியைப் பற்றியே பேசிக்கொண்டிருக்கிறாரே – "காங்கிரசால் கைவிடப் பட்டவர் கணவனால் கைவிடப்பட்டவரைப் பற்றிப் பேசுவதில் ஆச்சரியம் என்ன" (7.12.59 இதழ் 'என்னைக் கேளுங்கள்' பகுதி).

"'நான்' என்னும் அகந்தையும் 'நீ யார்' என்னும் அலட்சி யமும் பொதுவாகக் கழகத்தில் மட்டுமல்ல, எந்தக் கட்சியிலும் தலை காட்டுவது அக்கட்சிக்கே நல்லதல்ல" (18.1.61 தலையங்கம்).

"காம்ரேடு என்னும் பகுத்தறிவுச் சொல்லை கம்யூனிஸ்ட் கட்சிக்கு முன்பே தமிழ்நாட்டில் புழக்கத்துக்குக் கொண்டுவந்த பெருமை பெரியாரைச் சேரும். யாராய் இருந்தாலும் தோழர் என்னும் பழக்க வழக்கம் உள்ள கட்சி என்றைக்குமே லட்சிய

பலத்தால் இயங்கிவரும். சொல்லிலே செல்வராகவும் வல்லவராகவும் உள்ள தோழர் சம்பத் அரசியல்வாதிகளுக்கு அடைமொழிப்பட்ட வியாதி பீடிப்பதென்பது ஆபத்தின் அறிகுறி என்று அறிவித்து தன்னையும் தோழர் என்றே அழைக்கும்படி வேண்டுகோள் விடுத்திருப்பது கேட்டு மகிழ்கிறோம்" (19.1.61 தலையங்கம்).

அண்ணாவையே எதிர்த்து 26.2.61 தலையங்கத்தில் இப்படி எழுதினார்: "கட்டுப்பாட்டை உடைப்பவர்களைக் கண்டிக்காமலும் கட்டுப்பாட்டை மீறியவர்களோடு சேர்ந்துகொண்டு கூட்டங்களில் பேசிக்கொண்டும் இருக்கிறார் அண்ணா. அண்ணாவின் முன்னிலையிலேயே அவருடைய அறிக்கைக்கு விரோதமான பேச்சுகளைப் பேசுபவர்களை அவர் அனுமதித்தும் வருகிறார். இதனால் வேலூர் வன்முறை மனோபாவம் நாளுக்கு நாள் வலுப்பெற்றுவருகிறது."

ஆசைத்தம்பியின் தலையங்கங்களைப் பெரியாரும் அண்ணாவும் பலமுறை பாராட்டியுள்ளார்கள். எதிர்க்கட்சிக் காரர்களும் விரும்பிப் படித்திருக்கிறார்கள். அவை துண்டுப் பிரசுரங்களாகவும் விநியோகிக்கப் பட்டிருக்கின்றன. அவற்றில் வெறும் பிரச்சார நெடி மட்டுமே வீசாமல் புறநோக்கு நேர்மையும் தர்க்க வாதமும் கைகோத்து நின்றதால் அவை மாற்றாராலும் மதிக்கப்பட்டன.

ஆசைத்தம்பியைப் போலவே நறுக்குத் தெறித்தாற் போன்ற தலையங்களை ப.சி.அ. வணங்காமுடியும் ('இந்திய சரித்திரக் களஞ்சியம்' என்னும் பெயரில் அற்புதமான வரலாற்றுத் தொகுப்புகளை 90களில் கொண்டுவந்த அரிய ஆய்வாளர் இவர்) மா. செங்குட்டுவனும் 'தனியர'சில் எழுதுவார். கவுந்தி, பி.வி. கிரி, சோ. அரங்கநாதன், பி.எல். ராஜேந்திரன், சண்முகம், எல். ராமதாஸ், நீ. தில்லை நாதன், சி.ஜே. மார்த்தாண்டன், தன நடராசன், கோ. வெற்றிவீரன், அன்பு, கலவை பா. வரதன் ஆகியோர் ஆசிரியர் குழுவில் இடம் பெற்றிருந்தார்கள். வணங்காமுடி 'தனியர'சில் சிறுகதையும் எழுதியுள்ளார்.

'தனியரசு' இதழில் பேனா நண்பர்கள் சங்கம் தொடர்ந்து இடம்பெற்றது. 'இளஞர் மன்றம்' என்னும் பெயரில் அன்புப் பழம்நீ இதை நடத்திவந்தார். சாக்ரடீஸ், ப்ளாட்டோ, மாஜினி, பாரதியார் போன்ற பல்துறை அறிஞர்களின் பொன்மொழிகள் பக்கங்களை அலங்கரித்தன. 'இளைஞர்கள் விவாத மன்றம்' ஒன்றும் இடம்பெற்றது. புத்தக மதிப்புரைப் பகுதியும் உண்டு. 'அன்புப்போர்' என்னும் இலக்கிய விமர்சனப் பகுதியில் மா. ராசமாணிக்கனார், கி.ஆ.பெ. விஸ்வநாதம், வெ. சாமிநாத சர்மா, அ.மு. பரமசிவானந்தம் ஆகிய சிந்தனையாளர்கள்

பற்றிய கட்டுரைகள் இடம்பெற்றன. சமுதாய அவலங்களை 'வெட்டு 1 துண்டு 2' பகுதி தோலுரிக்கும். இதை ஆசைத்தம்பியே எழுதுவார். மக்கள் குரலே மகேசன் குரல் என்னும் வகையில் 'எங்கள் குரல்' பகுதியில் வாசகர்களின் குரல் உரத்துக் கேட்கும்.

பி.வி. கிரி எழுதுகிறார்: "இப்போது போல் அதிநவீன அச்சு இயந்திரங்கள், கணிப்பொறி அன்றில்லை. டெம்மி அளவு அச்சடிக்கும் சிலிண்டர் எந்திரம் மட்டுமே உண்டு. கையால் ஒவ்வொரு இதழாகத் தள்ளி அச்சிட வேண்டும். அச்சுக் கோப்பதற்கு லைனோ, மோனோ வசதிகள் இல்லை. ஒவ்வொரு எழுத்தாக எடுத்துக் கோக்கும் முறை. 1958 – 63 காலகட்டத்தில் 'தனியரசு' கொடிகட்டிப் பறந்தது. இயக்கத் தலைவர்களின் உரைகள் முழு அளவில் இடம்பெற்றன. மாநாடு கள் பற்றிய விவரங்கள் இதழை அலங்கரித்தன. 'தனியரசு' வார மலரில் கதை, கட்டுரை, கவிதை என்று இலக்கிய மணம் கமழ்ந்தது. ஒவ்வொரு இதழிலும் தவறாமல் கேலிச்சித்திரங்கள் இடம் பெறும். ஓவியர் கணேஷ் அவற்றுக்குச் சொந்தக்காரர்.

ஆசைத்தம்பி செய்திகளை உள்ளது உள்ளபடி எழுத வேண்டும் என்பார். *Views* அல்ல *News* முக்கியம் என்பார். 'என்கிட்ட வேலை செய்பவன் நாளை பக்கா எடிட்டரா வருவான்' என்று ஊழியர்களுக்கு ஊக்கம் தருவார். செய்தி நிறுவனங்களின் பெயர்கள் செய்திகளுக்குக் கீழே இடம்பெறுவது போல் செய்தி எழுதுபவர்களின் பெயர்களைச் செய்திகளுக்குக் கீழே வெளியிட்டு அவர்களுக்கு உரிய மதிப்பளிப்பார். நான்கு வரிகளை 40 வரிகளாகவும் 40 வரிகளை நான்காகவும் ஆக்கும் திறன் உள்ளவனே எடிட்டர் என்பார். கழகப்பேச்சாளர்கள் யாராக இருந்தாலும் அவர்கள் பேச்சை முழுமையாக வெளியிடும்படி வற்புறுத்துவார்.

திராவிட இயக்க வரலாற்றில் 'தினத்தந்தி' அளவில் வெளி வந்த ஒரு முழுமையான நாளிதழ் 'தனியரசு.' நன்கொடை எதுவும் வசூலிக்காமல் அதனைச் சொந்தச்செலவில் நடத்தினார் ஆசைத்தம்பி. அக்காலச்சூழலில் இது ஒரு தனி மனிதரின் மகத்தான சாதனை என்றே சொல்ல வேண்டும். மாபெரும் நிறுவனங்கள் மட்டுமே ஈடுபடக்கூடிய பத்திரிகைத் தொழிலில் அதுவும் நாளிதழ் வெளியீட்டில் ஒரு சாமான்யர், அதுவும் தலைமையால் கண்டுகொள்ளப்படாத கட்சிப் பிரமுகர் நடத்திய இதழ் 35,000 பிரதிகள் விற்பனையாவது என்பது அந்நாளில் மட்டுமன்றி இன்றும்கூட வியப்புக்குரிய செய்தியாகும்.

அக்டோபர் 1 – 15, 2006

௨ ௯

கருமுத்து தியாகராசர்

தமிழ்நாடு

கருமுத்து தியாகராசர் (1893 – 1974)

செட்டிநாடு மாத்தூர் மண்ணூர்ப் பிரிவைச் சேர்ந்த கருமுத்துக்கருப்பன் செட்டியாரின் மகனாக சிவகங்கை மாவட்டம் ஆ. தெக்கூரில் பிறந்தவர் (16.6.1893 – 29.7.1974). பி.டி. ராஜனின் பள்ளித்தோழர். 'ஆலை அரசர்' எனப் போற்றப்படும் இவர் நிறுவிய நூற்பாலைகள் 12. நடத்தியவை 18. தியாகராசர் கலைக்கல்லூரி, தியாகராசர் தொழிற்கல்லூரி, மதுரை வங்கி ஆகிய அமைப்புகளின் நிறுவனர். 'தினத்தந்தி' ஆதித்தனார் எப்படித் தமிழனுக்கு நாளிதழ் படிக்கும் ஆர்வத்தை ஊட்டினாரோ அப்படியே 'தமிழ்நாடு' தியாகராசர் சரியான, முறையான தமிழ் படிக்கும் முனைப்பையும் அறிவையும் தமிழனுக்குப் புகட்டினார். தமது 20ஆம் வயதில் கொழும்பு நகரில் 'மார்னிங் ரீடர்' என்னும் நாளிதழில் பணியாற்றியவர். அந்த அனுபவம் 'தமிழ்நாடு' இதழுக்கு அடிப்படையாக அமைந்தது.

தமிழ்நாடு

தமிழ், தமிழ்நாடு, தமிழர் என்னும் மூன்று அடையாளங்களையும் உயிர்மூச்சாய்க் கொண்டு கட்சி அரசியல் சாயம் எதனையும் பூசிக்கொள்ளாமல் நடுநிலை ஒன்றையே லட்சியமாய்ப் பாவித்து 17 ஆண்டுகள் (1.10.1951 முதல் 4.7.1968 வரை) தொடர்ந்து வெளிவந்து உச்சவிற்பனையாக 30,000 படிகளைத் தொட்ட நாளிதழ் 'தமிழ்நாடு.' 'தமிழ்நாட்டில் தமிழ்தான் இல்லை' என்று ஏங்கிய பாரதிதாசனின் ஏக்கத்தை நீக்கத் தோன்றிய இதழ் என்றும் சொல்லலாம். அதன் நிறுவனர் கருமுத்து தியாகராச செட்டியார். தமிழ்நாட்டோடு நிறுத்திக் கொள்ளாமல் இலங்கையிலும் மலேசியாவிலும்கூடச் செய்தியாளர்களை நியமித்து நாளிதழைக் கொண்டு வந்தவர் அவர்.

'கலைத்தந்தை' என அழைக்கப்பெறும் கருமுத்து தியாகராசர் சிவகங்கை மாவட்டம் ஆ தெக்கூரில் பிறந்தவர். 'ஆலை அரசர்' எனப் போற்றப்படும் அவர் நிறுவிய நூற்பாலைகள் 12. நடத்தியவை 18. தியாகராசர் கலைக் கல்லூரி, தியாகராசர் தொழிற் கல்லூரி, மதுரை வங்கி ஆகிய ஆல்போல் தழைக்கும் அமைப்புகளின் நிறுவனர். கல்வி மற்றும் தொழில் மேதை.

'தமிழ்நாடு' நாளிதழின் முதல் இதழ் தியாகராசர் கையெழுத்திட்டு அடிப்படைக்கொள்கைப் பிரகடனத்தைத் தாங்கி வெளிவந்தது. "தமிழ்நாடு என்னும் பெயர் பூண்டு இந்நாளிதழ் இன்று (1.10.51) வெளிவருகிறது. 'கல்தோன்றி மண் தோன்றாக் காலத்தே வாளோடு முன்தோன்றி மூத்த குடி' எனப் பெருமை பெற்ற பழந் தமிழர் உரிமை கலை பண்பாடுகளைப் பாதுகாக்கத் தோன்றும் இவ்விதழைத் தமிழ்நாடு போற்றி வரவேற்கும்

எனத் துணிந்து தொடங்குகிறோம்.” இத்துணிச்சலின் வீச்சு மொழித் தூய்மையைப் பாதுகாப்பதில் பெரும் பங்காற்றியது. பிற பத்திரிகைகளில் அந்நாளில் விரவியிருந்த மொழிப் படு கொலைகளைத் திருத்துவதில் முனைந்துநின்றது. புதுப்புதுச் சொல்லாடல்களைத் தமிழுக்கு வரவு வைத்தது.

‘தினத்தந்தி’ ஆதித்தனார் எப்படித் தமிழனுக்கு நாளிதழ் படிக்கும் ஆர்வத்தை ஊட்டினாரோ அப்படியே ‘தமிழ்நாடு’ தியாகராசர் சரியான, முறையான தமிழ்படிக்கும் முனைப் பையும், அறிவையும் தமிழனுக்குப் புகட்டினார் என்று சொல்வது பொருத்தமாக இருக்கும்.

தியாகராசர் தமது 20ஆம் வயதில் கொழும்பு நகரில் ‘மார்னிங் ரீடர்’ என்னும் நாளிதழில் பணியாற்றியவர். அந்த அனுபவம் ‘தமிழ்நாடு’ இதழுக்கு அடிப்படை ஊற்றாக அமைந்தது என்கிறார் அவருடைய துணைவியார் ராதா தியாகராசன். “தமது கொள்கைகளை மக்களுக்கும் அரசுக்கும் எடுத்துரைக்க நாளிதழ் ஓர் ஒப்பற்ற கருவி என்னும் கருத்துடையவர் அவர். தமது கருத்துகளை, திட்டங்களை அரசு உடனே ஏற்கும் என்று எதிர்பார்த்தவரில்லை. அதற்காக அவற்றைச் சொல்லாமலும் விடமாட்டார். சொல்லவும் அஞ்சமாட்டார்” என்கிறார் ராதா தியாகராசன். (‘ஆலை அரசர் கருமுத்து தியாகராசர்’, வானதி பதிப்பக வெளியீடு)

“பேராசிரியர் ரத்தினசாமியும் தியாகராசரும் நெருங்கிய நண்பர்கள். மக்களாட்சிக்குப் பகையான எதேச்சாதிகாரப் போக்கு உருவாவதைத் தடுக்க ஒரு பெரிய இயக்கம் தேவை என்பது இருவரின் ஆதங்கம். அதன் காரணமாகவே மக்களிடம் கருத்துருவாக்கம் நிகழ்த்த இத்தகைய இதழ் அவசியம் என்று ரத்தினசாமி தியாகராசருக்கு ஆலோசனை சொல்ல, ‘தமிழ்நாடு’ இதழ் தோற்றம் கண்டது” என்று சொல்கிறார் ராதா தியாகராசன்.

தமிழ்நாடு 1951 அக்டோபர் முதல் 1968 ஜூன் வரை நாளிதழாக வந்தது. பின்னர் 1968 ஜூலை முதல் 1979 பிப்ரவரி வரை கிழமை இதழாகப் பரிணமித்தது. அதன் சென்னைப் பதிப்பு 1960இல் தொடங்கி 64 வரை வெளியிடப்பட்டது. அதன் மதுரை அச்சக முகவரி: எண் 7, ஆண்டாள்புரம், திருப்பரங்குன்றம் சாலை, மதுரை. கிழமை இதழாக மலர்ந்த போது அதன் முகவரி: ஸ்ரீவிசாலாட்சி அச்சகம், தெற்கு வெள்ளி வீதி, மதுரை. நிர்வாக ஆசிரியர் கருமுத்து தியாகராசன், ஆசிரியர் தி. மாணிக்கவாசகம் (கருமுத்து செட்டியாரின் புதல்வர்) பொறுப்பாசிரியர்கள் முறையே திருவாசகமணி கே.எம். பால சுப்ரமணியம், பேராசிரியர் எம். ரத்தினசாமி (இவர் சட்டக் கல்லூரி, பச்சையப்பன் கல்லூரி ஆகியவற்றின் முதல்வராகவும்

அண்ணாமலைப் பல்கலையின் துணைவேந்தராகவும் பணியாற்றிய கல்வித்துறை வல்லுநர்), டி.ஏ.வி. நாதன் (ஜஸ்டிஸ் கட்சித்தலைவர், பெரியாரின் கெழுதகை நண்பர்), மு. ஏழுமலை ஆகியோர்.

துணையாசிரியர் பட்டியலும் முக்கியத்துவம் வாய்ந்தது. அ. ராமசாமி, எஸ்.டி. ராய், டி.ஆர். ராஜகோபாலன், எம். ஜெயபாலன், எம். காமராஜுலு, ஜி. கோவிந்தராஜுலு, எஸ்.டி. கள்ளபிரான், ஜே.வி. கண்ணன் (இவர் வீட்டில்தான் தி.மு.க. பிறந்தது. இன்று பாட்டாளி மக்கள் கட்சியின் பண்ணா ராய்ச்சி மன்றத் தலைவர்), சுப. ராமன் (இவர் கலையன்பன் என்னும் பெயரில் திரைப்பகுதியைக் கவனித்துக்கொண்டார். அமெரிக்க அரசின் அழைப்பில் அந்நாட்டு வெளியீடுகள் பற்றி அறிந்துவந்தார்), எம்.எஸ்.பி. சண்முகம், எஸ். ராமச்சந்திரன், பழ. நெடுமாறன் (தமிழ்த் தேசிய இயக்கத் தலைவர்), ஆர். நடராஜன், வி. பழனியப்பன், அ. வல்லநாட்டான், ஆர்.எம்.டி. சம்பந்தம் (முன்னாள் 'தினமணி' ஆசிரியர்), எஸ். ஜெகதீசன் எனப் பலர்.

பி. துரைராஜ், எம். ராஜாராம், சுப்ரமணியன் ஆகியோர் செய்தியாளர்கள். இன்று சுப்ரமணியன் 'ராணி' இதழில் திரைப் படச் செய்திகளை அலசுகிறார். 'தமிழ்நாடு' பத்திரிகையின் அலுவலகத்திலும் ஆசிரியர் குழுவிலும் 21 ஆண்டுகள் பணியாற்றி 'நகரத்தார் குரல்', 'ஆச்சி வந்தாச்சு' என்னும் இதழ்களின் ஆசிரியராக விளங்கும் எல். சுந்தரம் 'தமிழ்நாடு இதழ்', 'நகரத்தார் வரலாறு, மரபு' போன்ற பொருள்களைப் பற்றி ஆய்வு செய் வோருக்கு ஒரு கலைக்களஞ்சியம் போல் கைகொடுப்பவர். 'தமிழ்நாடு' நாளிதழின் விலை 1951இல் ஓரணா. 1968இல் 10 காசுகள். 1968இல் 12 காசுகள்.

இதழ் தனித்தமிழை வளர்க்கவும் நிலைநிறுத்தவும் என்றே தொடங்கப்பட்டதால் 17 ஆண்டுகள் பலப்பல சுவாரஸ்யமான அரசியல் வட்டத்திலும் பிற முனைகளிலும் சந்தித்து, விமர்சனங் களில் தன்னைப் புடம் போட்டுக்கொண்டு செம்மாப்புடன் நடைபோட்ட பத்திரிகை அது. தொடக்க காலங்களில் அதன் வளர்ச்சிக்குத் தூணாக நின்று அரண் செய்தவர்கள் மதுரை தியாகராசர் கலைக் கல்லூரி பேராசிரியர்கள் மா. ராசமாணிக் கனார், அவ்வை. துரைசாமிப்பிள்ளை ஆகியோர்.

நல்ல தமிழ் எழுதுவதில் இக்காலப் பத்திரிகையாளர்களுக்கு ஆர்வமோ பயிற்சியோ பெரும்பாலும் இல்லை என்பது நாடறிந்த ரகசியம். தனித்தமிழ் இயக்கத்தின் கைவாளாகச் செயல்பட்ட இதழானதால் அ.கி. பரந்தாமனாரின் வழிகாட்டுதலில் தொடர்ச்சியாகத் துணையாசிரியர்களுக்கும் செய்தியாளர் களுக்கும் வகுப்புகள் நடத்தியது 'தமிழ்நாடு.'

அவ்வாறே இந்தி எதிர்ப்பு இயக்கத்தின் கொள்கைப் பதாகையையும் அது உயர்த்திப் பிடித்தது. 1965 – 66 கால கட்டத்தில் அரசியல் கட்சியும் மாணவர்களும் இணைந்து நடத்திய இந்தி எதிர்ப்புப் போராட்டத்தின் பின்புலமாக அமைந்து 1967இல் ஆட்சிமாற்றம் ஏற்படப் பெரும்பங்காற்றியது 'தமிழ்நாடு' இதழ் என்பது இன்று மட்டுமன்றி அன்றும்கூட உணரப்படாத உண்மையாகும்.

'தமிழ்நாடு' இதழ் தமிழ்மொழிக்கு அன்றாடம் புதுப்புதுச் சொல்வழக்குகளை அறிமுகம் செய்துவைத்தது. அவை பிற் காலத்தில் பெருவழக்காயின. குழு, வாரியம், வேட்பாளர், அமைச்சர், பேருந்து, ஓட்டுநர், நடத்துநர், சுவைநீர், தொழிலகம், ஆளுநர், நடுவண் அரசு, மாநில அரசு, அரசுத்துறை, தனியார் துறை, அரசாணை, மருந்தகம், மருத்துவமனை, தொடர் கூட்டம், அமர்வு, இசையரங்கு, உரிமம், பணவிடைத்தாள், வட்டம், மாவட்டம், மனமகிழ்மன்றம் இப்படி எண்ணிறந்த சொற் களைத் தமிழுக்குக் கொண்டுவந்தது. சுருங்கச்சொன்னால் பத்திரிகைத் தமிழின் முகத்தையும் முகவரியையும் ஒருசேரக் கழுவிச் சுத்தம் செய்தது 'தமிழ்நாடு.'

'தமிழ்நாடு' இதழின் தலையங்கங்கள் தனிச்சிறப்பு வாய்ந்த வை. அவற்றைத் தொகுத்தால் 15 ஆண்டுக்காலத் தமிழக அரசியல், சமூக, பண்பாட்டு வரலாற்றின் சுழிப்புகளும் நுங்கு நுரைகளும் தெளிவாக உணரப்படும்.

'தமிழ்நாடு' இதழ் நாளிதழ் நிலையிலிருந்து மாறி வார இதழாகப் பரிணாமம் பெற்றபோது அதன் 5.7.1968 தேதியிட்ட தலையங்கம் இப்படி அமைகிறது: "தமிழ்க்காவலர்கள் அரசுக் கட்டிலேறி தமிழ்நாடு என்னும் பெயரை நமது மாநிலத்திற்குச் சூட்டித் தமிழைப் பயிற்றுமொழியாக, ஆட்சிமொழியாக உயர்த்தி உலகத்தமிழ் விழாவெடுத்தது கண்டு மகிழ்ச்சி, பெருமிதம். எனவே எங்கள் குறிக்கோள் ஒருவாறு நிறைவேறிவிட்டது. இனி பேரிழப்பை மேலும் தொடர்ந்து தாங்க வேண்டாமென்று எண்ணுகிறோம்."

இப்படி ஆரம்பித்து இப்படித் தொடர்கிறது: "ஆயினும் மக்களாட்சி நன்கு வளர்ந்து வேர்விடாமல் அதிகாரம் டில்லிப் பேரரசில் குவிந்துள்ளது. தொழிலும் செல்வமும் பரவலாக அமையாமல் ஒருசில இடங்களிலேயே குவிந்து கிடக்கின்றன. எல்லோருக்கும் சமவாய்ப்பு என்னும் குறிக்கோள் ஏட்டள விலேயே நிற்கின்றது. நாட்டில் 14 தேசிய மொழிகள் இருக்க இந்தி மட்டும் அரியணையேறி ஆட்சி செலுத்துகின்றது. உணவு, கல்வி, தொழில், வணிகம், வரி முதலிய உள்நாட்டுப் பொறுப்பு களை மாநில அரசிடம் ஒப்படைத்தாலன்றி நாடு முன்னேறாது."

இப்படி முடிகிறது: "ஆகவே இழப்பைக் கருதாமல் தனது பணியை அடியோடு கைவிடாமல் ஒல்லும் வகையால் தொடர்ந்து தொண்டாற்ற எண்ணி இன்றுமுதல் நாளிதழ் வார இதழாக மாற்றம்கொள்கிறது."

ஆனாலும் தமிழ்கூறும் நல்லுலகின் இயற்கை நியதிப்படி 'தமிழ்நாடு' என்னும் நல்ல இதழ் *23.2.1979* அன்று தனது இறுதிமூச்சை விட்டுவிட்டு ஓய்ந்தது. கதை முடிந்தது, சரித்திரம் தொடர்ந்தது என்பார்கள். அதுபோல் அவ்விதழ் தொடங்கிய தமிழியக்கம் இன்று தமிழின் பிற இதழ்களில் ஏதோ ஒருசில வகைகளில், ஒருசில நெறிகளில் தொடர்ந்துகொண்டுதான் இருக்கிறது. கருமுத்து தியாகராசர் என்னும் நல்முத்து இதழியல் உலகில் வரலாறு படைத்த நாயகராக உயர்ந்துதான் நிற்கிறார்.

நவம்பர் 16 – 30, 2006

௸ ௵

அண்ணா

சி.என். அண்ணாதுரை (1909 – 1969)

15.9.1909 இல் காஞ்சிபுரத்தில் நடராசன் – பங்காரு அம்மையார் தம்பதியருக்குப் பிறந்து, 59 ஆண்டுகளே வாழ்ந்து 29.2.1969இல் மரணம் அடைந்தார் அண்ணா. நட்பும் தயையும் கொடையும் அண்ணாவின் பண்புகள். தீவிர அரசியல்வாதியாக இருந்தபோதிலும் சிறுகதை, நாடகம், கட்டுரை, திரைக்கதை என்று பல தளங்களிலும் செயல்பட்டவர். இன்னாசெய்தார்க்கும் இனியவே செய்யும் சால்பு அவரது அடிப்படை இயல்பு. இதழாளராக அண்ணா செய்த பரிசோதனை முயற்சிகளைக் ‘குமுத’மும் ‘ஆனந்த விகட’னும் கையாண்டன.

திராவிடநாடு

“தேனூறும் தமிழகத்தில் தேன்போன்றது, இந்தத் ‘திராவிடநாடு’ என்றும் உயர்வானது” என்று கண்ண தாசனால் ஒரு திரைப்பாடலில் படம்பிடிக்கப் பட்டது அண்ணாவின் ‘திராவிடநாடு’ இதழ். பேனா பிடித்தவர் கள் பலபேருக்கு அது அரிச்சுவடியாக இருந்த இயக்க இதழ் என்றும் கண்ணதாசன் அதே பாடலில் வர்ணித் திருக்கிறார். ‘தம்பிக்கு’ என்னும் தலைப்பில் அண்ணா ‘திராவிடநாடு’ இதழில் வரைந்த மடல்வடிவக் கட்டுரை கள் தமிழ் உரைநடை இலக்கியத்திற்கு அரிய வரவு. அதன் மூலம் அவருக்கு ஆயிரம் பல்லாயிரம் அரசியல் தம்பிகளும் இலக்கியத் தம்பிகளும் கிடைத்தார்கள். கே.ஏ. அப்பாசின் கடைசிப் பக்கம் ‘பிளிட்ஸ்’ பத்திரிகைக்கு எப்படியோ அப்படியே அண்ணாவின் ‘திராவிடநாடு’ இதழுக்கு அவரது ‘தம்பிக்கு’ கடிதங்கள்.

‘தம்பிக்கு’ கடிதங்களுக்கு முதன்முதலில் 1963இல் நூல்வடிவம் தந்த பெருமை பாரி நிலையத்தைச் சேரும். 10 தொகுதிகள் வெளியிட்டது பாரி நிலையம். அண்மை யில் தமிழரசி பதிப்பகம் 2005இல் ‘தம்பிக்கு’ கடிதங்களை மீண்டும் வெளியிட்டுள்ளது. ‘திராவிடநா’ட்டில் எழுதிய 171 கடிதங்களும் ‘காஞ்சி’யில் எழுதிய 119 கடிதங்களும் சேர்ந்து மொத்தம் 290 கடிதங்கள் கொண்ட 10 தொகுதி அது.

‘தம்பிக்கு’ கடிதங்கள் பதிப்புரையில் ம. நடராசன் சொல்கிறார்: “‘வாழ்க வசவாளர்கள்’, ‘இன்றைய பகைவர் நாளைய நண்பர்’, ‘மாற்றான் தோட்டத்து மல்லிகைக்கும் மணமுண்டு’, ‘தம்பி உடையான் படைக்கஞ்சான்’ என்னும் அண்ணாவின் தலைப்புகள் தமிழர்களின் மனத்தைப் பண்படுத்தி நெறிபடுத்துபவை. ‘தடைக்கற்கள்

படிக்கற்கள் ஆகட்டும்', 'துணிவு தெளிவு கனிவு', 'கடமை கண்ணியம் கட்டுப்பாடு', 'எதையும் தாங்கும் இதயம்' என்னும் மடல்கள் அண்ணாவின் வாழ்வியல் நெறியின் வெளிப்பாடாக அமைந்தவை."

திராவிட இயக்க ஆய்வாளர் க. திருநாவுக்கரசு, எழுத்தாளர் இயக்குநர் ப. புகழேந்தி இருவரும் திராவிட இயக்க இதழ்கள் 265க்கும் மேற்பட்டவை எனப் பட்டியல் இடுகின்றனர். நீதிக் கட்சிக் காலத்திலிருந்து நடத்தப்பட்ட இதழ்கள் அனைத்தையும் கணக்கில் எடுத்துக்கொண்டு இந்தப் புள்ளிவிவரம் தருகின்றனர். அவற்றில் தலையானதான 'திராவிடன்', 'குடியரசு', 'விடுதலை' ஆகியவற்றுக்கடுத்து அண்ணாவின் 'திராவிடநாடு' முக்கியத் துவம் வாய்ந்தது. 'குடியரசு', 'விடுதலை' ஆகிய இதழ்களில் துணையாசிரியராகப் பணிபுரிந்த அண்ணா 1942இல் 'திராவிட நாடு' தொடங்கினார். 3.2.1963 வரை இதழ் தொடர்ந்து வெளி வந்தது. பிறகு 'காஞ்சி' என்னும் பெயரில் அதை நடத்தினார். 'ஹோம்லண்ட்' என்னும் ஆங்கிலப் பத்திரிகையையும் அண்ணா கொஞ்சகாலம் நடத்தினார். அண்ணாமலைப் பல்கலைக்கழக மாணவர்கள் ப. நெடுமாறன் தலைமையில் அதற்கு நிதி திரட்டிக் கொடுத்ததுண்டு.

'ஹோம்லண்ட்' தொடங்கியபோது 'திராவிடநா'ட்டில் அது குறித்து அண்ணா எழுதிய அறிமுகம் சுவையானது: "தம்பி, ஆங்கில இதழ் முந்திரிப் பருப்பானால் 'திராவிடநாடு' வெண்பொங்கல். அது கருவி. இது என் உள்ளம். அது பிறர் நெஞ்சைத்தொட, இது உன்னுடன் உறவாட. அது பிறருக்கு நம்மை விளக்க, இது நம்மை உருவாக்க. எனவே இதனை இழந்துவிட ஒருபோதும் சம்மதியேன்.'

'திராவிடநாடு' முதலிதழ் 8.3.1942 அன்று ஓரணா விலையில் ஞாயிறுதோறும் வெளிவரும் என்னும் அறிவிப்புடன் வந்தது. ஆசிரியர் சி.என். அண்ணாதுரை. 'தமிழுண்டு தமிழ்மக்களுண்டு, இன்பத் தமிழுக்கு நாளும் செய்வோம் நல்ல தொண்டு' என்னும் பாரதிதாசன் வரிகள் முகப்பை அலங்கரித்தன. முதலில் காஞ்சி புரம் தேரடித் தெருவிலிருந்தும் பின்னர் திருக்கச்சி நம்பி தெருவிலிருந்தும் வெளிவந்தது. 'திராவிடநாடு' இதழின் பெரும் பாலான பக்கங்களை அண்ணாவே ஆட்கொண்டார். 'சொலல் வல்லன்' என்னும் குறள் வரிக்கு இலக்கணமான காரணத்தால் அண்ணாவுக்கு அது சாத்தியமாயிற்று.

'திராவிடநாடு' இதழில் பாரதிதாசன், நெடுஞ்செழியன், அன்பழகன், மதியழகன், என்.வி. நடராசன், மு. கருணாநிதி, இரா. செழியன், அரங்கண்ணல், தில்லை வில்லாளன், ராதா மணாளன், ப.உ. சண்முகம், ம.கி. தசரதன், ப. வாணன்,

வாணிதாசன் ஆகியோர் எழுதினார்கள். அரங்கண்ணல், தில்லை வில்லாளன் இருவரும் துணையாசிரியர்களாக இருந்தார்கள். நெடுஞ்செழியன் 1949 வாக்கில் துணையாசிரியராக இருந்தார். ஈழத்து அடிகள் அண்ணாவுக்கு வலதுகரமாக இருந்து எழுத்தாளராக, நிர்வாகியாக, எழுத்தராக, காசாளராக, மேலாளராக இப்படி எண்ணிறந்த பணிகளைச் சுமந்து 'திராவிடநா'ட்டைச் செம்மை செய்தார். 'திராவிடநா'ட்டின் முகப்புப் பக்கத்தில் கவிதைகளை வெளியிடுவது அண்ணாவின் வழமை. அறிமுகமே இல்லாத இளம்கவிஞர்கள் பலருக்கு அண்ணா முகவரி உண்டாக்கித் தந்ததுண்டு.

அண்ணா 1949 வாக்கில் கட்சியின் பொதுச்செயலராக இருந்தபோது 'நம்நாடு' பத்திரிகையையும் ஆசிரியராக இருந்து பார்த்துக்கொண்டார். ராயபுரம் அறிவகத்தில் தங்கியிருந்த அண்ணா கடைசிநேரத்தில் (எப்போதும் அப்படித்தான்) எழுதித் தரும் கட்டுரையை எடுத்துக்கொண்டு ப. புகழேந்தி காஞ்சிபுரம் 'திராவிடநாடு' இதழுக்குப் பயணம் போவார். அதற்கு ரூ. 5 அவருக்கு பேட்டா கொடுத்தார்கள். ரூ. 3 வண்டிச்சத்தம் போக ரூ. 2 சாப்பாடு, சிற்றுண்டிக்குப் போதுமானதாக இருந்தது என்கிறார் புகழேந்தி.

உலகத்தமிழ் ஆராய்ச்சி நிறுவனம் நடத்திய கருத்தரங்கில் அண்ணாவின் 'திராவிடநாடு' பற்றிக் கட்டுரை வாசித்த கு. விவேகாநந்தன் எழுதுகிறார்: "அண்ணாவின் பிறபணிகளைக் காட்டிலும் இதழ்ப்பணி சிறந்து விளங்குவதற்குக் காரணம் அவரது எல்லாத் திறங்களும் இதழ்களில் ஒருசேர நின்று நிலைபெற்றதேயாகும். 'திராவிட நாடு' இதழில் அவர் கையாண்ட ஒவ்வொரு இதழ் இலக்கிய வடிவமும் சிறந்து விளங்குகின்றது. அந்திக்கலம்பகம், ஊரார் உரையாடல், கேட்டீரா சேதி முதலானவை பின்னாளில் 'ஆனந்தவிகடன்', 'குமுதம்' இதழ்களில் வேறு வேறு பெயர்களில் எடுத்தாளப்பட்டன."

அவர் கனவுகண்ட அரசியல் திராவிடநாடு லட்சியம் கைகூடாவிட்டாலும் தமது இதழ் – இலக்கியமான 'திராவிட நா'ட்டில் அண்ணா செங்கோல் செலுத்தினார். பல்வேறு ஆசிரியர்கள் செய்யும் பணியை அவர் ஒருவரே தன்னந்தனியராகச் செய்தார். அரசியல் விமர்சனம், பயணக்குறிப்புகள், கேலிச்சித்திரம், நாடகம், சிறுகதை, தொடர்கதை, புதினம் என்று எல்லாத் துறைகளையும் ஒரு கை பார்த்ததுடன் அவற்றில் தமது கைவண்ணம் சிந்தாமல் சிதையாமல் நாளுக்குநாள் மெருகேறும் வண்ணமும் பார்த்துக்கொண்டார்.

அண்ணாவின் பாணி அவருடைய பிறவிக்குணத்தின் பாற்பட்டது. நட்பும் தயையும் கொடையும் பிறவிக்குணம்

என்பார்கள். அவை அண்ணாவின் பண்புகள். உயர்குடிப் பண்புகள். தன்னை வியந்து தருக்கலும் தாழ்வின்றிக் கொன்னே வெகுளி பெருக்கலும் அவர் அறியாத கீழ்க்குணங்கள். இன்னா செய்தார்க்கும் இனியவே செய்யும் சால்பு அவரது அடிப்படை இயல்பு. அத்தகைய பண்புகள் அவரது எழுத்துக்கும் உரமாகி ஊற்றாகி அவருடைய தமிழில் அற்புதம் புரிந்தன. எதையும் சுவையோடு அதுவும் நகைச்சுவையோடு கேட்டார்ப்பிணிக்கும் தகையவாய்க் கேளாரும் வேட்ப மொழியும் தமிழ் அவரது தமிழ். அந்தத் தமிழ் அவரது 'திராவிடநா'ட்டில் பக்கத்துக்குப் பக்கம் பளிச்சிட்டது.

அண்ணாவின் பேச்சைக் கேட்க மைல்கணக்கில் நடந்த தம்பிகள் ஏராளம். அதேபோல் அவரது 'திராவிடநாடு' இதழ் வெளிவரும் கிழமைதோறும் முன்னதாகவே கடைதேடி ஓடிப் போய்க் காத்திருக்கும் தம்பிகளுக்கும் குறைவில்லை. அண்ணா அன்பின் உருவகம். அவர் உருவாக்கிய குடும்பப் பாசம் கட்சியையும் தம்பிகளையும் அப்படிக் கட்டிப்போட்டிருந்தது. வெட்டிக்கொண்டு வா என்றால் கட்டிக்கொண்டு வரும் தம்பிகள் அவருக்குக் கிடைத்தார்கள். அவர்களைக்கொண்டு அவர் 1949இல் தொடங்கி 18 ஆண்டுகள் உழைத்து 1967இல் ஆட்சிக்கட்டில் ஏறினார். ஆனால் தமிழ்நாட்டின் துர்ப்பாக்கியம் இரண்டே ஆண்டுகளில் அவரைக் காலம் காவு கொண்டு விட்டது.

'திராவிடநா'ட்டில் அவர் எழுதிய நாடகங்களில் 'சந்தி ரோதயம்', 'சந்திரமோகன்', 'நீதிதேவன் மயக்கம்' சரித்திரப் புகழ் வாய்ந்தவை. 'சிவாஜி கண்ட இந்து சாம்ராஜ்யம்' (சந்திர மோகன்) நாடகத்தில் சிவாஜி வேடமேற்ற வி.சி. கணேசன் பெரியாரால் பெயர்சூட்டப்பெற்று சிவாஜி கணேசன் என்றே புகழ்பெற்றார். நாடகத்தில் நடிப்பதற்குமுன் மாதக்கணக்கில் 'திராவிடநாடு' அலுவலகத்தில் சிவாஜி தங்கியிருந்ததுண்டு. 'தீ பரவட்டும்', 'ஆரியமாயை', 'கம்பரசம்' ஆகிய தொடர்கட்டுரை கள் புரட்சிகரமானவை. அண்ணாவுக்கும் ரா.பி. சேதுப்பிள்ளைக் கும், அண்ணாவுக்கும் சோமசுந்தரபாரதிக்கும் நிகழ்ந்த சொற் போரின் தொகுப்பே 'தீ பரவட்டும்' என்னும் பெயரில் நூல் வடிவம் பெற்றது. 'ஆரியமாயை' எழுதியதற்காக அண்ணா சிறைவாசம் செய்ததுண்டு.

பெரியாரிடமிருந்து பிரியவேண்டிய கட்டாயம் நேர்ந்த போது எழுதிய 'ராஜபார்ட் ரங்கதுரை', 'இரும்பாரம்', 'ரொட்டித் துண்டு', சம்பத்தோடு பிணங்கவேண்டிய அவசியம் வந்த தருணத்தில் படைத்த 'எல்லோரும் இந்நாட்டு மன்னர்' ஆகியவை அழகிய உருவகங்கள். அண்ணாவைப் பின்பற்றிக் கழகத்தில்

எல்லோருமே பேசவும் எழுதவும் முனைவார்கள். ஒருசிலரைத் தவிர அவரது ஆளுமை பிறருக்குக் கைகூடவில்லை. அண்ணாவின் எழுத்திலும் சரி பேச்சிலும் சரி, மெல்லிய நகைச்சுவை இழைந்துகொண்டே இருக்கும். நயமான மென்மையான சொல்வளம் அருவிபோல் வழிந்துகொண்டே இருக்கும். அண்ணாவைப் பின்பற்றியவர்களுக்கு இவை அறவே இல்லை என்பதால் அண்ணாவின் பாணியை அவர்கள் பின்பற்றியவிதம் சலிப்பூட்டுவதாவே முடிந்தது.

ஒருமுறை ‘திராவிடநாடு’ இதழின்மீது வகுப்புப்பகைமையை ஊட்டுவது என்னும் கோணத்தில் அவதூறு வழக்கு பதிவு செய்யப்பட்டது. ஜாமீன் தொகை ரூ 3,000 கட்ட வேண்டும். அவ்வளவு பணத்திற்கு அண்ணா எங்கே போவார்? வாசகர்களிடம் கையேந்தினார். வேண்டியதொகை வசூலானதும் இனி போதும் என்று அறிவிப்பும் தந்துவிட்டார். பின்னர் ‘திராவிடநாடு’ கட்டுரைகளுக்கு எதிரான அவ்வழக்கை உயர் நீதிமன்றம் தள்ளுபடி செய்து தீர்ப்பளித்துவிட்டது.

‘திராவிடநாடு’ தொடங்கியபோது எழுதினார்: “இவன் எம்.ஏ., படித்தால் போதுமா? ஓர் இதழ் நடத்த வல்லவனா? என்று ஏளனக்குரல் எழுப்பியோர் எவ்வளவு பேர்? தமிழ் இலக்கணம் இலக்கியம் அறிவானோ? என்று எடுத்தேன், கவிழ்த்தேன் என்று பேசியோர் எவ்வளவு பேர்? ஈராறு திங்கள் நடமாடி பிறகு ஈளைகட்டி இருமி இருக்குமிடம் தெரியாது போகும் என்று சாபமளித்தோரும் உண்டே? எதுகை மோனை போதுமா? எண்ணத்தில் ஒரு புதுமை எழுத்திலே ஒரு தெளிவு இருக்கவேண்டாமா? அது இவன் பெறுதல் ஆகுமோ? என்று தலையசைத்துப் பேசியோர் தொகை மட்டும் சிறிதா?”

திராவிடர் கழகம் தம்மையும் தமது தி.மு.க.வையும் கடுமையாக விமர்சித்தபோது எழுதினார்: “கரி தன் குட்டிக்கு வீரமும் தீரமும் வளர்வதற்காக துதிக்கையால் குட்டியை இழுத்தும் தள்ளியும் தட்டியும் பயிற்சி தரும். தி.மு.க.வுக்கு அத்தகைய பயிற்சியை தி.க. தந்திருக்கிறது. பயிற்சி போதவில்லையோ என்று ஒருவேளை எண்ணிக்கொண்டு மறுபடியும் பயிற்சி தர முன்வரக்கூடும். அதைத் தவறாகக் கருத வேண்டாம்.”

இப்படி எதையும் நிதானத்துடனும் அமைதியுடனும் சிந்தித்து எழுதியும் பேசியும் நாகரிகம் காத்தவர் அண்ணா. அந்தப் பண்புதான் அவரை மற்றவர்களிடமிருந்து தனித்து நிற்கவைத்தது. அவருக்கு வெற்றிக்கனியை எளிதில் ஈட்டித்தந்தது. நீக்குப் போக்கு, நெளிவு சுளிவு எல்லாம் அவருக்கு இயற்கையிலேயே கைவந்தன. ஆலமரம்போல் நிற்காமல் நாணல்போல் வளைந்தார். சாதித்தார். பெரியாரின் துக்கநாள் அறிவிப்பு,

பெரியார் – மணியம்மை திருமணம், தேர்தலில் பங்கேற்காமை என்னும் நிலைப்பாடுகளைக் கடுமையாக எதிர்த்தார். ஆனாலும் அவரைத் தரக்குறைவாக விமர்சிக்காமல் பிரிந்துசென்று தனிக் கட்சி கண்டு வளர்ந்தார். திராவிடநாடு பிரிவினையைச் சட்ட விரோதமாக்கியபோது 'சூட்சுமம் புரிகிறதா' என்று கொள்கை நிலைப்பாடு ஒன்றை வழிமொழிந்து பிரிவினைக் கொள்கையைக் கைவிட்டுத் தேசிய நீரோட்டத்தில் கலந்தார். 'ஓட்டு வழியா வேட்டு வழியா' என்பதில் ஓட்டு வழியைத் தேர்ந்து முதல் வரானார். தலைசிறந்த பேச்சாளர், தலைசிறந்த எழுத்தாளர், தலைசிறந்த பத்திரிகையாளர், தலைசிறந்த மனிதநேயர் என உயர்ந்தார். நண்பர்கள், பகைவர்கள் எல்லோரையும் ஒருசேரத் தம்மை நேசிக்கும்படி அவர்களை அன்பால் கட்டிப்போட்டார். அவர்தாம் அண்ணா!

டிசம்பர் 1 – 15, 2006

அண்ணா

இரா. நெடுஞ்செழியன்

சி.என். அண்ணாதுரை (1909 – 1969)

15.9.1909 இல் காஞ்சிபுரத்தில் நடராசன் – பங்காரு அம்மையார் தம்பதியருக்குப் பிறந்து, 59 ஆண்டுகளே வாழ்ந்து 29.2.1969இல் மரணம் அடைந்தார் அண்ணா. நட்பும் தயையும் கொடையும் அண்ணாவின் பண்புகள். தீவிர அரசியல்வாதியாக இருந்த போதிலும் சிறுகதை, நாடகம், கட்டுரை, திரைக்கதை என்று பல தளங்களிலும் செயல்பட்டவர். இன்னாசெய்தார்க்கும் இனியவே செய்யும் சால்பு அவரது அடிப்படை இயல்பு. இதழாளராக அண்ணா செய்த பரிசோதனை முயற்சிகளைக் 'குமுத'மும் 'ஆனந்த விகட'னும் கையாண்டன.

இரா. நெடுஞ்செழியன் (1920 – 2000)

தஞ்சை மாவட்டம் நன்னிலம் வட்டம் திருக்கண்ணபுரத்தில் ராஜகோபால் – மீனாட்சிசுந்தரம் தம்பதியினருக்கு இரண்டாம் மகனாக 11 ஜூலை 1920 அன்று பிறந்த நெடுஞ் செழியன் (இயற்பெயர் நாராயணசாமி) அண்ணாமலைப் பல்கலைக்கழகத்தில் தமிழ் ஆனர்சு படித்துத் தேறியவர். தனித்தமிழ் முனைப்பு, இந்தி ஆதிக்க எதிர்ப்பு, திராவிட இயக்கப்பிடிப்பு நெடுஞ்செழியனின் ஆதார சுருதிகள்.

நம்நாடு

Official Organ of the DPF (Dravidian Progressive Federation) என்னும் முகப்பு – அறிமுக அடைமொழியுடன் 1953 முதல் 1972 வரை திராவிட முன்னேற்றக் கழகத்தின் அதிகார பூர்வ நாளிதழாக வெளிவந்த பத்திரிகை 'நம்நாடு'. அண்ணா கொடுத்த அடைமொழி அது. அண்ணா வைத்த DPF என்னும் ஆங்கிலப்பெயர் புழக்கத்திற்கு வரவே இல்லை. ஆங்கில இதழாளர்கள் வழங்கிய DMK என்னும் பெயரே திராவிட முன்னேற்றக் கழகத்திற்கு நிரந்தரமாக நிலைத்துவிட்டது.

கிழமை இதழாக இருந்த 'முரசொலி' நாளிதழாக மாறியதும் 'நம்நா'ட்டின் முக்கியத்துவம் குறையலாயிற்று. 15,000 படிகள் விற்பனை என்பது 3,000 அளவுக்கும் கீழே போயிற்று. 'நம்நா'ட்டிற்குப் புத்துயிர் தருவதற்காக எடுக்கப்பட்ட முயற்சிகள் பலனளிக்கவில்லை. நாளிதழாக நடந்த 'நம்நாடு' நாளடைவில் தேய்ந்து 1972 டிசம்பர் 2ஆம் தேதி இறுதிமூச்சுவிட்டது.

இதற்கிடையில் 'கழகக்குரல்' என்னும் வார இதழைத் தொடங்கினார்கள். நெருக்கடிக்காலத்தில் விதிக்கப்பட்ட நெறிகள் மற்றும் சட்டக்கெடுபிடிகள் காரணமாக அதை நிறுத்த வேண்டியதாயிற்று. 1977இல் 'நம்நாடு' வார இதழாக அன்பகத்திலிருந்து வெளியாயிற்று. அப்போது அதன் ஆசிரியர் மு. கருணாநிதி. ஏறக்குறைய 18 மாதங்களே அது வெளிவந்தது.

கட்சியின் பொதுச்செயலாளரே 'நம்நா'ட்டுக்கு ஆசிரியர் என்பது மரபு. அவ்வகையில் அண்ணா அதன் முதல் ஆசிரியர். முதல் இதழ் 1953 ஜூன் 15 அன்று வெளியீடு. தி.மு.க. தின இதழ், ஆசிரியர் அண்ணாதுரை என்னும் அறிவிப்புகள். நான்கு பக்கம். விலை ஓரணா.

1956இல் தி.மு.க.வின் திருச்சி மாநில மாநாட்டில் நெடுஞ்செழியன் பொதுச்செயலாளர் ஆனார். அன்றுமுதல் அவர் ஆசிரியர். 1967இல் கட்சி ஆட்சியைப் பிடித்ததும் இரா. செழியன் ஆசிரியர். பிறகு 1972 வாக்கில் சி.பி. சிற்றரசு ஆசிரியர்.

'நம்நா'ட்டின் துணையாசிரியர்களாக பல்வேறு கால கட்டத்தில் முறையே ஆர்.எஸ். பாண்டியன் (பின்னாளில் சம்பத்துடன் தமிழ்த் தேசியக்கட்சிக்குச் சென்றவர்), ஏ.எஸ். வேணு ('நியூ ஜஸ்டிஸ்' என்னும் ஆங்கில வார இதழின் ஆசிரியர்), மா. செங்குட்டுவன் ('மாலைமணி'யில் தொடங்கி இன்று கவிக் கொண்டல் வரை பத்திரிகைப் பணியாற்றும் மூத்த இதழாளர்), மா. பாண்டியன் ('தென்றல்', 'முரசொலி' இதழ்களில் பிற் காலத்தில் துணையாசிரியர்) ஆகியோர் இருந்தார்கள். காஞ்சி கல்யாணசுந்தரம் பொறுப்பாசிரியர். இவர் அண்ணாவின் நெருங்கிய நண்பர். 'போர்வாள்' ஆசிரியர். ஸ்டேட் பாங்க் இரா. முத்துகிருஷ்ணன், ரிஸர்வ் பாங்க் எஸ். ராமசாமி இருவரும் 'நம்நா'ட்டுக்காகப் புனைபெயர்களில் வெளியிலிருந்து எழுதிக் கொண்டிருந்தார்கள். அண்ணாவின் உதவியாளராகவும் 'ஹோம்லண்ட்' இதழின் துணையாசிரியராகவும் பணியாற்றிய தி.சு. கிள்ளிவளவன் அண்ணாவின் சொற்பொழிவுகளை அப்படியே எழுத்து மாறாமல் குறிப்பெடுத்து நம்நாட்டுக்கு அனுப்பி வைப்பார். இவர்களுடன் ராமலிங்கம், நாகராஜன், மாமூலன் ஆகிய மூவரின் உழைப்பும் 'நம்நா'ட்டின் வளர்ச் சிக்குப் பெரும்பங்களிப்புச் செய்தன எனலாம்.

'கவிக்கொண்டல்' ஆசிரியர் மா. செங்குட்டுவன் 'நம் நா'ட்டிற்கு நிருபர், செய்தியாளர், பிழைதிருத்துநர், மொழிபெயர்ப் பாளர் எல்லாம். 'நம்நா'ட்டின் தலையங்கங்களைக்கூட செங் குட்டுவன் பலசமயங்களில் எழுதியதுண்டு. அண்ணாவின் ராபின்ஸன் பூங்கா சொற்பொழிவை (1949 தி.மு.க. தொடக்கக் கூட்டம்) மு. நமசிவாயமும் செங்குட்டுவனும் குறிப்பெடுத்து முழுமையாக 'மாலைமணி'யில் வெளியிட்டார்கள். நான்கு பேரின் பணியை இரவுபகல் பாராமல் கவனித்த உழைப்பாளர் செங்குட்டுவன். இவருக்கு அன்று தொடக்கச் சம்பளம் ரூ. 130. 1972இல் 'நம்நா'ட்டின் இறுதிக்கட்டத்தில் ரூ. 270. செங்குட்டு வனுக்கு இன்னும் பல சிறப்புகள் உண்டு. மண்ணடி பவழக் காரத்தெரு 7ஆம் எண் இல்லத்தில் தி.மு.க.வின் அமைப்புக் கூட்டம் நடைபெற்றது. அதில் கலந்துகொண்ட பழம்பெரும் தி.மு.க. பிரமுகர்களில் செங்குட்டுவன் ஒருவர். கட்சியின் முதல் தலைமைக்கழகப் பொறுப்பாளரும் இவர்தாம்.

செங்குட்டுவனுக்கு அக்காலத்தில் உற்ற துணையாக உடன் இருந்து 'நம்நா'ட்டுக்காக உழைத்தவர் போர்மன் ராமலிங்கம்.

‘விடுதலை’யில் அண்ணா ஆசிரியராக இருந்த காலத்தில், ராமலிங்கம் அச்சுக்கோப்பாளர். டாக்டர் கிருஷ்ணசாமி நடத்திய ‘லிபரேட்டர்’ இதழில் பணியாற்றியவர். பெரியார், அண்ணா இருவருக்கும் பிடித்தமான அவரை ‘நம்நாடு’ தொடங்கப்பட்ட வேளையில் அழைத்துவந்து பணியமர்த்தினார்கள்.

ராமலிங்கம் வெறும் அச்சுக்கோப்பாளராக இருந்துவிட வில்லை. எல்லோருக்கும் முன்னால் அலுவலகம் வந்து பிற இதழ்களைப் படித்துக் குறிப்பெடுத்துவைப்பார். செய்திகள் தயாரிக்கும் துணையாசிரியர்களுக்கு அக்குறிப்புகள் பெரிதும் உதவிகரமாக இருக்கும். முகப்பு, கரு என்று எல்லாவற்றையும் தீர்மானிக்கும் திறன் அவருக்குண்டு. சில சமயங்களில் அண்ணா வே அவரிடம் யோசனை கேட்பார் என்றால், அவரது பங்களிப் பை நாம் ஊகித்துக்கொள்ளலாம். (‘நெஞ்சம் மறவா நிகழ்ச்சிகள்’, மா. செங்குட்டுவன், தாமரைச்செல்வி பதிப்பகம்).

‘நம்நா’ட்டின் சிறப்பு அம்சம் அதில் அண்ணா முதல் அனைத்து முன்னணித் தலைவர்களின் சொற்பொழிவுகளும் முழுமையாக இடம் பெறுவதுதான். இதழின் அளவு சிறியது. பக்கங்களும் குறைவு. ஆகவே சொற்பொழிவுகள் இரண்டு மூன்று இதழ்களில் தொடர்ந்து வெளியிடப்பட்டன. அந்நாளில் அண்ணா, நெடுஞ்செழியன், சம்பத், மு. கருணாநிதி, மதியழகன், அன்பழகன், சிற்றரசு ஆகியோரின் சொற்பொழிவுகள் என்றால் கழகத்தம்பிகள் ஒருவித வெறியோடு அவற்றை நாடி ஓடுவது வழமை. ‘நம்நாடு’ம் ‘முரசொலி’யும் இத்தகைய ஆர்வத்திற்கு உரிய மதிப்பளித்தன. கழகத்தின் வெற்றிக்கு என்ன காரணம் என்று கேட்டதற்கு அண்ணா சொன்னது இங்கே குறிப்பிடத் தக்கது. ‘வாய்மை வெல்லும்’ என்று அவர் இரட்டை அர்த்தத்தில் சொன்னார். வாய், மை இரண்டுக்கும் பேச்சு, எழுத்து என்றும் பொருள்கொள்ளலாம்.

மற்ற அரசியல் நாளேடுகள் மாலை 4 அல்லது 5 மணிக்கே கடைகளில் தொங்கும். ‘நம்நாடு’ ராயபுரம் அச்சகத்திலிருந்து 4 மணிக்கு வெளிவந்தாலும் தியாகராய நகர் மற்றும் சைதாப் பேட்டைக் கடைகளில் போய்ச்சேர 7 அல்லது 8 மணி ஆகும். ஆனாலும் கட்சி மயக்கத்தில் ஆழ்ந்து கிடக்கும் தம்பிகள் கடைக்கு முன் காத்துக்கிடந்து இதழ் கிடைத்ததும் பூரித்துப் போவார்கள். அப்படிப்பட்ட ஆர்வலர்கள் வளர்த்த கட்சி தி.மு.கழகம். ஏன் திராவிட இயக்கமே அப்படிப்பட்ட தூய தொண்டர்களால் வளர்ந்த இயக்கம்தான். அத்தகைய ஆர்வம் இன்று எந்தக் கட்சியின் தொண்டர்களிடமும் இல்லை. எல்லோரும் தன்வீடு, தன்பெண்டு, தன்பிள்ளை, தன்குடும்பம் என்று குறுகிவிட்டார்கள்.

அண்ணா மாநிலங்களவை உறுப்பினராக இருந்த சமயம் (1962). 'முரசொலி', 'தனியரசு' ஆகிய பிற பத்திரிகைகள் பெரிய அளவில் கவர்ச்சிகரமாக வந்துகொண்டிருந்தன. 'நம்நாடு' மட்டும் டெம்மி அளவில் பாதியாக இருந்தது கண்ணையும் கருத்தையும் ஒருசேர உறுத்துவதாக உணரப்பட்டது. மேலும் 'நம்நாடு' விற்பனையும் சரியில்லை. பொருளிழப்பைச் சரிகட்ட முடியவில்லை. ஊழியர்களுக்குச் சம்பளப் பாக்கிவைக்கும் நிலை. நிறுத்திவிடலாமா என்று யோசனை. உண்டியல் எடுத்தா வது நடத்தியே தீரவேண்டும் என்றார் அண்ணா. அதற்காகத் தமது ஒருமாதச் சம்பளத்தைத் தருவதாகப் பேரவையில் வைத்தே சொன்னதோடு எல்லா எம்.எல்.ஏ.க்களும் அப்படித் தரவேண்டும் என்றும் சொல்லிவிட்டார். அதைத் தொடர்ந்து தமிழ்நாடெங்கும் உண்டியல் ஏந்தி வசூல் வேட்டை நடந்தது. ஒருநாள் வசூல் 1 லட்சம் என்னும் எல்லையை எட்டியது. அப்படிக் கிடைத்த நிதியைக்கொண்டு தொய்வில்லாமல் இதழ் வந்துகொண்டிருந்தது.

அக்காலத்தில் தி.மு.க.வில் நிதி திரட்ட வேண்டும் என்றால் சிறப்புக்கூட்டம் ஏற்பாடு செய்வார்கள். பேச்சுக்கச்சேரி கேட்க நுழைவுக் கட்டணம் செலுத்தி ஆர்வத்தோடு ஆயிரக்கணக்கான தொண்டர்கள் திரள்வார்கள். இப்படி ஒரு மரபைத் தி.மு.க. அரசியல் உலகில் உருவாக்கியிருந்தது. இக்காலத்தில் நிலைமை தலைகீழ். நிதி கொடுத்தால் வாங்கிக்கொண்டு கூட்டத்திற்கு வரும் கூலித்தொண்டர்களின் காலம் இது. கோகலே ஹாலில் நடந்த 'நம்நாடு' சிறப்புக் கூட்டத்திற்கு நுழைவுக்கட்டணம் செலுத்தினார் விஞ்ஞானி ஜி.டி. நாயுடு என்பது செய்தி. அவர் வந்திருந்தது கூட்டத்தில் யாருக்கும் தெரியவில்லை. தொலைவில் நின்று சொற்பொழிவுகளைச் செவிமடுத்துவிட்டுப் போய் விட்டார் நாயுடு. "கூட்டத்தில் நீங்கள் எதிர்பார்த்த அளவு நிதி திரட்டியிருக்க முடியாது. தலைமைக் கழகமே இப்படி அதிகாரபூர்வ பத்திரிகை நடத்துவதற்குப் போதிய நிதியில்லா மல் இன்னல் படுவது வேதனை அளிக்கிறது" என்று 'நம்நாடு' நிதிக்கு ரூ. 3,000 அளித்தார் என்பது நெகிழ்ச்சி தரும் நிகழ்வு.

'மாலைமணி'யில் தொடங்கி 'நம்நா'ட்டிலும் ஒரு செய்திக் குப் பல வரிகளில் அடுக்குத் தலைப்புகள் தருவார்கள். எடுத்துக் காட்டு: கருப்புக்கொடி தந்த கோபத்தீ என்னும் முதல்பக்க 8 பத்தித் தலைப்புக்கு அடுக்கடுக்காக 'மாலைக் கூட்டத்தில் பண்டிதர் தீப்பொறி கக்கினார், காலையில் கூலிகள் தடியடி, மாலையில் மனிதகுல மாணிக்கம் சொல்லம்பு, திராவிட இன எழுச்சி கோமாளிக் கூத்து என்றார், நான்சென்ஸ் பண்பை உலகப் பதிப்புரிமை ஆக்குகிறார்' இப்படி உணர்வுபூர்வமான

தலைப்புகள் தி.மு.க. இதழ்களுக்கு நயமும் சுவையும் கூட்டும் *('நம்நாடு' 3.10.53 இதழ்)*.

'தைமூர், கோரி, கஜினிக்கு ஜய ஜய பாடிய ஜவஹரின் மூதாதையர்' என்பது இன்னொரு தலைப்பு. "வடக்குதான் வந்தேறிகளுக்குப் பட்டுக் கம்பளம் விரித்தது, தெற்கு அவர்களை விரட்ட முன்கை எடுத்தது" என்று சரித்திரச் சான்றுகளை அடுக்கியது இன்னொரு 'நம்நாடு' *(20.10.53)*.

'சென்னைச் சிறைக்கதவுகள் திறந்தன, எழுஞாயிறு போன்ற ஏந்தல்கள் வருகை' எனத் தலைப்பிட்டு *1.12.53* இதழ் எழுதுகிறது. '3 மாதச் சிறைவாழ்வுக்குப் பிறகு அண்ணாதுரை, நெடுஞ்செழியன், சம்பத், நடராசன் ஆகிய நால்வரும் இன்று விடுதலை செய்யப்பட்டனர்' என்கிறது. கவனியுங்கள், அறிஞர், நாவலர், சொல்லின் செல்வர் போன்ற அடைமொழிகள், பட்டங்கள் இல்லை. இந்த அடைமொழி மரபு நாளாவட்டத்தில் கட்டாயச் சட்டம் போல் இறுகிச் சுயமரியாதைப் படையின் ஜனநாயகப் பண்பைப் பதம் பார்த்துவிட்டது. சர், ராவ்பகதூர், திவான் பகதூர் போன்ற பட்டங்களை நீதிக்கட்சியினர் துறக்க வேண்டும் என்று சேலம் மாநாட்டில் அண்ணா தீர்மானம் கொண்டுவந்தார் *(1944)*. அந்த அண்ணாவின் கட்சியில் அவரையும் சேர்த்து ஒவ்வொரு தலைவருக்கும் ஒவ்வொரு பட்டம் . . . அதையும் போட்டே தீரவேண்டும் என்றொரு சட்டம்.

13.4.59 இதழில் ஒரு செய்தி. *20.4.59* முதல் *26.4.59* உதகையில் சட்டமன்றம் கூட்டுவதற்குக் கண்டன வாரம். காங்கிரஸ் கட்சி உதகையில் கோடைக்காலத் தொடர் நடத்தத் திட்டமிட்டது. அதற்கு எதிர்ப்பு. இதே பிரச்சினையை வைத்து *1962* தேர்தலின்போது, "கும்பி எரியுது, குடல் கருகுது, கோலேந்திகளே உமக்கு குளுகுளுவாசம் ஒரு கேடா" என்று சுவரொட்டிப் பிரசாரம் மேற்கொண்டது தி.மு.க. *1957*லேயே இத்தகைய சொல்லலங்காரச் சுவரொட்டி விளம்பரங்கள் பிரபலம் ஆகிவிட்டன. அவை கட்சியின் கவர்ச்சி, ஈர்ப்பு, வீச்சு எல்லாவற்றிற்கும் அடித்தளம் அமைத்துக்கொடுத்தன.

சம்பத் தலைமையில் தி.மு.க.விலிருந்து ஒரு பெரும்படை விலகியது குறித்து அண்ணா ஆற்றிய சொற்பொழிவு *10.4.61* இதழில் வெளிவந்துள்ளது. சம்பத்தை 'வைரக்கடுக்கன்' என்று உவமை சொல்லி அண்ணா பேசிய உருக்கமான பேச்சு அது. '*50,000* பெறுமான தோட்டை காதில் புண் ஏற்பட்ட காரணத்தால் கழற்றி வைத்திருக்கிறேன். தம்பி சம்பத் புண் ஆறும்வரை காத்திருக்க வேண்டுகிறேன்' என்கிறார் அண்ணா. 'நயத்தக்க நவிலும்' அவரது நாகரிகப் பண்புக்கு இது இன்னொரு புறச்சான்று.

இந்த இடத்தில் 'நம்நா'ட்டின் அண்ணா, நெடுஞ்செழியன் இருவரின் தமிழ் நடை குறித்து ஒரு சொல். அண்ணா, நெடுஞ் செழியன் இருவரும் எழுதும் தமிழில் அடிப்படை வேறுபாடுகள் உண்டு. அண்ணா ஒருவிதக் கவிதை நடையில் எழுதுவார். வாக்கிய அமைப்பில் எழுவாய் பயனிலைகள் அதே நிரலில் நடைபோடும் என்று சொல்ல முடியாது. நெடுஞ்செழியன் இலக்கணச் செறிவுடன் எழுதுவார். எத்தனை பெரிய வாக்கியம் பேசினாலும் எழுதினாலும் இறுதியில் வினைச்சொல்லில் முடிக்கும்போது சரியாக முடிப்பார். இது அவரது நடையின் சிறப்பு. ஒருமை, பன்மை மயக்கம் நெடுஞ்செழியன் தமிழில் இராது. அதனால்தான் கண்ணதாசன் அவரைப் பற்றி எழுதிய கவிதை ஒன்றில், "இரா. நெடுஞ்செழியன், இலக்கணப் பிழைச் சொல் தரா நெடுஞ்செழியன், தன்னல எண்ணம் வரா நெடுஞ் செழியன், மண்டல மக்கட்கு ஒரே நெடுஞ்செழியன்" என வர்ணிக்கிறார்.

1967 தேர்தல் நெருங்கிக்கொண்டிருந்த சமயம். செலவோடு செலவாக 'நம்நாடு' இதழின் அளவை அதிகரித்து அழகுபடுத்த யோசனை. அப்போது நடந்த விருகம்பாக்க மாநாட்டில் 'நம்நாடு' பெரிய அளவு பதிப்புக்கு அமோக வரவேற்பு. விரை விலேயே ஆர்வம் மங்கி மீண்டும் 'நம்நாடு' பழையபடி சிறிய அளவில் வருவது கண்டு அண்ணாவுக்கு மனக்குறை. குறைபட்டு என்ன செய்ய. தி.மு.க. தோழர்கள் 'நம்நாடு' வாங்கிப்படிப்பது குறையலாயிற்று. 'முரசொலி' போல் கதை, தொடர்கதை, கவிதை, கலைஇலக்கியம் 'நம்நா'ட்டில் இடம் பெற முடியாது. அது முழுக்க முழுக்கக் கட்சி இதழ். கட்சிச் செய்திகளுக்கு மட்டுமே அதில் முக்கியத்துவம் என்னும்போது கவர்ச்சி இருக் காதுதான். தனியார்துறை, பொதுத்துறை விவகாரத்தில் தனியார் துறை முன்னணியில் நிற்பது இயற்கை என்பதுபோல் 'முரசொலி' முன் 'நம்நாடு' தேயலாயிற்று. ஆட்சிச்செல்வாக்கு இருந்தபோதும் விற்பனைத்தகுதி காரணமாக, மரபு மீறி விளம்பரங்கள் அதிக அளவில் தரவும் முடியாமல் போயிற்று. இப்படிப் பல காரணங் களால் 'நம்நாடு' இயற்கை மரணம் அடைவது தவிர்க்க இயலாத தாயிற்று.

டிசம்பர் 16 – 31, 2006

விந்தன்

விந்தன் (1916 – 1975)

அச்சுக்கோக்கும் தொழிலாளியாக ஆரம்பித்து எழுத்தாளராக மலர்ந்தவர் விந்தன் (22.9.1916 – 30.6.1975). இயற்பெயர் வி. கோவிந்தன். அங்கதம் விந்தனுக்குக் கைவந்த கலை. ஜானகியம்மாள் – வேதாசலம் தம்பதியினருக்கு முதல் மகனாகப் பிறந்த விந்தன், சென்னை சூளைப்பட்டாளம் பகுதியில் வளர்ந்தவர். கருமான் பட்டறை, ஓவியக்கல்லூரி என்று பயணித்து 1936இல் அச்சுக்கோப்பாளர் ஆனார். 1942இல் 'கல்கி'யில் அச்சுக்கோப்பாளர் பணி. ஒரு பிழைகூட இல்லாமல் தமது கையெழுத்தை அச்சுக்கோத்தது கண்டு கல்கி இவரை அக்கணமே துணையாசிரியராக்கினார். 'பாலும் பாவையும்' இவருடைய புகழ்பெற்ற நாவல். திரைத் துறையிலும் ஈடுபட்டவர்.

மனிதன்

அச்சுக்கோக்கும் தொழிலாளியாக ஆரம்பித்து எழுத்தாளராக – பத்தோடு பதினொன்று எழுத்தாள ராக அல்லாமல் – சுயமரியாதை எழுத்தாளராக மலர்ந்த விந்தை மனிதர் விந்தன் *(22.9.1916 – 30.6.1975)*. வி. கோவிந்தன் என்பது இயற்பெயர். ஜெயகாந்தன் சொல்கிறார்: "ம.பொ.சி., விந்தன், நான் மூவரும் அடிக்கடி சந்தித்துப் பேசுவோம். நாங்கள் அச்சுக்கோப்பவர்கள். நாங்கள் படித்த தமிழ் தலைகீழாக இருக்கும். தமிழைத் தலைகீழாகப் படித்த வர்கள் என்ற கர்வம் எங்களுக்குண்டு. தமிழைச் சரியாகப் படித்து தலைகீழாகப் புரிந்துகொண்டவர்கள் மத்தியில் தலைகீழாகப் படித்து சரியாகப் புரிந்துகொண்டவர் விந்தன்."

விந்தனின் கலை இலக்கிய இதழியல் வாழ்வு விந்தை கள் நிறைந்தது. "எதை எழுதினாலும் அதை நாலுபேர் பாராட்டவாவது செய்ய வேண்டும் அல்லது திட்ட வாவது வேண்டும், இரண்டும் இல்லையென்றால் எழுது வதைவிட எழுதாமல் இருப்பதே நல்லது" என்பது கல்கி இவருக்குச் சொன்ன அறிவுரை. அந்த அறிவுரையை அப்படியே எடுத்துக்கொண்டதாலோ என்னவோ இசைபாடலும் வசைபாடலும் இவர்மீது இழைந்து வரும்படி இவரது இலக்கிய முயற்சிகள் அமைந்தன.

விந்தனின் இலக்கிய நோக்கை மு. பரமசிவம் வெகு அழகாக வரையறுக்கிறார்: 'இலக்கியம் கற்பனையிலிருந்து பிறக்கவில்லை. வாழ்க்கையிலிருந்துதான் பிறக்கிறது. கற்பனையிலிருந்து நான் கதைகளை மட்டும் சிருஷ்டித் தால் போதுமானது. அவற்றைப் படிப்பதற்கு வாசகர்களை யும் கற்பனையிலிருந்தே சிருஷ்டிக்க வேண்டும். என்னால் முடியாதையா, என்னால் முடியாது' என்று விந்தன்

எழுதிய வரிகளை வைத்தே அவருடைய இலக்கியப் பார்வையை வடித்தெடுக்கிறார் பரமசிவம் ('இந்திய இலக்கியச் சிற்பிகள்', சாகித்திய அக்காதெமி வெளியீடு).

'சமுதாய விரோதி' என்னும் தமது சிறுகதைத் தொகுப்பில் விந்தன் இப்படிப் பிரகடனம் செய்கிறார்: "ஒரே வார்த்தையில் சொல்வதானால் நம் உழைப்புக்கேற்ற மதிப்பு – அந்த மதிப்பைப் பெறுவதற்காகத்தான் நாம் இன்று போராடுகிறோம். மதத்துடன், கடவுளுடன், கலையுடன் போராடுகிறோம். இந்தக் கடுமையான போராட்டத்தில் நாம் வீழ்ந்தாலும் சரி, நம் சந்ததிகளாவது வாழ வேண்டும்." இத்தகைய தீர்மானமான கருத்தோட்டம் கொண்டவர் என்பதால்தான் விந்தன் விமர்சகர்களால் அழுத்தமாகக் கணிக்கப்படுகிறார். "விந்தனுடைய படைப்புகளில் புதுமமைப்பித்தனைவிட அதிகமான அளவு சத்திய ஆவேசமும் சமுதாய உணர்வும் இருப்பதைக் காண முடியும்" என்று எஸ். தோதாத்ரி குறிப்பிடுவது கவனத்திற்குரியது ('விந்தன் இலக்கியத்தடம்' – தி.க. சிவசங்கரன் கட்டுரை, மு. பரமசிவம் தொகுப்பு, காவ்யா வெளியீடு).

விந்தனின் 'தெருவிளக்கு', 'பசிகோவிந்தம்', 'அன்பு அலறுகிறது', 'மனிதன் மாறவில்லை' என்னும் படைப்புகள் பரபரப்பானவை. திரைப்படத்துறையின் அவலங்களைத் தோலுரிக்கும் தொடர் 'தெருவிளக்கு' இது 'மனித'னில் தொடராக வந்தது. ராஜாஜியின் 'பஜகோவிந்த'த்திற்குப் பதில் 'பசிகோவிந்தம்.' அகிலனின் 'சினேகிதி'யின் விமர்சனம் 'அன்பு அலறுகிறது.' இதன் இறுதிப் பகுதியை ஜெயகாந்தன் முடித்தார் என்பது செய்தி. 'மனிதன் மாறவில்லை' மு. வரதராசனாரை நையாண்டி செய்தது. 'அன்பு அலறுகிறது', 'மனிதன் மாறவில்லை' இரண்டும் விக்ரமனின் 'அமுத சுரபி'யில் தொடராக வந்தவை. 'பசிகோவிந்தம்' நூலாகவே வெளியிடப்பட்டது. மூன்று நூல்களையும் புதுமைப் பிரசுரம் பெண்ணாடம் ராமசாமி வெளியிட்டார்.

அங்கதம் விந்தனுக்குக் கைவந்த கலை. அவரது எழுத்தின் முதுகெலும்பும் அதுவே. அதே அங்கதம் விந்தனுடைய வாழ்வில் மாபெரும் பகைச்சூழலை உருவாக்கிவிட்டது. விந்தனது புகழ் வாழ்க்கையையும் ஒருவகையில் பாதித்துவிட்டது. தேடிவந்த நல்வாய்ப்புகளையும் அவரது சுயமரியாதை உணர்வு உரிய நேரத்தில் உதறவைத்து விட்டது. அன்றைய முதல்வர் அண்ணா விந்தனின் வீடு தேடிவந்து அரசு மான்யமாக நிலம்வழங்கும் ஆவலைத் தெரிவித்தபோதும் சரி, இன்றைய முதல்வர் 1972 வாக்கில் 'தமிழரசு' இதழ்ப்பொறுப்பு, 'குங்குமம்' இதழ்ப்பணி போன்றவற்றை வழங்க இருந்த வேளையிலும் சரி விந்தன் வாய்ப்புகளை ஏற்கவில்லை. எல்லாவற்றிற்கும் மேலாக அவரது

எழுத்தின் உயிரிழையான அங்கதமே அவரது மறைவுக்குப் பின்னரும் மூடுபனியாக அவரது பெயருக்கு முன் மூட்டம் போட்டு நிற்கிறது.

விந்தனது விந்தை வாழ்வின் எல்லாத் திருப்பங்கள் அல்லது மாற்றங்களிலும் அவரது சுயமரியாதை உணர்வு அவரை விடாமல் நிழல்போல் தொடர்ந்தது. ஏன் அவ்வுணர்வே திருப்பங் களுக்கும் மாற்றங்களுக்கும் அடிப்படைக் காரணியாகவும் இருந்தது என்றும் சொல்லலாம். அவரது 'பாலும் பாவையும்' தொடருக்குக் 'கல்கி' வாசகர்கள் மத்தியில் பெரும் வரவேற்பு. ஒரு கட்டத்தில் 10, 12 பக்கங்களைத் தொடரே ஆக்ரமித்துக் கொள்ளும். கல்கியே ஒரு கட்டத்தில் எப்போது முடிக்கப் போகிறீர்கள் என்று கேட்டுவிட்டார். இதே நேரத்தில் ஏ.வி.எம். செட்டியாரும் விந்தனை சினிமாத்துறைக்குக் கொண்டு போக முயன்றுகொண்டிருந்தார். விந்தன் 'கல்கி'யிலிருந்து விலகி திரைத்துறைக்குப் போனார். அங்கும் அவரது சுயமரியா தைக்குப் பங்கம் நேர்ந்த போதெல்லாம் வெகுண்ட நிகழ்வுகள் ஏராளம். தாங்கமுடியாத நிலை வந்ததும் துண்டை உதறித் தோளில் போட்டுக்கொண்டு திரையைவிட்டு வெளியேறினார். 'மனிதன்' முதல் இதழில் (15.8.1954) அவர் எழுதிய 'ஸ்ரீமான் பொதுஜனம் அவர்களுக்கு' பகுதி இந்தப் பின்னணியில் உருவானதுதான்.

'மனிதன்' இதழில் மு. வரதராசனார், கா. அப்பாத்துரையார் ('கடவுளைப் படைத்த மனிதன்' என்னும் தொடர்), தமிழ் ஒளி (கவிதை, கட்டுரைகள்), ஜெயகாந்தன் (சிறுகதைகள்), எம்.எஸ். கண்ணன் (பைரவி என்னும் பெயரில் திரை விமர்சனங்கள் எழுதினார். சேலம் மாடர்ன்ஸ் தியேட்டரில் கதைவசன இலாகாவில் பணிபுரிந்த இவர் பின்னாளில் 'ஜனசக்தி' துணையாசிரியர்) ஆகியோர் தொடர்ந்து எழுதினார் கள். வ.ரா., நாரண துரைக்கண்ணன், சுந்தர ராமசாமி, ரசம், வானவன், மு. அரங்கநாதன், கு.ப.சேது அம்மாள், சி.ஆர். ராஜம்மா, கே.ஆர். கவுசல்யா, பாணன், கே.பி. நீலமணி ஆகியோர் அவ்வப் போது எழுதினார்கள். வி.ஜி, நக்கீரன், மனிதன், வசந்த் என்னும் புனைபெயர்களிலும் விந்தன் எழுதினார்.

'மனித'னில் விந்தன் எழுதிய 'இதோ ஒரு சுயமரியாதைக் காரர்', 'தெருவிளக்கு', 'இந்நாட்டு மன்னர்' போன்ற தொடர் கள் பெரும் வரவேற்பைப் பெற்றன. 1000 படிகள் மட்டுமே அச்சான 'மனித'னில் தமிழ் ஒளியும் ஜெயகாந்தனும் இன்னும் பல எழுத்தாளர்களும் சம்பளமில்லாமல் வேலை பார்த்தார்கள். ஆனால் அவர்களது செலவினங்களை விந்தன் கவனித்துக் கொண்டார். பெரும் பொருளிழப்பில் இதழ் தயங்கித்தயங்கி

வெளிவந்தது. இரண்டு ஆண்டுகளுக்கு மேல் தாக்குப்பிடிக்க முடியாததால் 1956இல் நிறுத்தப்பட்டது.

'மனிதன்' இதழை வரவேற்று கல்கி எழுதினார்: "மனிதன் வாழ்க. தமிழர் பண்பாட்டின் உயிர்நிலை எந்தப் பாடல் வரியிலாவது இருக்கிறது என்றால் அது, 'யாதும் ஊரே, யாவரும் கேளிர்' என்னும் கவிதை வரிதான். இந்த அமுத வாக்கியத்தை லட்சியமாகக்கொண்டு தோன்றியிருக்கும் மனிதன் மாதப் பத்திரிகைக்கு வரவேற்பு அளித்து வாழ்த்துக் கூறுகிறோம்."

'மனிதன்' முதல் இதழின் தலையங்கம் பொதுஜனத்திற்கு விந்தன் கடிதம் எழுதுவதுபோல் அமைகிறது ... "நீண்ட நாட்களுக்குப் பின் உங்களைச் சந்திக்கிறேன். ஏன்? சினிமா உலகத்தில் இத்தனை நாளும் அனுபவித்த சுக சவுகரியங்களா – இல்லை, வேதனைகள்தான் காரணம். எப்படிப்பட்ட வேதனை என்கிறீர்கள்? பசியால் துடிக்கும் குழந்தைக்கு பால் வாங்கி ஊற்றுவதற்காக தாய் தனது கற்பை விலை கூற நேர்ந்தால் எப்படிப்பட்ட வேதனைக் குள்ளாவாளோ அப்படிப்பட்ட வேதனை. எல்லாவற்றிற்கும் காரணம் உங்கள் திருவிளையாடல் தானே?"

"விந்தனின் 'மனிதன்' திங்கள் இதழ் பத்திரிகை உலகில் ஒரு புரட்சி" என்கிறார் மு. பரமசிவம். இளம்வயதில் ராஜாபாதர் என்னும் நண்பருடன் சேர்ந்து 'வீரசக்தி' என்னும் கிழமை இதழை நடத்திய ஆர்வமும் பின்னாளில் 'கல்கி' இதழ் அனுபவமும் அதன் பிறகு திரையுலகில் ஏற்பட்ட கசப்பும் காயமும் இணைந்துவர 'மனிதன்' தோன்றினான். 'மனிதன்' முதல் இதழ் கே. மாதவன் வரைந்த வண்ணச் சித்திர முகப்புடன் (புத்தரும் ஆட்டுக்குட்டியும்) அகன்ற அளவில் அமர்க்களமாக வெளிவந்தது. 40 பக்கம். விலை 4 அணா. ஆசிரியரும் பதிப்பாளரும் வி. கோவிந்தன் (விந்தன்), 11, கந்தப்பிள்ளை தெரு, சேத்துப்பட்டு, சென்னை – 30. அச்சிட்டவர்: வி. மாசிலாமணி, 2/50, தாணா தெரு, புரசைவாக்கம், சென்னை – 7.

முதல் இதழில் விந்தனுடன் மு.வ., எம்.எல். சபரிராஜன் ('தேசபக்தி'த் தொடர்), ரமன், நடாதூர் தேசிகன் (காளிதாசன் ஆக்கங்கள் பற்றிய கட்டுரைத் தொடர்), தமிழழகன் (கவிதை), கண. முத்தையா (மொழிபெயர்ப்புக் கட்டுரை), பூவை எஸ். ஆறுமுகம் (சிறுகதை), பைரவி ('கூண்டுக்கிளி' திரைப்பட விமர்சனம்), ராகுலன் ஆகியோரின் படைப்புகள் இடம்பெற்றன. ராகுல சாங்கிருத்தியாயன் எழுதிய மனித இயற்கட்டுரை ஒன்றின் மொழிபெயர்ப்பை 'மனிதன்' என்னும் புனைபெயரில் விந்தன் தொடராக வெளியிட்டார்.

அங்கதத் தொடரான 'இதோ ஒரு சுயமரியாதைக்கார'ரை விந்தன் இப்படித் தொடங்குகிறார்: "இவர் திரு.ஈ.வே. ராமசாமிப் பெரியாரின் சீடரா? திரு. அண்ணாதுரையின் அவதாரமா? புரட்சிக்கவிஞர் பாரதிதாசனின் தாசானுதாசனா? இல்லை. ஆனால் இவர் ஒரு சுயமரியாதைக்காரர். அசல் அப்பட்டமான சுயமரியாதைக்காரர். ஏ தாழ்ந்த தமிழகமே, தன்மானம் மிக்க தமிழனே, ஏறு, முன்னேறு என்னும் கூச்சலை ஒரு முறைகூட கேட்டறியாத சுயமரியாதைக்காரர்" என்று ஒரு சாதாரணப் பிறவிக்குருடரை அவரது மனிதநேயமிக்க பார்வையைப் பேனா ஓவியம் தீட்டுகிறார்.

விந்தனது இதழியல் உணர்வை வெளிக்காட்டும் விதம் ஒரு கேலிச் சித்திரத் தொடர் (எனக்குப் பிடிக்காதது) *point - counter point* பாணியில் ஆரம்பம். அடுத்தடுத்து இத்தொடரில் கண்டக்டர் – பிரயாணி, மானேஜர் – குமாஸ்தா, மாப்பிள்ளை – மாமனார் என எதிரெதிர் எண்ணங்களின் பிரதிநிதிகள் கேலிச்சித்திரம் தீட்டப்படுகிறார்கள். 'ஆசிரியருக்குக் கடிதங்கள்' பகுதிக்கு எழுதியவர்களின் புகைப்படங்களை வெளியிடும் புதிய மரபை விந்தன் கடைப்பிடித்திருக்கிறார். அவர்களது கருத்துகளுக்கு ஆங்காங்கே பதில்களும் தந்திருக்கிறார். விந்தன் கைவைத்தாலே கேலி, கிண்டல், நையாண்டிதான்.

1955 ஜனவரி பொங்கல் மலரில் ரசிகமணி டி.கே.சி. பற்றி எஸ். வையாபுரிப்பிள்ளை எழுதிய கட்டுரை குறிப்பிடத் தக்கது. டி.கே.சி. 16.12.54இல் மரணமடைந்ததை முன்னிட்டு எழுதப்பட்ட அந்த இரங்கல் கட்டுரை, பிறகு திருவனந்தபுரம் வானொலியில் உரையாகவும் வாசிக்கப்பட்டது. மு.வ., கா. அப்பாத்துரை, வையாபுரிப்பிள்ளை எனத் தமிழ்ப் பண்டிதர்கள், புதுமை இலக்கிய கர்த்தாக்களான ஜெயகாந்தன், சுந்தர ராமசாமி, அப்போதுதான் தளிர்விடத் தொடங்கியிருக்கும் ஆரம்பகட்ட இளம் எழுத்தாளர்கள் – ஆக எல்லாத் தரப்பினருக்கும் 'மனித'னில் இடமளித்தவர் விந்தன். சமூகப்பொறுப் புணர்வு மட்டுமே அவரது இலக்கு. தரம் மட்டுமே அவரது தராசில் நிற்கமுடியும்.

1955 அக்டோபர் இதழில் தமிழ் ஒளி கட்டுரை 'வ.வே.சு. கண்டவழி' புதுமைப்பித்தனின் கவிதைகளில் யாப்பமைதி இல்லாமையை விமர்சித்துள்ளது. புதுமைப்பித்தனுக்கு வரிந்து கட்டிக்கொண்டு பரிந்துவந்த ரகுநாதனையும் சேர்த்து தமிழ் ஒளி இக்கட்டுரையில் சாடுகிறார். "வறுமையின் தத்துவ ஆசிரியராகக் கிளம்பியிருக்கும் ரகுநாதன் தமது தத்துவ வறுமையைக்

கொட்டிக் குழப்புகிறார்" என மார்க்சியச் சொல்லாடல்களை வைத்தே மார்க்சியரான ரகுநாதனின் இலக்கண இலக்கியப் பார்வையை ஏளனம் செய்கிறார்.

ஜானகியம்மாள் – வேதாசலம் தம்பதியினர்க்கு முதல் மகனாக 22.9.1916 அன்று பிறந்த விந்தன் சென்னை சூளைப் பட்டாளம் பகுதியில் வளர்ந்தவர். கருமான் பட்டறை, ஓவியக் கல்லூரி என்று பயணித்து 1936இல் அச்சுக்கோப்பாளர் ஆனார். 1942இல் 'கல்கி'யில் அச்சுக்கோப்பாளர் பணி... ஒரு பிழைகூட இல்லாமல் தமது கையெழுத்தை அச்சுக்கோத்தது கண்டு கல்கி இவரை அக்கணமே துணையாசிரியராக்கினார். விந்தன் 'பாலும் பாவையும்' போன்ற புகழ்பெற்ற கதைகளைக் 'கல்கி'யில் எழுதினார். 10 ஆண்டுகள் 'கல்கி'ப் பணி... பிறகு 10 ஆண்டுகள் திரைப்படத்துறையில். 1954இல் 'மனிதன்' திங்கள் இதழைத் தொடங்கினார். தம்மை 'மனிதனாக்கிய மனிதன் கல்கி'க்கு இதழை அர்ப்பணித்தார். அதன்பிறகு 10 ஆண்டுகள் 'தினமணி கதிர்' துணையாசிரியர். 1975இல் மணிவிழாக் காணுமுன்னர் மரணம் எய்தினார்.

விந்தன் எழுதிய 'பெரியார் அரிச்சுவடி' 1984இல், அதாவது அவர் மறைந்து 9 ஆண்டுகள் கழித்துத்தான் வெளியிடப் பட்டது. அதற்கு விந்தன் எழுதிய முன்னுரையில் 1973 என்று தேதி குறிப்பிடப்பட்டுள்ளது. என்ன காரணமோ அதை வெளி யிடத் தயங்கிக்கொண்டிருந்தார். "வாழ்நாளில் பெரும்பகுதி ஆத்திகராக, மதம் சார்ந்த விழாக்களை விமரிசையாகக் கொண் டாடியவராக இருந்த விந்தன், இறுதிநாளில் எம்.ஆர். ராதாவுடன் ஏற்பட்ட நட்பின் தாக்கத்தால் மனம் மாறி 'ஆலயம் தொழுவது சாலவும் தீது, கீதை உன்னைக் கீழ்மகன் ஆக்கும், கோயில் இல்லாத ஊரில் நீ குடியிரு, மோட்சத்தைப் போலொரு மோசடி இல்லை, மனிதனைக் கெடுத்தது மதமெனும் மாயை, யக்ஞமும் யாகமும் யாசகம் எடுக்கவே, வேதத்தால் வளர்வது விதண்டா வாதமே, வையகம் வாழ வைதிகம் வேண்டாம்' – என்று பகுத்தறிவுப் பிரசாரத்தில் இறங்கினார்" என்கிறார் அவரது புதல்வர் கோ. ஜனார்த்தனன்.

இயற்கையிலேயே சுயமரியாதை உணர்வு வாய்த்திருந்த விந்தனுக்கு, திராவிட இயக்கத்தவரின் சுயமரியாதை அரசியல் ஆரம்பத்திலிருந்தே அத்தனை ஏற்புடையதாக இல்லை. 'மனிதன்' இதழ் நடத்திய காலகட்டத்திலும் அவர் திராவிட இயக்கத்தின் விமர்சகராகத்தான் இருந்தார். இதழ்தோறும் 'இதோ ஒரு சுயமரியாதைக்காரர்' பகுதியில் தொடர்ந்து இயக்கத்தை நக்கல் செய்துகொண்டே இருந்தார்.

பெரியாரின் கொடிஎரிப்புப் போராட்டத்தைக்கூடச் சிறுபிள்ளை விளையாட்டு என்று நையாண்டி செய்தார். அப்படிப்பட்டவர் இறுதியில் முழுக்கப் முழுக்க பகுத்தறி வாளராக மாற்றம்கண்டதுடன் ‘பெரியார் அரிச்சுவடி’ எழுதும் அளவு பெரியாரியராகப் பக்குவம் பெற்றது வரலாற்றில் பதிவு செய்யப்பட வேண்டிய திருப்பம். அந்தக் கால கட்டத்தில் நேர்ந்த அவரது பரிணாமத்தின் பின்புலமும் அலசப்பட வேண்டிய அங்கம்.

ஜனவரி 1 – 15, 2007

வேலூர் நாராயணன்

அலை ஓசை

வேலூர் நாராயணன்

அரசியலுக்கு வரும் வழக்குரைஞர்கள் பெரும்பாலும் தொழிலில் சோபிக்க இயலாதவர்களாக இருப்பார்கள். நாராயணன் ஒரு விதிவிலக்கு. நீதிமன்றம், சட்டமன்றம், மக்கள்மன்றம் என எல்லா மன்றங்களிலும் சுடர்விட்டவர். 'அலைஓசை' 1991 – 92 வரையில்தான் நீடித்தது. 19 ஏப்ரல் 2003 அன்று இயற்கை எய்திய கோவை உப்பிலிப்பாளையத்தைச் சேர்ந்த வேலூர் நாராயணன், தமது கல்லூரி நாள்களில் 'மகரந்தம்' எனும் பெயரில் கையெழுத்திதழ் நடத்தியவர். 1965 இந்தி எதிர்ப்புப் போராட்டத்தில் ஈடுபட்டுப் பாளையங்கோட்டையில் சிறைவாசம் அனுபவித்தவர். மிகச்சிறந்த குறுக்குவிசாரணை வக்கீல் என்று பெயர் எடுத்தவர்.

அலை ஓசை

நடைபாதைக் கோவில்கள், கடைகள், குடிசைகள் ஆகியவற்றை அகற்றும் முயற்சியில் வாக்குவங்கி பறிபோய் விடுமே என்று அஞ்சாமலும் தயங்காமலும் முனைந்த செயல்மறவர் வேலூர் நாராயணன். அவர் ஒரு வித்தியாச மான அரசியல்வாதி. 'இத்தகைய பணியில் இதுவரை தமிழகத்தில் எவரும் துணிந்து இறங்கியதில்லை. எவரும் இதுபற்றிக் கவலையும் பட்டதில்லை. இவர்தான் முன்வந் திருக்கிறார்' என்று பெரியாரிடம் பாராட்டுப்பெற்ற அரிய சாதனையாளர் அவர். அவரது மேயர் பதவிக்காலம் நிறைவடைந்த வேளையில் மாநகராட்சி மன்றத்தின் விதியைத் தளர்த்தி மீண்டும் ஓராண்டுக்காலம் அவரது பதவி நீட்டிப்புக்கு வழிசெய்ய வேண்டும் என்று தமிழக அரசுக்குப் பெரியார் பரிந்துரை செய்தார் என்பது நாராயணனின் செயலாண்மைக்கு இன்னொரு சான்று.

மேயர் நாராயணனின் பதவிக்காலத்தை நீட்டிக்க வேண்டும் என்னும் கோரிக்கை மீது 'குமுதம்' எழுதிய தலையங்கமும் இங்கே குறிப்பிடத்தக்கது. "இப்போதுதானே வந்திருக்கிறோம் என 6 மாதம், இன்னும் கொஞ்ச காலத்தில் போய்விடுவோமே என 6 மாதம் மேயர்காலம் போய்விடுகிறது. ஒரு வருடம் பணியாற்ற வேண்டும் என எதிர்பார்த்தால் குறைந்த பட்சம் 2 வருடமாவது அவர் பீடத்தில் இருக்க வேண்டும். இப்படிச் சிலர் வாதாடக் காரணமே மேயராக எவ்வளவோ சாதிக்க முடியும் என கோடி காட்டிய வேலூர் நாராயணனின் துணிச்சல்தான்" ('குமுதம்' தலையங்கம் 4.12.69).

கோவை உப்பிலிப்பாளையத்தைச் சேர்ந்த வேலூர் நாராயணன் தமது கல்லூரி நாள்களில் 'மகரந்தம்' எனும் பெயரில் கையெழுத்திதழ் நடத்தியவர். 1965 இந்தி எதிர்ப்புப்

போராட்டத்தில் ஈடுபட்டுப் பாளையங்கோட்டையில் சிறை வாசம் அனுபவித்தவர். வழக்குரைஞர் தொழிலில் தடம் பதித்தவர். மிகச்சிறந்த குறுக்குவிசாரணை வக்கீல் என்று பெயர் எடுத்தவர். முதல் தகவல் அறிக்கையில் விடப்பட்ட பெயர்களைக் குற்றப்பத்திரிகையில் சேர்த்ததை வைத்தே ஒரு கிரிமினல் வழக்கில் சாதகமான தீர்ப்பு வாங்கிய திறமைசாலி. அண்ணாவையே அவ்வழக்கில் அசத்தியவர்.

அரசியலுக்கு வரும் வழக்குரைஞர்கள் பெரும்பாலும் தொழிலில் சோபிக்க இயலாதவர்களாக இருப்பார்கள். நாராயணன் ஒரு விதிவிலக்கு. நீதிமன்றம், சட்டமன்றம், மக்கள் மன்றம் என எல்லா மன்றங்களிலும் சுடர் விட்டவர் அவர். அந்நாளில் தி.மு.க. தலைவர்கள் தொடர்பான வழக்குகளை அண்ணாவின் நண்பர் நாராயணசாமி முதலியார் நடத்துவார். தொண்டர்கள் சம்பந்தப்பட்ட வழக்குகள் என்றால் வேலூர் நாராயணன் கைக்கு வரும். அப்படி ஒரு மரபு. இதிலும் ஓர் அரிய தகவல் அடக்கம். தலைவர்கள் வழக்கில் கிடைப்பது போல் தொண்டர்கள் வழக்கில் பணம் கிடைக்காது. நாராயணன் அதற்கும் தயார்.

நாராயணன் ஆசிரியர் பொறுப்பேற்று நடத்திய ‘அலை ஓசை’ நாளிதழ் ஒரு வித்தியாசமான பத்திரிகை. வித்தியாசமான சாதனைகளை நிகழ்த்திக்காட்டிய பத்திரிகையும்கூட. ஒரு லட்சத்து ஐம்பதாயிரம்வரை அதன் விற்பனை சென்றிருக்கிறது. விற்பனை உச்சகட்டம் எய்திய சமயம் படிகள் கிடைப்பது அரிதாகி 16 காசு விலையுள்ள பத்திரிகை 2, 3 ரூபாய்க்கு விற்கப்படும் அதிசயமும் நிகழ்ந்ததுண்டு. சில இடங்களில் கடைக்காரரிடம் காலையிலேயே அன்று மாலை வரப்போகும் ‘அலைஓசை’க்கான டோக்கனை முன்பணம் 16 காசு செலுத்தி வாங்கிக்கொள்ள வேண்டும். மாலை டோக்கன் கொடுத்து பத்திரிகையைப் பெற்ற வினோதமான விநியோக முறையும் வழக்கில் இருந்தது என்றும் செய்திகள் உண்டு. ஒரு நாளிதழ் விற்பனையில் இத்தகு சாதனை புரிந்ததாகச் சரித்திரமே இல்லை.

காலை வெளியீடுகளான ஆங்கில, தமிழ் நாளிதழ்கள் பெரும்பாலும் நடுநிலையானவை. அல்லது அப்படிச் சொல்லிக் கொள்பவை. அரசியல் கட்சிகள் சார்பில் வரும் நாளிதழ்கள் நீண்ட நெடுங்காலமாகவே மாலை வெளீயீடுகளாகத்தான் வருகின்றன. இது எழுதப்படாத இதழியல் மரபு அல்லது வழமை. அம்மரபையொட்டி ‘அலை ஓசை’யும் தி.மு.க.வின் பிரச்சார பீரங்கியாகச் செயல்படும் லட்சியத்தோடு ஆர்க்காடு வீராசாமி, கிளியனூர் வெங்கடசுப்பா ரெட்டியார் முதலிய

பிரமுகர்களின் ஒத்துழைப்போடு வேலூர் நாராயணனால் தொடங்கப்பட்டது.

நாளிதழ் நடத்தும் ஆசை நீண்டகாலமாகவே நாராயண னுக்கு உண்டு. 'தினமணி'யைப்போல் அதனை நடுநிலை நாளிதழாகக்கொண்டுவரவே அவர் ஆரம்பத்தில் விரும்பினார். 'அலை ஓசை' என்னும் பெயரில் கல்கி ஒரு தொடர்கதை எழுதியதுண்டு. அந்தப் பெயரைத் திருடிவிட்டார் நாராயணன் என்று கூட ஒரு குற்றச்சாட்டு வந்ததுண்டு. நடுநிலை என்றால் எந்தக் கட்சியின் ஆதரவும் இருக்காதே என்று இன்றைய முதல்வர் சொன்னதாகவும் அதற்குப் பதிலாக அப்படிப்பட்ட ஆதரவுடன் நடத்தப்படும் பத்திரிகைகள் பல 2,000, 3,000 படிகள்கூடத் தாண்டாத அவலத்தைத் தாம் சுட்டிக்காட்டிய தாகவும் 'துக்ளக்' 1.7.72 இதழ்க் கட்டுரையில் நாராயணன் குறித்துள்ளார்.

முழுக்கமுழுக்க நடுநிலையோடு தமது நாளிதழைக் கொண்டுவர இயலாவிட்டாலும் எல்லாத் தரப்புச் செய்திகளுக் கும் உரிய முக்கியத்துவமும் இடமும் அளிக்க ஆரம்பத்திலிருந்தே நாராயணன் முற்பட்டார். தி.மு.க.வின் அன்றைய பகைவர் களான சம்பத், கண்ணதாசன் ஆகியோர் சொற்பொழிவு களையும் கட்டுரைகளையும் எடுப்பான தலைப்புகளுடன் அடிக்கடி பிரசுரம் செய்தார். நக்சலைட் என்று கருதப்பட்ட குசேலர் சிம்சன் தொழிலாளர்களுக்காகப் போராடியபோது செய்திகளை இருட்டடிப்பு செய்யாமல் வெளியிட்டார். தி.மு.க. தலைமைக்கு இது பிடித்தமில்லை என்றபோதும் நாராயணன் தமது நிலைப்பாட்டில் உறுதியாக நின்றார்.

சிம்சன் தொழிலாளர் போராட்டத்துடன் நாராயணசாமி நாயுடு தலைமையிலான விவசாயிகள் போராட்ட நிகழ்வு களையும் மிகத்தெளிவாகவும் விரிவாகவும் படம்பிடித்த காரணத்தால் 'அலை ஓசை'யின் விற்பனை அதிவிரைவில் பெருக ஆரம்பித்தது. 1972இல் எம்.ஜி.ஆர். அ.தி.மு.க.வைத் தொடங்கியபோது அக்கட்சி பற்றிய எதிர்மறை விமர்சனத் துடன் செய்திகளை வேறு எந்தப் பத்திரிகையையும்விடச் சிறப்பாக வெளியிட்ட காரணத்தால் 1,50,000 படிகள் விற்பனையை வெகு இயல்பாக எட்டியது 'அலை ஓசை.' அதே போல் ரத்தினகிரி முருகன் கோவிலில் நடந்த காவலர் பெருமாள் கொலையையொட்டி பாலமுருகன் அடிகள் மீது நடந்த விசாரணை விவரங்களை விலாவாரியாக வெளியிட்டபோதும் அதன் விற்பனை உயர்ந்தது.

அக்காலத்தில் மாபெரும் தொழில் நிறுவனங்கள் போட்டி போட்டுக்கொண்டு அரைப்பக்கம், முழுப்பக்கம் விளம்பரங்கள்

தர முன்வரும் அளவு 'அலை ஓசை'யின் செல்வாக்கு உச்சத்தில் நின்றது. ஆனால் வாசகர்கள் செய்திகளைத்தான் நமது இதழில் எதிர்பார்க்கிறார்கள் – விளம்பரங்களை அல்ல என்று நாராயணன் கொழுத்த வருமானம் தரக்கூடிய விளம்பரங்களைப் போட மறுத்தார் என்னும் அரிய தகவலைச் சின்னக் குத்தூசி பதிவுசெய்திருக்கிறார் ('ஒரு மேயரின் நினைவுகள்' என்னும் பெயரில் துரைக்கண்ணு தொகுத்த வேலூர் நாராயணன் நினைவுகள் நூலில் சின்னக் குத்தூசி முன்னுரை. வெளியீடு – சாந்தா பதிப்பகம்). நாராயணனின் நாகரிகம் எத்தனை உயர்ந்தது; அவருடைய இதழியல் பார்வை எத்தனை நேரியது என்பதற்கு இந்தப் படப்பிடிப்பு அத்தாட்சி.

'அலை ஓசை' முதல் இதழ் 1971 ஆகஸட் 11 ஆம் நாள் வெளியிடப்பட்டது. விலை 16 காசுகள். 'அலை ஓசை'யில் அன்றாட அரசியல் மற்றும் பொதுச்செய்திகளுடன் தொடர் கதைகள், தொடர்கட்டுரைகள், உண்மைக் கதைகள் எனப் பலவகையான இலக்கியப் படைப்புகளையும் நாராயணன் வெளியிட்டார். கண்ணதாசன், ஜெயகாந்தன், நா. பார்த்தசாரதி, பழ. நெடுமாறன், முரசொலி அடியார், வலம்புரி ஜான், விருதுநகர் சீனிவாசன், அறந்தை நாராயணன் எனப் பலரும் எழுதினார் கள். 'பலசரக்கு' என்னும் தலைப்பில் அரசியல் அலசல் கட்டுரைகளைச் சின்னக் குத்தூசியும் 'மலேசிய நினைவுகள்', 'ஜனநாயகமும் வன்முறையும்' ('அலை ஓசை' தாக்கப்பட்டதை ஒட்டியது), 'உள்ளும் புறமும்' (எம்.ஜி.ஆருக்கு எதிரானது) தொடர்களைக் கண்ணதாசனும் 'வன்முறையைச் சந்திப்பது எப்படி' என்னும் தொடரை ஜெயகாந்தனும் 'காகிதக்கோட்டை' தொடரை விருதுநகர் சீனிவாசனும் எழுதினார்கள்.

'செல்லும் வழி இருட்டு', 'அனிச்சமலர்' என்னும் இரு தொடர்கதைகளை நா. பார்த்தசாரதி எழுதினார். பி.வி.ஆர். 'கோபுரதீபம்' என்னும் தொடர்கதையை எழுதினார். திரைப்பட நடிகர்களின் வாழ்வில் நிகழ்ந்த உண்மைச் சம்பவங்களை வைத்து எம்.பி. மணி எழுதிய 'இவர்கள் இன்னும் அழுது கொண்டுதான் இருக்கிறார்கள்', 'இப்படியும் சில மனிதர்கள்' இரண்டும் விரும்பிப் படிக்கப்பட்ட சுவையான தொடர்கள். 'பிணங்களைத் தேடி அலையாதே' தொடர்கதை ராண்டார் கை எழுதியது. தமிழ்வாணனின் 'ஷேடோ' மற்றும் 'ஹலோ ஜானகி' இரண்டும் ஜனரஞ்சகத் தொடர்கள். 'கண்ணீர் சொல்லும் கதை' மற்றொரு முக்கியத் தொடர். எழுதியவர் எஸ்.எம். நாராயணன். 'அலை ஓசை'க்குப் பொறுப்பாசிரியர் ஏ. பரசுராமன். சினிமாப் பகுதியை எம்.பி. மணி கவனித்துக் கொண்டார். காண்டேகரின் மொழிபெயர்ப்பாளர் கா.ஸ்ரீ.ஸ்ரீ. இறந்தபோது (2.9.76) எழுதப்பட்ட 'காலக்குதிரையின் மேல்'

என்னும் கட்டுரை 'அலை ஓசை'யின் உயரிய இலக்கிய உணர்வுக்கு ஒரு பதம்.

1972இல் எம்.ஜி.ஆர். அ.தி.மு.க.வைத் தொடங்குகிறார். அப்போது அவரை எதிர்த்து கண்ணதாசன் 'உள்ளும் புறமும்' எழுதுகிறார். எம்.ஜி.ஆருக்கு மிகவும் சங்கடத்தை ஏற்படுத்திய தொடர் அது. 1978இல் கண்ணதாசன் அரசவைக் கவிஞர் ஆகிவிட்டார். எம்.ஜி.ஆரோடு சமரசம் செய்துகொண்டுவிட்டார். முன்னர் எழுதப்பட்ட 'உள்ளும் புறமும்' தொடரை 'அலை ஓசை' மறுபிரசுரம் செய்தது. இப்போது கண்ணதாசனுக்குத் தர்மசங்கடம். ஆசிரியரின் அனுமதி இல்லாமல் அதே தொடரை இப்போது வெளியிடலாமா என 'அலை ஓசை' மீது வழக்குத் தொடர எண்ணினார் கண்ணதாசன். ஆனால் தொடரவில்லை.

திராவிட இயக்கப் பற்றாளரான நாராயணன் 1972வரை தி.மு.க.வில்தான் இருந்தார். 1972 ஜூன் மாதம் 'அலை ஓசை' அலுவலகம் தாக்கப்பட்ட பின்னர் அவரது நிலைப்பாடு மாறியது. காமராஜரின் பக்கம் அவரது பற்றுதல் திசைமாறியது. அச்சமயம் சம்பத், கண்ணதாசன், நெடுமாறன், ஜெயகாந்தன் போன்றவர்கள் காமராஜரின் வலதுகரமாக உலாவந்தார்கள். இந்தக் காலகட்டத்தில்தான் ஈ.வே.கி. சம்பத்தின் மேடைச்சொற்பொழிவுகளை மிக விரிவாக முக்கியத்துவம் தந்து நாராயணன் வெளியிட்டார். அது தி.மு.க. தலைமைக்கு எரிச்சலாக இருந்தது. பிற பத்திரிகைகள் சம்பத்தை மறந்துவிட்ட நிலையில் நீங்கள் ஏன் அவருக்கு விளம்பரம் தருகிறீர்கள் என்று நாராயணனுக்கு அறிவுரை தரப்பட்டது.

'அலை ஓசை'யின் செல்வாக்கு கிடுகிடுவென உயர்வது எல்லோருடைய கண்களையும் உறுத்த ஆரம்பித்தது. தொடக்கத்தில் மு.க.வும் பின்னர் எம்.ஜி.ஆரும் அதன்மீது சினம் கொண்டார்கள். தமக்குச் சாதகமாக அதில் செய்திகள் இடம்பெறவில்லையே என்று ஆதங்கப்பட்டார்கள். 'இந்து', 'எக்ஸ்பிரஸ்', 'தினமணி' போன்ற பிரபல 'நடுநிலை' இதழ்கள் எம்.ஜி.ஆர். தி.மு.க.விலிருந்து நீக்கப்பட்ட செய்திக்கு எந்த முக்கியத்துவமும் தராமல் நான்கு வரிகளோடு முடித்துக்கொண்டன. 'தினத்தந்தி', 'மாலை முரசு' இரண்டும் சுத்தமாக இருட்டடிப்பு செய்துவிட்டன. 'அலை ஓசை'யில் செய்தி 8 பத்தித் தலைப்புடன் அட்டகாசமாக வெளியிடப்பட்டது. 'அலை ஓசை'யின் விற்பனை பலமடங்கு பல்கிப்பெருக இந்நிகழ்வு ஒரு முக்கியக் காரணம். இதனால் தி.மு.க. தலைமைக்குக் கோபம். அ.தி.மு.க. பற்றிய செய்திகளை விமர்சனக் கண்ணோடு எழுதத் தொடங்கியதால் எம்.ஜி.ஆருக்கும் கோபம். இப்படி மாறி மாறி இருபெரும் சக்திகளின் பகைமையையும் 'அலை ஓசை' சம்பாதித்துக்

கொண்டது. தொடக்க நாட்களிலேயே 'அலை ஓசை'யின் ஆரம்ப விழாவில் கலந்துகொள்ளக் கூடாது என்று தி.மு.க. தலைவரைத் 'தினத்தந்தி' ஆதித்தனார் தடுத்திருக்கிறார். அவருக்கும் 'அலை ஓசை'யின் மீது எரிச்சல்தான். இவ்விவரங்களை நாராயணன் 'துக்ளக்' 1.7.72 இதழில் கொட்டித் தீர்த்திருக்கிறார்.

'அலை ஓசை' அலுவலகத்தின்மீது மட்டுமன்றி வேலூர் நாராயணன் மீதும் மூன்றுமுறை தாக்குதல். சிம்சன் பிரச்சினையில் பிரதாபசந்திரன் கொலையுண்டதைச் சாக்காக வைத்து இத்தாக்குதல்கள் நடந்தேறின என்று நாராயணன் எழுதியுள்ளார். 'நான் கொலையுண்டால் என் கல்லறை மீது 'அலை ஓசை' பத்திரிகை நடத்தியதற்காகக் கொல்லப்பட்ட வேலூர் நாராயணன்' என்று எழுதிவைக்குமாறு 'துக்ளக்' மூலம் வேண்டுகோள் விடுத்தார் என்பதும் வரலாறு.

மாபெரும் அலையை இதழுலகில் எழுப்பி மக்கள் ஆதரவை அமோகமாகப்பெற்ற 'அலை ஓசை' தளர்ந்து துவண்டு முடங்கிப் போனது ஒரு சோகக்கதை. வர வர அது வெள்ளை யானையைப் போல் ஆகிப்போனது என வேலூராரே சொல்லியிருக்கிறார். அதன் இறுதிக்காலத்தில் அ.தி.மு.க.வின் 'அண்ணா' இதழ் அங்கே அச்சிடப்பட்டது. அ.தி.மு.க.வினர் 'அலை ஓசை'யை வாங்க நினைத்தார்கள். எம்.ஜி.ஆர்., 'எல்லா உதவிகளும் செய்கிறேன். உங்கள் சாதனைப் பத்திரிகையை நீங்கள் தொடர்ந்து நடத்துங்கள்' என்றார். 'அதை நீங்கள்தான் செய்ய வேண்டும். என்னால் முடியாது' என்றார் நாராயணன். கட்சியில் சேரும்படி வற்புறுத்தப்பட்டது. எம்.ஜி.ஆரே நாராயணன் சேர்ந்துவிட்டதாக அறிவித்துவிட்டார்.

எம்.ஜி.ஆர். பல பதவிகள் தர முன்வந்தும் ஒவ்வொன்றாக வாய்ப்புகள் தவறிப்போகும் வண்ணம் நிகழ்வுகள் அமைந்தன. இறுதியில் எம்.ஜி.ஆர். நோய்வாய்ப்பட்டு மரணத்தின் வாசலில் நின்றார். இப்படியாகச் செயற்கையானவும் இயற்கையானவுமான நிகழ்வுகள் நாராயணன் அரசியல் வாழ்வில் கண்ணாமூச்சி ஆடிவிட்டுப் போயின. 'அலை ஓசை' 91 – 92 வரையில் தான் நீடித்தது. இதழுலகில் கோலோச்சிய இனிய அற்புதம் வேலூர் நாராயணன் 19 ஏப்ரல் 2003 அன்று இயற்கை எய்தினார்.

பிப்ரவரி 1 – 15, 2007

௸ ௲

ம.பொ. சிவஞானம்

செங்கோல்

ஆசிரியர்: ம.பொ.சிவஞானம்

ம.பொ. சிவஞானம் (1906 – 1995)

பொன்னுசாமி கிராமணியார் – சிவகாமி அம்மாள் தம்பதியினரின் மகனான ம.பொ.சி. (மயிலாப்பூர் பொன்னு சாமி சிவஞானம் – 20.6.1906 – 3.10.1995), தமிழ்த் தேசியக் கொள்கையை முன்னெடுத்துச் சென்றவர். தமிழகத்தின் சிறந்த சொற்பொழிவாளர்களில் ஒருவர். ஆணித்தரமான எழுத்தாளர். அமைதியான மனிதர். பள்ளிப்படிப்பு வாய்ப்பு அமையாத இளமை அவருடையது. தாயாரின் தேவார, திருவாசக, திருப்புகழ் ஓதும் பண்பாட்டில் ஊறியதாலும் மேற்கொண்ட அச்சுக்கோக்கும் தொழிலாலும் படிப்பாளியாக ஆனவர். தமிழ்த் தேசியத்தையும் இந்தியத் தேசியத்தையும் ஒருங்கே பேணிய ம.பொ.சி., திராவிட முன்னேற்றக் கழகத்திற்குச் சவாலாகப் பேச்சாளர், எழுத்தாளர் படையை உருவாக்கியவர்.

செங்கோல்

திராவிட இயக்கத்தின் தாக்கத்தின் எதிரொலியாகவோ என்னவோ காங்கிரஸ் கட்சியிலும் பிராமணர் அல்லாதார் பகுதியிலிருந்து தலைமைக்குத் தகுதியுள்ள தொண்டர்களை முன்னிறுத்தி வழிமொழிந்து வளர்த்தெடுக்க வேண்டிய கட்டாயம் உணரப்பட்டது. அதன் விளைவாகவே சத்தியமூர்த்தியால் காமராஜரும் ராஜாஜியால் சிவஞானமும் தலைவர்களாக வளர்த்தெடுக்கப்பட்டார்கள். சத்தியமூர்த்தி – ராஜாஜி இருவருக்கும் இடையே நிலவிய அரசியல் போட்டி காமராஜ் – சிவஞானம் இடையிலும் இரண்டாம் கட்டமாகத் தொடர்ந்தது. காமராஜரும் சிவஞானமும் பின்தங்கிய சமூகத்தின் பிரதிநிதிகளாகவும் அடையாளம் காணப்பட்டார்கள் என்பது இன்னொரு கூர்மையான செய்தி.

திராவிட இயக்கம் இன்னும் மும்முரமாக முன்னெடுத்துச் சென்றிருக்க வேண்டிய தமிழ்த்தேசியக் கொள்கையைத் தனியோர் அரசியல் தலைவராக ம.பொ.சி. எடுத்துக்கொண்டார் என்பது அவரது தனிச்சிறப்பு. தமிழ், தமிழர், தமிழ்நாடு, தமிழ் இலக்கியம், தமிழ்ப்பயிற்று மொழி, தமிழ்நாடு பெயர்சூட்டல் என்று மொழிவழித் தேசியத்தின் எல்லாக் கூறுகளையும் தமது அரசியல், பண்பாட்டுக் கொள்கை நிலைப்பாடுகளாக வரித்துக் கொண்ட சிவஞானத்தின் போராட்டங்கள் சிறப்பானவை. சாதனைகள் மகத்தானவை. அவற்றின் அடிநாதமாகக் காந்தியம் அமைந்தது என்பது இன்னொரு மேன்மை.

ம.பொ. சிவஞானம் தமிழகத்தின் தலைசிறந்த சொற்பொழிவாளர்களில் ஒருவர். ஆவேசமான பேச்சாளர். ஆணித்தரமான எழுத்தாளர். அமைதியான மனிதர். பள்ளிப்படிப்பு வாய்ப்பு அமையாத இளமை அவருடையது. ஆனால் அவர் எடுத்துக்கொண்ட தொழில், அச்சுக்

கோப்பது. அதன்வாயிலாக அவர் அசல் படிப்பாளி ஆனார். ஈடிணையற்ற இலக்கிய விற்பன்னர் ஆனார். காலம் கனிந்தபோது இதழாளர் ஆனார். அப்படி அவர் ஆசிரியராக இருந்து நடத்திய இதழ்கள் 'கிராமணி குலம்', 'தமிழ்முரசு', 'தமிழன் குரல்', 'செங்கோல்' ஆகியவை. அவற்றுள் 'செங்கோல்' அவருக்குத் தமிழில் சிம்மாசனம் போட்டுத்தந்தது.

'செங்கோல்' வாரஏடு 1950 டிசம்பர் முதல் தேதியன்று தொடங்கப்பட்டது. 16 பக்கம். டேப்ளாய்டு வடிவம். விலை இரண்டணா. இன்றைய நாணயத்தில் 12 காசுகள். திருவல்லிக் கேணி இருசப்ப கிராமணி தெருவில் அலுவலகம். அங்கே தான் ம.பொ.சி குடியிருந்தார். அவரது பத்திரிகைப் பணி மொத்தம் 50 ஆண்டுகள். அதில் 45 ஆண்டுகளைச் 'செங்கோல்' ஆட்கொண்டுவிட்டது.

'செங்கோ'லின் புகழ்காக்கத் தன் இனிய உயிரையே அர்ப் பணித்த பாண்டிய மன்னன் நெடுஞ்செழியன் கதை எல்லோரும் அறிந்ததே. அதுதான் 'செங்கோல்' என்று பெயர்வைக்கப் பின்புலமாக இருந்தது என எண்ணுவதாக தி.க. சண்முகம் ஒருசமயம் குறிப்பிட்டதுண்டு.

பெற்றெடுத்த குழந்தைகளைவிடவும் 'செங்கோல்' மீது சிவஞானத்திற்கு அன்பு அதிகம். 'செங்கோ'லின் சாதனைகளை அவர் மொழியிலேயே வர்ணிக்கலாம்: "'செங்கோல்' தமிழரசுக் கழகத்தின் கெஜட், எல்லைகளை மீட்கும் போர்ப்பறை, தலைநகர் சென்னையைக் காக்கும் வேற்படை, ஆங்கில ஆதிக்க எதிர்ப் பாளர்களின் கேடயம், மாநில சுயாட்சியின் பேரிகை. இத்தனை பணிகளுக்கிடையிலும் தமிழிலக்கியத்துக்கும் அது சேவை செய்தது. செங்கோலுக்கிணை செங்கோல்தான் என்று சொன்னால் அது தற்பெருமை ஆகாது" (ம.பொ. சிவஞானம் – 'இந்திய இலக்கியச்சிற்பிகள் வரிசை'; சாகித்திய அகாதமி வெளியீடு; ஆசிரியர் பெ.சு. மணி.).

'செங்கோல்' முழுக்க முழுக்க ம.பொ.சி.யின் கைவண்ணம். தமிழன், தேசியவாதி, ஞானம் என்னும் புனைபெயர்களில் அவர் இதழை ஆக்கிரமித்தார். தமிழ்த் தேசியம் குறித்து எழுதும் போது 'தமிழன்' என்னும் பெயர். இந்தியத் தேசியம் என்றால் 'தேசியவாதி.' இலக்கியக் கட்டுரைகளுக்கு 'ஞானம்'. இப்படிப் பொருள் சார்ந்து புனைபெயர்களைப் பயன்படுத்தினார். 'செங்கோல்' செய்தி இதழ் அன்று. கருத்து சார்ந்த இதழ். கட்சிச்சார்பு இதழ். 'செங்கோ'லில் எழுதிய எழுத்தாளர்களில் குறிப்பிடத்தகுந்தவர்கள் – கோவை ஈஸ்வரன் (இன்று பொது வுடமைவாதி), கீரன் (சமயச் சொற்பொழிவாளர்), கா.மு. ஷெரீப் (கவிஞர், பாடலாசிரியர், 'சாட்டை' ஆசிரியர்), கோ. கலிவரதன்

(இன்று அ.தி.மு.க. கட்டுரையாளர்), அறந்தை நாராயணன் (பின்னாளில் 'ஜனசக்தி' துணையாசிரியர்). நாமக்கல் வெ. ராமலிங்கம்பிள்ளை, சுத்தானந்தபாரதி, ரா.பி. சேதுப்பிள்ளை, மு. வரதராசன், ந. சஞ்சீவி ஆகிய தமிழறிஞர்களும் அவ்வப் போது எழுதியதுண்டு.

1950 முதல் 1976 வரை சங்க இலக்கியத்தில் தொடங்கி பாரதிதாசன் கவிதைகள் வரை 'செங்கோ'லில் ஆய்வு செய்யப் பட்டன. அத்தகைய ஆய்வுக்கட்டுரைகள், சொற்பொழிவுகள் ஏறக்குறைய 430. 1995 வரையிலான காலத்தையும் கணக்கில் கொண்டால் எண்ணிக்கை 1000ஐ எட்டும் என்கிறார் பெ.சு. மணி. 'செங்கோல்' கடைசி இதழ் வெளிவந்த தேதி 13.8.95. 25 ஆண்டுகள் துவளாமல் துடிப்புடன் ம.பொ.சி. 'செங்கோ'லை ஏந்தினார். 2500 – 3000 எல்லையைத் தாண்டி விற்பனை செல்லவில்லை என்பது சோகமான செய்திதான். ஆனாலும் கட்சிசார்ந்த இலக்கியப் பத்திரிகை அவ்வெல்லையைத் தக்கவைத்துக்கொண் டதே ஒரு சாதனை. 'செங்கோ'லின் முதுகெலும்பாக இருந்து அதைத் தாங்கிப்பிடித்து நிமிரவைத்து இறுதிவரை நிலையாக நின்று நெறிப்படுத்தியவர் வே. கணபதி. கணபதிக்கடுத்து ரசம் என்னும் ரா. சண்முகத்தின் பங்களிப்பும் பதிவு செய்யப்பட வேண்டிய தகவல்.

1950, 60களில் மேடைப்பேச்சுக்கும் இதழியல் வீச்சுக்கும் திராவிட முன்னேற்றக் கழகம் அரிய பங்காற்றியது. அதன் திராவிடத் தேசியத்திற்கு எதிர்க்கருத்தாகத் தமிழ்த் தேசியத்தை வலியுறுத்திய தமிழரசுக் கழகம் ம.பொ.சி.யின் தலைமையில் எழுச்சிபெற்ற வேளையில் தி.மு.க.விற்குச் சவாலாகப் பேச்சாளர், எழுத்தாளர், திரைப்படக் கலைஞர்கள் என ஒரு மாபெரும் பட்டாளத்தைத் திரட்ட ம.பொ.சி.யால் முடிந்தது. கே. சந்தானம், சின்ன அண்ணாமலை, கோவை ஈஸ்வரன், புலவர் கீரன், கவிவரதன், டி.கே. சண்முகம், டி.கே. பகவதி, ஷெரீப், சக்தி கிருஷ்ணசாமி, ஏ.பி. நாகராஜன், ஜி. உமாபதி, எம்.ஏ. வேணு, கு.மா. பாலசுப்ரமணியம், கு.சா. கிருஷ்ணமூர்த்தி, கே.டி. சந்தானம் என அப்பட்டியல் நீளும். இவர்களில் பலர் 'செங்கோ'லிலும் பங்காற்றினார்கள். 50, 60 காலகட்டத்தை அரசியலில் தமிழ் மறுமலர்ச்சிக் காலம் எனக் கொள்வதற்கு இவ்விரு பாசறை வீரர்களும் காரணகர்த்தாக்களாக விளங்குகிறார்கள்.

தமிழன் என்னும் புனைபெயரில் 12.5.57 'செங்கோல்' இதழில் ம.பொ.சி. 'தி.மு.க.வினரின் தெய்வபக்தி' என்னும் பொருளில் ஒரு கட்டுரை எழுதியுள்ளார். அதில் அண்ணாவை யும் அவரது தம்பிகளையும் இப்படி விமர்சிக்கிறார்: "தி.மு.க.வினர் அப்பட்டமான நாத்திகர்களில்லை. ஆத்திகமும் நாத்திகமும் இல்லாத குழப்பவாதிகளாகத்தான் அவர்கள் காட்சி அளிக்கிறார்

கள். சமூகம், அரசியல், பொருளாதாரம் ஆகிய எல்லாத் துறைகளைப் போலவே சமயத்துறையிலும் அவர்கள் போக்கு குழப்பம்தான். தலைவர் அண்ணாத்துரை சாதிவேறுபாடுகளை வெறுத்துவந்தவர். எதிர்த்துப் போராடிவந்தவர். ஆனால் தேர்தலில் போட்டிபோட வந்தபோது முதலியார் என்னும் சாதிப்பட்டத் தைத் தனது பெயருக்குப் பின்னால் ஒட்டிக்கொண்டு அழகு பார்த்தார். இதை நிதிமந்திரி சுப்ரமணியம் அண்ணாத்துரையை எதிரில் வைத்துக்கொண்டே அசம்பிளியில் குத்திக்காட்டிப் பேசியிருக்கிறார். நிதியமைச்சர் கூற்று தவறென்று அண்ணாத் துரை மறுப்பேதும் கூறவில்லை."

'தமிழுக்குச் சோதனைக்காலம்' என்னும் *2.3.58* தலையங்கத் தில் நீதிக்கட்சி தொடங்கி தி.மு.க. வரையிலான திராவிடக் கட்சிகள் மீது இப்படிக் குற்றம் சாட்டுகிறார்: "ஆங்கிலேயர்களி டமிருந்து அரசுரிமை பெறவும் பார்ப்பனர் அல்லாதவர்களுக்குப் பதவிகள் வழங்கவும் என்று யார் யார் தலைவர்களாகத் தோன்றினார்களோ எந்த எந்தப் பெயர்களில் எல்லாம் கட்சிகள் தோன்றினவோ அந்தந்தத் தலைவர்களும் கட்சிகளும் தமிழ் மொழியின் தலைமைக்குப் போராட வில்லை. போராட அழைத்தபோதும் போலிக் காரணங்கள் கூறி மறுத்தார்கள். ஒருசில புண்ணியவான்கள் தமிழுரிமைக்குப் பாடுபடுபவர் களை மொழிவெறியர்கள் பிறமொழித் துவேஷிகள் என்று பழித்துப்பேசினர். பழிச்சொற்களைச் சுமந்துகொண்டு தமிழின் உரிமைக்குப் பாடுபட்டு வந்தனர் தமிழரசுக் கழகத்தினர். இடது சாரிக்கருத்துடைய பிற அரசியல் கட்சிகளுடன் உண்மை யான தமிழ்ப்பற்றுடைய பெரியோர் சிலரும் நாம் நடத்திவந்த மொழி உரிமைப்போர் வெற்றி பெறுவதை விரும்பினர். அவ் வெற்றிக்காகத் தமது வட்டாரத்தில் இருந்து கொண்டே ஆதரவும் அளித்தனர். அதன் விளைவாக மொழிவாரி ராஜ் யங்கள் அமைந்தன. அதை அடுத்து தமிழை ஆட்சிமொழியாக்கும் கிளர்ச்சி. தமிழரசுக் கழகம் ஒருவர்கூட இல்லாத அசம்பிளியில் தமிழ் வாழ்க என எல்லாக் கட்சியினரும் ஏகோபித்துக் குரல் கொடுக்க தமிழை ஆட்சிமொழியாக்கும் சட்டம் நிறைவேறியது."

30.3.58 இதழில் ஆலயப்பிரவேசத்தை எதிர்த்தவர்கள் அர்ச்சகர் தொழிலுக்கு மனுப்போடுவானேன் என்று திராவிட இயக்கத்தவரைக் கேள்வி கேட்கிறார்: "தீண்டாமை என்னும் பேய்க்குழந்தையைப் பெற்றெடுத்தது மதமல்ல – தெய்வநம்பிக்கை யுமல்ல – நிலப்பிரபுத்துவம் என்னும் பூதம்தான். இன்று தீண்டாமை ஒட்டிக்கொண்டிருப்பது அர்ச்சகர் தொழிலில் மட்டுமல்ல – எல்லாத் துறைகளிலும்தான். ஆகவே சமூகம் முழுவதிலிருந்து தீண்டாமையை ஒழிக்க வேண்டுமென்றால்

அதற்கென்று ஒரு முழுத்திட்டம் தேவை. அதை விட்டுவிட்டு கட்சிநலனை மட்டுமே கருத்தில்கொண்டு இதைச் செய்தாலே அது ஒழியும் என்பது பிறவிக்குருடர்கள் யானையின் வடிவத் திற்கு இலக்கணம் சொன்னாற்போலத்தான் முடியும்."

அக்காலத்தில் திராவிடர் கழகங்களும் தமிழரசுக் கழகமும் ஒன்றுபட வேண்டும் என்னும் குரல் மேலெழுந்தது. ஏனெனில் எல்லைப் பிரச்சினை, தலைநகர்ப் பிரச்சினை, தமிழ்நாடு பெயர்சூட்டல் போன்ற பல விஷயங்களில் இருதரப்பினரும் ஒத்த கருத்துடையவர்களாக இருந்தார்கள். ஒன்றுபட்டுப் போராடியதும் உண்டு. இருப்பினும் இவ்விரு இயக்கங்களும் ஒன்றிணைய முடியாது என்று ம.பொ.சி. தமது 'தமிழன் குரல்' 1955 ஜூன் இதழ்த் தலையங்கத்தில் வாதம் செய்தார்: "திராவிடர் கழகங்கள் வகுப்புவாத அடிப்படையில் அமைந்தவை. ஆரியர் – திராவிடர் என்னும் நிறவழிப்பிரிவினையை அடிப் படையாகக் கொண்டவை. பார்ப்பனர் – அல்லாதார் என்னும் ஜாதி வேற்றுமை அடிப்படையிலான சமூகக் கொள்கையை உடையவை. தமிழரசுக் கழகம் இதற்கு நேரெதிரானது. இது மொழிவழி இன உரிமை பேசுவது. தமிழரசுக் கழகம் சட்டசபை மந்திரிசபைகளில் இடம்பிடிக்க விரும்பும் அரசியல் கட்சி அல்ல. தமிழர் எல்லோருக்கும் உரிய கலாசார அமைப்பு. ஆகவே எந்த ஒரு அரசியல் கட்சியோடும் தன்னை இணைத்துக் கொள்வது அதற்கு சாத்தியமில்லை."

1955இல் இப்படி வாதிட்ட ம.பொ.சி. 1962இல் காங்கிரஸ் கட்சியுடன் போகவிரும்பினார். அவ்வேளையில் 'செங்கோல்' இதழின் அட்டையில் காமராஜர் படத்தைப் போட்டதும் உண்டு. என்ன காரணமோ காமராஜர் இவரது வருகைக்குப் பச்சைக்கொடி காட்டவில்லை. பிறகு 1967இல் இவருக்கு தி.மு.க.வுடன் நெருக்கம் ஏற்பட்டது. வாழ்வின் பெரும்பகுதி திராவிட இயக்கத்தின் எதிர்ப்பாளராக இருந்த ம.பொ.சி., தி.மு.க. பிரிவினைக் கொள்கையைக் கைவிட்டதாலோ என்னவோ மனம்மாறினார். தி.மு.க. ஆதரவில் எம்.எல்.ஏ. ஆனார். அதன்பிறகு அண்ணா, கருணாநிதி, எம்.ஜி.ஆர். ஆகிய முதல்வர்களுடன் தொடர்ந்து சமரசம் செய்துகொண்டார். பெரிய கட்சியுடன் சமரசம் செய்துகொள்ளும் சிறிய கட்சிகள் நீண்டகாலம் தனித்தியங்க முடியாது. பெரிய மீன்கள் சிறிய மீன்களை விழுங்குவது எத்தனை யதார்த்தமோ அத்தனை யதார்த்தமான உண்மை இது. ஆகவே தமிழரசுக் கழகம் அதிவேகமாகக் கலகலத்துப்போனது.

கட்சியின் இறங்குமுகம் 1954இல் ராஜாஜி சுதந்திரக் கட்சியை ஆரம்பித்த போதே தொடங்கிவிட்டது. காரணம்,

தமிழ்நாட்டில் பிராமணர்களின் ஆதரவு பெரும்பான்மை காங்கிரசுக்கு அடுத்தபடி தமிழரசுக் கழகத்திற்குத்தான். அவர்கள் ராஜாஜியுடன் சென்றுவிடவே அந்த ஆதரவுத்தளத்தை ம.பொ.சி. இழந்துவிட்டார் என்கிறார் கோவை ஈஸ்வரன்.

1967 – 68 வாக்கில் 'தலைவனை நம்பாதே, தத்துவத்தை நம்பு' என்னும் முழக்கத்தை முன்வைத்து மற்ற தலைவர்களும் தொண்டர்களும் அவரை மறுதலிக்கத் தொடங்கினார்கள். அவரை விட்டு விலகினார்கள். இறுதியில் அவர் தனியரானார். சட்ட மேலவை, கீழவைப் பதவிகள் வந்தபோதும் அவரது புகழ்வாழ்க்கை முடிவுக்கு வந்தது. ஏன் இப்படி என்னும் கேள்விக்குக் கோவை ஈஸ்வரன் சொல்கிறார்: "அவர் அண்ணா போன்று இரண்டாம் கட்ட, மூன்றாம் கட்டத் தலைவர்களின் வளர்ச்சியை வரவேற்கவில்லை. தாம் எடுக்கும் முடிவுகளுக்கு மற்றவர்கள் வரவேண்டும் என்று வலியுறுத்தினார். இந்தப் போக்கின் காரணமாக அணுக்கத்தொண்டர்கள், ஆதரவாளர்கள் ஒவ்வொருவராக அவரை விட்டு விலகிச் சென்றுவிட்டார்கள். அவர் தனியராகிவிட்டார்."

கண்ணகி, கட்டபொம்மன், வடலூர் வள்ளலார், பாரதி என்னும் நால்வரும் ம.பொ.சி.யின் கொள்கைக் குறியீடுகள். கண்ணகிக்குக் கோவில், கட்டபொம்மனுக்குச் சிலை, வள்ள லாருக்கு நூல், பாரதிக்கு மணிமண்டபம் என்று ஆதர்சங்களை மையமாகவைத்து லட்சியவாழ்க்கை நடத்தியவர். தேசபக்தி, தெய்வபக்தி இரண்டும் அவரது கண்கள். தமிழ்த் தேசியம், இந்தியத் தேசியம் என்னும் இரு தத்துவ நிலைப்பாடுகளும் ஒன்றுக்கொன்று முரண்பட்டவை அல்ல – அவை இரண்டும் தண்டவாளம் போன்றவை. ஒன்று இல்லாவிட்டால் இன்னொன்று பயனில்லை. பயணம் தடம் புரண்டுவிடும் என்பது அவர் உயிர்மூச்சான கொள்கைநிலை. முதலில் சுய நிர்ணய உரிமை, அப்புறம் பிரிந்துபோகும் உரிமையோடு கூடிய தன்னாட்சித் தமிழகம், மாநில சுயாட்சி என்பது அவர் எடுத்த தமிழ்த் தேசியப் படிநிலைகள். அதே சமயம் இந்திய ஒருமைப்பாட்டை அவர் எப்போதும் விட்டுக்கொடுத்தவரில்லை. அவர் தொடங்கிய தமிழரசுக் கழகம் ஏறக்குறைய 8 ஆண்டுகள் காங்கிரசுக்குள்ளேயே இயங்கியது. பிறகு 40 ஆண்டுகள் வெளியே தனித்தியங்கியது. கடைசியில் 1989இல் கடலில் கரைத்த பெருங் காயம்போல் காங்கிரசில் கரைந்தது. ம.பொ.சி. என்னும் அரிய மனிதர், அரிய தலைவர் இறுதிநாட்களில் தனிமனிதராக முடிந்து போனார்.

மார்ச் 1 – 15, 2007

வை. கோவிந்தன்

வை. கோவிந்தன் (1912 – 1966)

புதுக்கோட்டை ராயவரத்தில் தனவணிகர் குலத்தில் 26.6.1912இல் பிறந்த வை. கோவிந்தனின் பள்ளிப்படிப்பு எட்டாம் வகுப்பை எட்டிய நிலையோடு நின்றது. ஆன்மீகத்தில் ஈடுபட்டுத் துறவியாகும் மனநிலையில் இருந்த அவரைப் பெற்றோர் தடுத்து பர்மாவுக்கு அனுப்பினர். மலேசியாவில் ஒரு வட்டிக்கடையில் வேலைபார்த்த அனுபவமும் அவருக் குண்டு. இரண்டாம் உலகப்போர் தொடங்கிய நேரம் இந்தியா திரும்பிய வை.கோ. 1939இல் 'சக்தி'யை ஆரம்பித் தார். இன்று மியூசிக் அகாதமி இருக்கும் வளாகத்தில்தான் வை.கோ.வின் சக்தி காரியாலயம் இயங்கியது. முன்னோடிப் பதிப்பாளரான வை.கோ.வின் மரணம் 16.10.1966 அன்று அரசுப் பொது மருத்துவமனையில் நிகழ்ந்தது; அடக்கம் திருவொற்றியூர் இடுகாட்டில் நடைபெற்றபோது ஒருசில நண்பர்களே கலந்துகொண்டனர்.

சக்தி

தமிழ்நாட்டின் முதல் டைஜஸ்ட் என்னும் பெருமைக்குரிய 'சக்தி' மாதப் பத்திரிகையின் நிறுவனர் ஆசிரியர் வைகோ என்னும் வை. கோவிந்தன் (1912 – 1966). தமிழ்நாட்டின் முதல் வைகோவும் அவரே.

தமிழில் முதன்முதலில் மலிவுப் பதிப்புகளை வெளியிட்டவரும் அவரே. பாரதியாரின் கவிதைத் தொகுதியை 1½ ரூபாய் விலையில் கொண்டுவந்தவர் வைகோ. அத்தொகுதி 500 பக்கங்கள் கொண்டது. அச்சுப்பிழையே காணமுடியாத அரிய பதிப்பு. வெளியான ஐந்தே நாளில் 15,000 படிகள் விற்பனையான ஒரே நூல் அது. அதன் வெற்றியைத் தொடர்ந்து திருக்குறள், கம்பராமாயணம், வியாசர் விருந்து (ராஜாஜி) எனப் பல சாதனை வெளியீடுகளையும் நடத்திக்காட்டினார் வைகோ.

"மண்ணெண்ணெய் போல் எல்லோருக்கும் கிடைக்கும் நிலையிலும் தீப்பெட்டிபோல் எல்லோரும் வாங்கும் விலையிலும் தரமான நூல்களைச் சகாயமாய்ப் பதிப்பிக்க வேண்டும் என்னும் பாரதியாரின் விருப்பத்தை முதன் முதலில் நிறைவேற்றிக் காட்டியவர் வைகோ" என பழ. அதியமான் குறிப்பிடுகிறார் ('குமுதம் தீராநதி' ஜூலை 2005). வாழ்நாள் முழுதும் கையில் நுண்கண்ணாடியை வைத்துக்கொண்டு நூல்களைப் படித்த வைகோ இதழியலையும் நூல் வெளியீட்டியலையும் நுட்பமாகக் கற்றவர். தலைசிறந்த கலைரசிகர். புதுமைப் பதிப்பாளர். முற்போக்குத் தேசியவாதி.

பிறநாட்டு நல்லறிஞர் சாத்திரங்களையும் இலக்கியங்களையும் பெருமளவில் வெளியிட்டு வரலாறு படைத்தவர் வைகோ. உயர்தரக் காகிதத்தில் நல்ல உறுதியான கட்டமைப்பில் நூல்களைக் கொண்டுவர விரும்பியவர் அவர்.

அதிலும் புதுமைகளைச் செய்தவர். சாமிநாத சர்மா எழுதிய 'பிளேட்டோவின் அரசியல்' நூலுக்கு அவர் அமைத்த அட்டை பஞ்சும் கதர்த்துணியும் பொருந்திய கட்டடம். அந்நாளில் அதன் நேர்த்தி, லட்சிய அடிப்படை இரண்டும் பெரிதும் புகழப்பட்டன.

புதுக்கோட்டை ராயவரத்தில் தனவணிகர் குலத்தில் 26.6.1912இல் பிறந்த வை. கோவிந்தனின் பள்ளிப்படிப்பு எட்டாம் வகுப்பை எட்டிய நிலையோடு நின்றது. ஆன்மிகத்தில் ஈடுபட்டுத் துறவியாகும் மனநிலையில் இருந்த அவரைப் பெற்றோர் தடுத்தாட்கொண்டு லௌகிகத்தில் ஆழும்வண்ணம் பர்மாவுக்கு அனுப்பினார்கள். மலேசியாவில் ஒரு வட்டிக்கடையில் வேலை பார்த்த அனுபவமும் அவருக்குண்டு. இரண்டாம் உலகப்போர் தொடங்கிய நேரம் இந்தியா திரும்பிய வைகோ 1939இல் 'சக்தி'யை ஆரம்பித்தார். வைகோவின் தந்தையார் ராமநாதன் செட்டியார் நூல்கள்மீது தணியாத மோகம் கொண்டவர். தந்தைவழிச் சொத்தாக அந்த மோகமே வைகோவையும் ஆட்டிப் படைத்தது எனலாம். அப்படியே தந்தையார் புலவர்களை அழைத்துப்போற்றி உறவாடும் மனப்பாங்கு கொண்டவர். அதே மனப்பாங்கு வைகோவையும் ஆட்கொண்டது. ஆங்கிலேயர் ஆட்சியில் புதுக்கோட்டை சமஸ்தானத்திற்குப் பல நன்மைகள் விளைந்தன. நூல்வெளியீட்டில் அம்மாநிலம் தனிச்சிறப்புடன் விளங்கியமைக்கு இதுவே பின்னணி. வைகோ இவ்வகையில் தான் உந்துதல் பெற்று 'சக்தி'யை உருவாக்கினார்.

ஜெயகாந்தன் மொழியில் சொல்வதானால், "புதுமைப் பித்தன், தி.ஜ. ரங்கநாதன், கு. அழகிரிசாமி, ரகுநாதன் போன்ற அக்காலத்துத் தமிழின் துடிப்புக்குச் சாட்சியாக நின்ற எழுத் தாளர்கள் வந்து கூடும் சங்கப்பலகையாக 'சக்தி' அலுவலகம் விளங்கியது. அவர்களுக்கெல்லாம் புரவலராக விளங்கினார் வை. கோவிந்தன். ஒரு நம்பிக்கையுமில்லாத சூழலில் அவர் பல எழுத்தாளர்களின் நம்பிக்கைக்கு ஊற்றுக் கண்ணாய்த் திகழ்ந்திருக்கிறார்" ('இதயம் பேசுகிறது' 28.6.87).

வைகோ இதழியலில் காட்டிய அதே ஆர்வத்தை தனி நூல்வெளியீட்டிலும் காட்டினார். அப்படி அவர் வெளியிட்ட முதல்நூல் டால்ஸ்டாயின் 'இனி நாம் செய்யவேண்டியது என்ன' என்பது. தொடர்ந்து கொண்டுவந்த நூல்கள் சாமிநாத சர்மா, டால்ஸ்டாய், காந்தி, ராஜாஜி, குமரப்பா, மார்க்ஸ், லெனின், சாவர்க்கர், ஹரீந்தரநாத் சட்டோபாத்யாயா ஆகியோர் படைப்புகள். அவ்வாறே வடமொழி இலக்கியங்கள் பலவற்றின் மொழிபெயர்ப்பையும் அவர் தமிழுக்கு அறிமுகம் செய்தார். சுத்தானந்தபாரதியின் எழுத்துகளில் மோகம் கொண்டிருந்த வைகோ 'அன்புநிலையம்' என்னும் பெயரில் பதிப்பகம் கண்டு

வெளியிட்ட முதல்நூல் சுத்தானந்தபாரதியின் 'ஏழைபடும்பாடு' படைப்பே. பதிப்பகத்துறை பத்திரிகைத்துறைக்கு அவரை இயல்பாக இழுத்துச்சென்றது. அப்படி மலர்ந்ததுதான் 'சக்தி.'

'சக்தி'யைத் தவிர குழந்தைகளுக்கென்று 'அணில்', 'குழந்தைகள் செய்தி', பெண்களுக்கென்று 'மங்கை', சிறுகதைகளுக்குக் 'கதைமலர்' இப்படிப் பல இதழ்களை வைகோ தொடங்கினார். தொடர்ந்தார். 'அணில் அண்ணன்' என்னும் புனைபெயரில் குழந்தைகளுக்கான குட்டிக் கதைகளை எழுதினார். சுருங்கச் சொன்னால் பல தளங்களில் இலக்கியப் பயணம் மேற்கொண்டார்.

முகப்பிலும் உள்ளீட்டிலும் மகத்தான மாறுதல்களைச் செய்து பிற இதழ்களுக்கு முன்னோடியாக நின்ற இதழ் 'சக்தி' *(1939 – 1953)*. இன்றளவும் அதன் இதழியல் புரட்சி பேசப்படுகிறது என்பதே வைகோவின் தொலைநோக்குக்கு அத்தாட்சி. இலக்கியம், அறிவியல், பொருளியல், சமயம், சமூகம், கலை, நுண்கலை எனப் பலபொருள்களில் அரிய படைப்புகளை வெளியிட்டு வரலாறு படைத்த இதழ் 'சக்தி', 'சக்தி' என்னும் பெயர் சமயம் சார்ந்ததாகக் கொள்ளப்படுவதுண்டு. அப்படிப் பட்ட நோக்கத்தில் தான் வைகோவும் அந்தப் பெயரைச் சூட்டினார். முழுக்க முழுக்க ஆன்மிகப் பத்திரிகையாகவே முதல் கட்டத்தில் 'சக்தி' வெளிவந்தது. போகப்போக வைகோவின் 'சக்தி' வைதிக சக்தி நிலையிலிருந்து ஒரு தத்துவம், ஒரு குறியீடு, ஒரு லட்சிய வேட்கை என்னும் பரிமாணங்களை எட்டியது.

'சக்தி' முதல் இதழில் *(ஜூன் 1939)* அதன தலையங்கம் அறைகூவும் வாக்கியங்கள் அற்புதமானவை. "உள்ளறிவை மட்டும் பயின்று உலகை மறக்கும் நாடு அந்நியர்களுக்கு எளிதாகும். உலகறிவை மட்டும் போற்றி மண்வெறி கொள்ளும் நாடு உள்ளமைதி இன்றி வருந்தும். மனித சமுதாயம் பூரணம் பெறுவதற்கு ஆத்மஞானமும் வேண்டும். லௌகிகஞானமும் வேண்டும். அருளறிவு, பொருளறிவு, கடவுட்கலை, இயற்கலை ஆகியவற்றை 'சக்தி' தூண்டுவாள். நாட்டின் புதிய முன்னேற்றம் கருதி சிறந்த அறிவாளிகளின் கூட்டுறவால் 'சக்தி' பல துறைகளிலும் தன்னால் ஆன பணி செய்யவே தமிழர் முன் தோன்றுகிறாள்." இதுவே வைகோவின் லட்சியத் தொலைநோக்குப் பிரகடனம். 'சக்தி'யின் மூலம் இப்பணி செய்யவே அவர் தம்மை, தமது வாழ்வை அர்ப்பணித்துக்கொண்டார்.

பிற்காலத்தில் 'மஞ்சரி' ஆசிரியராகப் புகழ்பெற்ற தி.ஜ. ரங்கநாதன் 'சக்தி'யின் ஆசிரியர் பொறுப்பை ஏற்றுக்கொண்டதும் 'சக்தி'யின் உள்ளடக்கம் ஆங்கில டைஜஸ்ட் பாணியில் மாற்றம்

கண்டது. திரு.வி.க., பாரதிதாசன், தேசிகவிநாயகம் பிள்ளை, நாமக்கல் ராமலிங்கம் பிள்ளை, டி.கே. சிதம்பரநாத முதலியார், வெ. சாமிநாத சர்மா, வையாபுரிப் பிள்ளை, ரா.பி. சேதுப்பிள்ளை, மு. ராகவய்யங்கார், சாமி. சிதம்பரனார், ஏ.கே. செட்டியார், ராய. சொக்கலிங்கம், மு. வரதராசன், ந. பிச்சமூர்த்தி, மு. அருணாசலம் என்று ஒரு தமிழறிஞர் கூட்டமே 'சக்தி'யின் எழுத்துப் பசிக்கு அமுதிட்டது. தி.ஜ.ர.வுக்குப் பிறகு சுப. நாராயணன், அவருக்குப் பிறகு கு. அழகிரிசாமி அதன் ஆசிரியர்கள். ரகுநாதன், ராகி. ரங்கராஜன், தமிழ்வாணன், வலம்புரி சோமநாதன், ம.ரா. போ. குருசாமி, அழ. வள்ளியப்பா போன்றோர் பல்வேறு காலகட்டங்களில் ஆசிரியர்குழுவில் அங்கம் வகித்தார்கள்.

'சக்தி'யில் தலைசிறந்த புதுமை எழுத்தாளர்கள் பங்களிப்பு செய்தார்கள். ஆனந்த குமாரசாமி, வ.வே.சு. அய்யர், ராஜாஜி, முத்துலட்சுமி ரெட்டி, கோவை அய்யாமுத்து, வி.எச். சுப்ரமணிய சாஸ்திரி, பி.ஸ்ரீ. ஆச்சார்யா, சங்கு சுப்ரமணியன், மாஜினி, கொத்தமங்கலம் சுப்பு, க.நா. சுப்ரமண்யம், எம்.வி. வெங்கட்ராம், வல்லிக்கண்ணன், மஞ்சேரி ஈஸ்வரன், ரா.ஸ்ரீ தேசிகன், நா. சிதம்பர சுப்ரமணியன் எனப் பலர். 'சக்தி' இதழ்கள் தரமான ஆர்ட் பேப்பரில் எட்டுப் பக்கம் புகைப்படங்களுக்கென்றே ஒதுக்கப் பட்டு வெளிவந்தன. புகைப்படங்கள் மூலம் எண்ணற்ற கற்றுக் குட்டிக் கலைஞர்கள் அனைத்திந்திய அளவில் அறிமுகம் ஆனார்கள். ஏன் அனைத்துலக அளவிலும் சிலர் புகழ் பெற்ற துண்டு.

செவ்விலக்கியத்தோடு நின்றுவிடாமல் இதுகாறும் புறக் கணிக்கப்பட்டு வந்த கிராமியக்கதைகள், நாட்டுப்பாடல்கள், தாலாட்டு, ஒப்பாரி, நலுங்கு, சிந்து, கும்மி, காமன் பண்டிகைப் பாடல்கள், வட்டாரச் சரித்திரக் கதைகள் ஆகியவற்றை வேண்டிப்பெற்று 'சக்தி'யில் வெளியிட்டு ஊக்குவித்தார் வைகோ. சிறுகதைகள், அயல்மொழிக் கதைகள், இந்தியமொழிக் கதைகள், நாடகங்கள் என எல்லா இலக்கியக் கூறுகளுக்கும் வைகோ 'சக்தி'யில் உரிய இடமளித்தார். பயனுள்ள படைப்புகள் எதையும் அவர் விட்டுவைக்கவில்லை. பயனற்ற எழுத்துகள் அச்சேறு வதைப் பற்றி மிகக் கடுமையாக விமர்சனம் வைத்தவர் வைகோ. "தமிழில் நூற்றுக்குத் தொண்ணூற்றொன்பது விற்பனைக்கு எழுதியவையே தவிர வாசிப்புக்கன்று. அவற்றைக் குப்பைமேட்டுக் கல்லவா அனுப்ப வேண்டும் என்று கேட்கலாம். பள்ளிக்கூடங் களில் பாடமாக வைத்துவிடுகிறார்களே போதாதா?" என்பது அவரது இடக்கலான கேள்வி.

ரகுநாதனும் அழகிரிசாமியும் இணைந்து இரட்டையர் என்னும் புனைபெயரில் 'சக்தி'யில் இலக்கியப் பரிசோதனைகள்

பலவற்றை நடத்திக்காட்டினார்கள். அழகிரிசாமி மலேசியா சென்றிருந்த காலத்தில் விஜயபாஸ்கரன் ஆசிரியப் பொறுப் பேற்றார். தம்மிடம் பணியாற்றிய ஆசிரியர்களையும் சக எழுத் தாளர்களையும் தொழிலாளர்களையும் ஒருசேர அணைத்துக் கொண்டு தமது சகோதரர்களாக அவர்களை நடத்தியவர் வைகோ என்றும் அவரிடம் முதலாளி தொழிலாளி பாகு பாடெல்லாம் அறவே கிடையாது என்றும் 'சக்தி' இதழ்த் தொகுப்பாசிரியர் 'சரஸ்வதி' விஜயபாஸ்கரன் நினைவுகூர்கிறார். ('சக்தி களஞ்சியம்', கலைஞன் வெளியீடு). இப்படி ஒரு லட்சிய வாழ்க்கை வாழ்ந்த அபூர்வ மனிதர் தமது வாழ்வின் இறுதி நாள்களில் வறுமையின் கோரப்பிடியில் சிக்கியமையும் அவரைத் தமிழுலகம் நன்றிகெட்ட விதத்தில் மறந்தமையும் சோகமான செய்திகள்.

ராதாகிருஷ்ணன் சாலையில் (அன்று எட்வர்ட் எலியட்ஸ் சாலை) இன்று மியூசிக் அகாதமி இருக்கும் வளாகத்தில்தான் வைகோவின் சக்தி காரியாலயம் இயங்கியது. அப்படி நடு நாயகமாக வாழ்ந்த வைகோவின் மரணம் அவரது 53ஆம் வயதில் 16.10.1966 அன்று அரசுப் பொதுமருத்துவமனையில் நிகழ்ந்து அடக்கம் திருவொற்றியூர் இடுகாட்டில் நடைபெற்ற போது ஒருசில நண்பர்களே இரங்கல் நிகழ்வுக்கு நின்றார்கள். என்.சி.பி.எச் நிறுவனத்தின் நிர்வாக இயக்குநர் ராதாகிருஷ்ண மூர்த்தி வைகோவின் சடலத்துடன் திருவொற்றியூர் இடு காட்டுக்குச் சென்றார் என ஏ.எஸ். மணி குறிப்பிடுகின்றார். விஜயபாஸ்கரன் சொல்கிறார்: "வைகோ ஒரு மாமனிதர். அவர் வெற்றிகளால் கர்வம் கொண்டதில்லை. தோல்விகளால் துவண்டதுமில்லை. பற்றற்ற துறவிபோல் வாழ்ந்தார். இறுதியில் ஏழையாகவே மறைந்தார்."

வைகோ வெறும் பதிப்பாளர் மட்டுமில்லை. வணிகநோக்கம் ஒன்றுமட்டுமே தலையோங்கிய சாதாரணப் பதிப்பாளர் களிடையில் லட்சங்களுக்காக லட்சியங்களை விட்டுக்கொடுக் காத பிடிவாதக்காரரும்கூட. காந்தியப் பொருளியலர் ஜே.சி. குமரப்பா பன்னாட்டு நிறுவனம் ஒன்றுக்கெதிராக எழுதிய கட்டுரையைச் 'சக்தி'யில் வெளியிட்டபோது அந்த நிறுவனம் தான் தந்துவந்த விளம்பரங்கள் இனிமேலும் தொடர்ந்து கிடைக்க வேண்டுமென்றால் குமரப்பாவின் எழுத்துக்கு மறுப்புக் கட்டுரை வெளியிட வேண்டும் என நிபந்தனை விதித்தது. தமது காந்தியச் சார்புநிலையை விட்டுக்கொடுக்காத வைகோ, 'அப்படியென்றால் உங்கள் விளம்பரமே வேண்டாம்' என்று உதறித்தள்ளி உறுதிகாத்தார். அவ்வாறே சிகரெட் விளம்பரங் களுக்கும் வைகோ தமது இதழில் தடை போட்டிருந்தார்.

நா. பார்த்தசாரதி பத்திரிகை முதலாளிகளை வர்ணிக்கும் போது இப்படி எழுதியதுண்டு: "எழுத்து முதலாளிகள் எழுத்துக் கூலிகளை எடுபிடி ஆசிரியர்களாக அமர்த்திக்கொண்டு முதல் வேலையாக அவர்களைக் காயடித்து அப்புறம் அவர்களை முதலாளிகளின் விருப்பத்திற்கேற்ப எழுதவைக்கிறார்கள்." நா.பா.வின் இந்த இலக்கணத்திற்கு முற்றிலும் எதிரானவர் வைகோ. 'சக்தி' ஆசிரியர்களுக்கு அவர் முழுச்சுதந்திரம் கொடுத் திருந்தார். எழுத்தில் தலையிடும் பழக்கம் அவருக்கில்லை. 'ராஜாஜி உவமைகள்' என்னும் நூலுக்கு ரகுநாதன் கடுமையாக விமர்சனம் எழுதியபோது, ராஜாஜி வைகோவிடம், 'என்ன இப்படியெல்லாம் எழுத எப்படி அனுமதித்தீர்கள்?' எனக் கேட்டபோது வைகோ சொன்னார்: 'பத்திரிகையில் வந்தது ரகுநாதன் அபிப்ராயம். நான் எழுதியிருந்தால் வேறு மாதிரி எழுதியிருப்பேன்.'

இன்னொரு சமயம். வ. ராமசாமிக்கும் ரகுநாதன், அழகிரி சாமி இரட்டையருக்கும் அபிப்ராய பேதம். 'அவர்கள் இருக்கும் இடத்தில் என்னால் கௌரவ ஆசிரியராக நீடிக்க முடியாது' என வ.ரா. முரண்டு பிடித்தார். வைகோ இப்படிப் பதில் சொன்னார்: "அவர்கள் திறமையை நம்பித்தான் நான் இதழ் நடத்துகிறேன். நீங்கள் கௌரவ ஆசிரியராக நீடிப்பதும் நீடிக் காமல் இருப்பதும் உங்கள் விருப்பம்."

ஆசிரியர்களுக்கு அவர் முழுச்சுதந்திரம் அளித்தமைக்கு இன்னொரு சான்று: கம்யூனிஸ்ட் கட்சி தடைசெய்யப்பட்ட காலத்தில் தலைமறைவாக இருந்த கம்யூனிஸ்ட் தலைவர்கள் ஆர்.எச். நாதன், இஸ்மத் பாஷா ஆகியோர் புனைபெயர்களில் தொடர்ந்து 'சக்தி'யில் எழுதவும் அவர் அனுமதித்திருந்தார். தலைவர்கள் வைகோவின் இல்லத்தில் தங்கி ரகசியமாக உரை யாடவும் முடிந்தது என்றால் வைகோவின் விருந்தோம்பல் பண்பு எத்தனை தீவிரமானது என்று புரியும். 'ஜனசக்தி'யும் அச்சகமும் முடக்கப்பட்டிருந்த அடக்குமுறைக் காலத்தில் சில பிரசுரங்களைத் தமது 'சக்தி' அச்சகத்தின் மூலம் கொண்டு வரவும் துணிச்சலாக வைகோ உதவினார் என ஏ.எஸ். மணி நினைவுகூர்கிறார் ('சக்தி இதழ்த்தொகுப்பு'. கலைஞன் வெளியீடு)

பெண்களுக்கு வரும் சித்தக்கோளாறுகள் பற்றி ராஜாஜி 'சக்தி'யில் எழுதிய கட்டுரையின் ஒரு பகுதி இது: "பெண் களுக்கு ஆண்களைவிட நரம்பின் இழை மிகவும் சன்னம். இதனால் அவர்களுடைய உணர்ச்சிகளின் நயமும் அதிகம். அபாயமும் அதிகம். வாத்தியக்கருவியில் உள்ள பஞ்சமத்தின் கம்பியைப் போல் சுருதியும் மேலேதான் இருக்கும். சுலபமாக அறுபட்டுப்போகும். இதனால்தான் சித்தக்கோளாறுகள் பெண் களுக்கு அதிகம்."

நாதஸ்வர வாத்தியத்தின் மகிமை பற்றி டி.என். ராஜரத்தினம் எழுதிய பகுதி: "ராகங்களை வந்தது வராமல் வர்ஜா வர்ஜியக் கிரமங்களோடு துரிதகாலமாகவும் அலைஅலையாகவும் வாசிக்கவே யாவரும் முயல வேண்டும். சிலர் தெரியாமல் 'இது நாதஸ்வர வழி, இது வாய்ப்பாட்டு வழி' என்று சொல்லித் திரிகின்றனர். எந்தப் பாட்டும் எந்த வாத்தியமும் நாதஸ்வர வழியில்லாமல் வேறு வழியில் இல்லை. வேறு வழி உண்டென்று சொன்னால் அது வீட்டுக்குள் இருக்கும் வழிதான்."

பாரதியாரின் பழக்கவழக்கங்கள் பற்றி அபூர்வமான ஒரு செய்தியைத் தருகிறார் பாரதிதாசன்: "பாரதியார் பிண வீட்டுக்குப் போகமாட்டார். இரக்கமில்லாதது காரணமல்ல. அடிமை நாட்டாரின் குழிவிழுந்த கண்களில் துன்பத் துளிகளையும் காண அவரால் பொறுக்க முடியாது. மணவீட்டுக்கு இரண்டுதடவைகூடப் போவார். சாப்பிடுவதற்கல்ல. அரிதாக மகிழ்ச்சியடைந்த மக்களோடு அளவளாவ அவருக்கு விருப்பம் அதிகம்."

1942 வைகாசி இதழில் 'சக்தி' தலையங்கம் இப்படி ராஜாஜியை விமர்சிக்கிறது: "பைத்தியத்துக்கு மருந்து பாகிஸ்தான் என்கிறார் ராஜாஜி. மனோபாவத்தை மாற்ற வாதம் பயனில்லை என்கிறார். இதோ வந்துவிட்டான் ஜெர்மன்காரன். அதோ வந்துவிட்டான் ஜப்பான்காரன் என்று அந்நிய ராஜதந்திரிகள் அரட்டி வந்ததைப் போல் ராஜாஜியும் செய்ய ஆரம்பித்துவிட்டார். எதற்கு? பித்தம் தெளியும் மருந்தல்ல பாகிஸ்தான். அயர்லாந்து இரண்டானது யாருக்கு லாபம்? பாலஸ்தீனம் துண்டுபட்டது யாருக்கு நன்மை? செக்கொஸ்லோவேகியா யூகோஸ்லேவியா பிறந்தது யாருக்கு சுகம்? புனித தேசபக்தரான ராஜாஜியின் மனம்கூட இப்படிப் பேதலிக்க வேண்டுமா?"

1942 ஆனி இதழில் டி.கே.சி.யைப் பேட்டிகண்டு தி.ஜ.ர. எழுதியுள்ள கட்டுரையில் டி.கே.சி. சொல்வதாக அமைந்த ஒரு பகுதி: "கம்பராமாயணத்தில் ஏதோ ஒரு படலத்தை எடுத்து படிக்கத் தொடங்கினேன். சில பாகங்கள் மட்டமாக இருந்தன. துணிச்சலாய் ஒரு யுக்தி செய்தேன். தள்ளவேண்டியதையெல்லாம் தள்ளி ஒரு படலம் பூராவும் முறையாகப் படித்தேன். கதையின் கட்டுக்கோப்பு, பாட்டுகளின் ஒழுங்கான கதி, பாவம் எல்லாம் மேலே மேலே ஆகாயத்தை நோக்கி ஏறுவதுபோல் இருந்தது. தள்ளவேண்டுவதைத் தள்ளிக் கொள்ளுவதைக் கொண்டு படித்தபோது, பொன்மயமானதொரு கோபுரம்போல் கம்பராமாயணம் பிரகாசிக்கத் தொடங்கியது. ஆனால் இக் கோபுரத்தில் அநேக பாகங்கள் இடிந்தும் தகர்ந்தும் போயிற்

றென்றும் தெரியவந்தது. இப்படியாக, கம்பரை இனம்கண்ட பிறகு கம்பரை நாம் இனம் கண்டோமென்று சொல்ல முடியாது. கம்பரே தனித்த முறையில் தனித்த குரலில் நம்மோடு பேசுகிறார் என்னும் உணர்ச்சி வந்தது."

கு. அழகிரிசாமி தீட்டியுள்ள வைகோவின் குணச்சித்திரம் சுவையானது. "பற்றற்ற தன்மை அவரது இயல்பு. சிறுவயதிலேயே துறவறத்தில் நாட்டம் இருந்தது. பிறகு முதல் மனைவியார் மறைந்தபோதும் அதே மனநிலை ஏற்பட்டது. அரவிந்தர், ரமணர் போன்றவர்களிடம் மிகுந்த ஈடுபாடு உண்டு. அடிக்கடி அவர்களைச் சந்தித்து வந்தார். காந்தி, டால்ஸ்டாய் அவரது மகான்கள். அதே சமயம் மார்க்ஸ், லெனின் கொள்கைகளிலும் அக்கறை. பல முக்கியமான எழுத்தாளர்களின் கையெழுத்துப் பிரதிகளைப் பாதுகாத்து வைத்திருந்த வைகோ தமது சொந்த நூலகத்தில் லட்ச ரூபாய்க்கும் மேற்பட்ட மதிப்புடைய நூல் களைச் சேகரித்து வைத்திருந்தார். பணமுடை ஏற்பட்டு நகை, சொத்துகளை விற்க நேர்ந்த வேளையிலும் நூல்கள் வாங்குவதை நிறுத்தவே இல்லை. அவர் அடைந்த வெற்றிகள் பல. தோல்வி களும் பல. இரண்டுக்கும் அவரே காரணகர்த்தா. எந்நிலையிலும் அவர் சோர்ந்ததில்லை."

"நகைச்சுவை உணர்வு அவருக்கு அதிகம். சக எழுத்தாளர் ஒரு மொழிபெயர்ப்பு நூலை வெளியிட்டிருந்தார். அது குறித்து அவரிடம் ஒரு கேள்வி கேட்கப்பட்டது. 'மூல ஆசிரியருக்கு என்ன கொடுத்திருப்பார்?' என்பது கேள்வி. வைகோவின் பதில் சிலேடையில் அமைந்தது. "என்ன கொடுத்திருப்பார் – மூல ஆசிரியர்தானே. கருணைக்கிழங்கு லேகியம் கொடுத் திருப்பார்."

ஏப்ரல் 1 – 15, 2007

நாரண துரைக்கண்ணன்

நாரண துரைக்கண்ணன் (1906 – 1996)

24.8.1906இல் புலியூர்க்கோட்டம் திருமயிலாப்பூரில் பிறந்த நாரண துரைக்கண்ணனின் பெற்றோர்: மயிலை நாராயண சாமி – அலமேலுமங்கைத்தாயார். பூர்வீகம் மாமல்ல புரத்திற்கு அருகிலுள்ள கழிப்பட்டூர். படிப்பு திருவல்லிக் கேணி இந்து உயர்நிலைப்பள்ளியில். ஏழு வயதில் தந்தையை இழந்தார். கெல்லட் உயர்நிலைப்பள்ளி ஆசிரியர் மைக்கேல் நடத்திய இரவுப்பள்ளியில் பயின்றார். வறுமை காரணமாக அதுவும் நின்றுபோய் அச்சகப்பணிக்குச் சென்றார். அச்சகம் அவரை இலக்கியத்தின்பக்கம் இழுத்து வந்தது. முதல் கட்டுரை 16ஆம் வயதில் 'சுதேசமித்திர'னில் வெளியானது (5.10.24). 1932இல் 'பிரசண்ட விகடன்' ஆசிரியர் 1934இல் 'ஆனந்த போதினி'க்கும் ஆசிரியர். 1965 வரை ஏறக்குறைய 33 ஆண்டுகள் 'பிரசண்ட விகடன்' ஆசிரியர் பணியில் தொடர்ந்து சாதனை புரிந்தார்.

பிரசண்ட விகடன்

தமிழ்நாட்டில் இரண்டு ஜீவாக்கள். ஒருவர் ப. ஜீவானந்தம். இன்னொருவர் ஜீவா என்னும் புனை பெயரில் எழுதிவந்த நாரண துரைக்கண்ணன். “நாங்கள் உங்களுக்காக எழுதுகிறோம். அவர் எங்களுக்காக எழுதினார்” என வெ. சாமிநாத சர்மாவை வர்ணித்த கண்ணதாசன் அதே பாணியில், “நாங்கள் உங்களை எழுத்துலகிற்கு அறிமுகம் செய்கிறோம். அவர் எங்களை அறிமுகம் செய்தார்” என நாரண துரைக்கண்ணனைக் குறிப்பிடுவதுண்டு. கல்கிக்கு முன்பாகவே தமிழர்களைக் கதை படிக்க வைத்த கதாசிரியர் எனத் தமிழ்வாணன் அவரைப் படம் பிடிக்கிறார்.

ஒருவரே தேசியவாதிகளுக்கும் திராவிட இயக்கத் தவருக்கும் தோழமையாக இருக்க முடியுமா? சிறந்த பத்திரிகையாளரே ஒரு சமுதாயச் சீர்திருத்தவாதியாக வும் திகழ முடியுமா? நல்ல நாவலாசிரியரே நல்ல நாடக ஆசிரியராகவும் விளங்க முடியுமா? முடியும் என்பதற்கு எடுத்துக்காட்டு நாரண துரைக்கண்ணன் என்கிறார் உதயை மு. வீரையன். தொடக்க காலத்தில் இதழுலகில் நாவலுக்கென ஓர் இடம் பெற்றுத்தந்தவர்கள் கல்கியும் ஜீவாவும் என்பது அவர் கருத்து.

*24.8.1906*இல் புலியூர்க்கோட்டம் திருமயிலாப்பூரில் பிறந்த நாரண துரைக்கண்ணனின் பெற்றோர் மயிலை நாராயணசாமி, அலமேலு மங்கைத்தாயார். இவரது பூர்விகம் மாமல்லபுரத்திற்கு அருகிலுள்ள கழிப்பட்டூர்; படிப்பு திருவல்லிக்கேணி இந்து உயர்நிலைப்பள்ளியில். ஏழு வயதில் தந்தையை இழக்கநேர்கிறது. கெல்லட் உயர்நிலைப்பள்ளி ஆசிரியர் மைக்கேல் நடத்திய இரவுப் பள்ளியில் பயில்கிறார். வறுமை காரணமாக அதுவும்

நின்றுபோய் அச்சகப் பணிக்குச்செல்கிறார். அச்சகம் அவரை இலக்கியத்தின் பக்கம் இழுத்துவருகிறது. இதழியலும் இயல் பாகவே கைவருகிறது.

மறைமலையடிகள், திரு.வி.க. தொடர்புகள், 'சுதேசமித்திரன்' துணையாசிரியர் லோகநாத நாயகர் அறிமுகம். முதல்கட்டுரை 'சுதேசமித்திர'னில் வெளியாகிறது (5.10.24). அதாவது 16ஆம் வயதில் பத்திரிகைத் தொடர்பு, எழுத்தாளர் உருவாக்கம் எல்லாம் நிகழ்கின்றன. பரலி சு. நெல்லையப்பர் மூலம் 'லோகோப காரி' என்னும் இதழுக்குத் துணையாசிரியராக அமர்கிறார் (1928). பிறகு முறையே 'தேசபந்து', 'இந்தியா', 'திராவிடன்' ஆகிய இதழ்களில் பணி. 1932இல் 'பிரசண்ட விகடன்' ஆசிரியராக நியமனம். 1934இல் 'ஆனந்தபோதினி'க்கும் ஆசிரியப் பொறுப் பேற்கிறார். 1965 வரை ஏறக்குறைய 33 ஆண்டுகள் 'பிரசண்ட விகடன்' ஆசிரியர் பணியில் தொடர்ந்து சாதனைகள் புரிகிறார். ('இந்திய விடுதலைக்கு முந்தைய தமிழ் இதழ்கள்'; இராம. வேணு கோபால் கட்டுரை; உலகத் தமிழாராய்ச்சி நிறுவன வெளியீடு).

தமிழ் இதழியல் வரலாற்றில் 'ஆனந்தபோதினி', 'பிரசண்ட விகடன்' இரண்டிற்கும் தனியிடம் உண்டு. இவ்விரு இதழ் களின் நிறுவனர் நாகவேடு முனுசாமி முதலியார். 1915இல் 'ஆனந்தபோதினி' தோற்றம். 'ஆனந்த விகடன்' எஸ்.எஸ். வாசன் இதில்தான் முதன்முதலில் சிறுகதைகள், தொடர்கதைகள் எழுதிப் பிரபலம் ஆனார். 1932இல் 'பிரசண்ட விகடன்' தோற்றம். அன்று பிரபலமாக விளங்கிய 'ஆனந்த விகடன்' இதழுக்குப் போட்டியாக 'பிரசண்ட விகட'னைக் கொண்டுவந்தார் முனுசாமி முதலியார் என்று இராம. வேணுகோபால் குறிப்பிடுகிறார்.

'பிரசண்ட விகடன்' முதலில் மாதம் இருமுறை இதழாக வெளிவந்தது. 1953இல் இதன் விலை மூன்றணா. டபுள் டெம்மி அளவு. 56 பக்கங்கள் கொண்ட இதழாக 1950களில் விளங்கியது. நகைச்சுவை இதழ் என்னும் தோற்றம் இருந்தாலும் எல்லாச் சுவைகளுக்கும் இடம் தந்து இதழ் தனது இடத்தைத் தக்க வைத்துக்கொண்டது. 'ஆனந்த விகடன்' அளவுக்கு வணிக அளவில் ஓகோவென்று புகழ்பெறாவிட்டாலும் தனக்கென்று ஒரு வாசகர்வட்டத்தை உருவாக்கிக்கொள்வதில் வெற்றி பெற்றது. 'இடுக்கண் வருங்கால் நகுக' என்னும் குறள்வாசகம் இதன் லட்சியப் பிரகடனம்.

'பிரசண்ட விகடன்' மூலம் ஏராளமான புதுப்புது எழுத் தாளர்கள் தமிழுக்குக் கிடைத்தார்கள். புதியவர்களுக்கு வாய்ப்புத் தருவதில் நாரண துரைக்கண்ணன் தயங்கியதே இல்லை. அவரது இலக்கிய இதயம் அத்தனை விசாலமானது. அவரது தொலைநோக்கும் அத்தனை தீட்சண்யமானது. எத்தனையோ

இலக்கியச் செருக்கு வாய்ந்த செம்மல்களை அறிமுகம் செய்து வைத்துவிட்டு அவர்மட்டும் எவ்விதச் செருக்கும் எவ்விதச் செழிப்பும் இல்லாமல் இறுதிவரை எளிய மனிதராகவே இருந்து மறைந்துபோனார்.

தொ.மு.சி. ரகுநாதன், கு. அழகிரிசாமி, டி. செல்வராஜ், சிரஞ்சீவி, வல்லிக்கண்ணன், தி.க. சிவசங்கரன், துறைவன் கந்தசாமி போன்றவர்கள் 'பிரசண்ட விகட'னால் அறிமுகம் ஆனவர்கள். அழகிரிசாமி 1940களில் கொஞ்சகாலம் 'பிரசண்ட விகடன்' துணையாசிரியராகவும் இருந்திருக்கிறார். அ. இளங் கோவன் அவருக்குப் பின் அப்பணியில் இதழின் இறுதிநாள் வரை உழைத்தார். 'பிரசண்ட விகட'னில் கதை எழுதியவர்களில் அவசியம் மௌனி, நா. பார்த்தசாரதி, கோமகள், டி. செல்வராஜ், என்.ஆர். தாசன், ஜியாவுடீன் ஆகியோரைக் குறிப்பிட்டாக வேண்டும்.

கண்ணதாசனுடைய கதைகளை நாரண துரைக்கண்ணனே முதன்முதலில் வெளியிட்டு ஊக்குவித்தார் என்பதை முன்னவரே சொல்லியிருக்கிறார். 'பிரசண்ட விகட'னில் கிருஷ்ணதாசன் என்னும் புனைபெயரில் கண்ணதாசன் கதைகள் எழுதியதை ப. முத்துக்குமாரசாமி ('பிரசண்ட விகடன்' இதழ்த் தொகுப் பாசிரியர்) சுட்டிக்காட்டியுள்ளார். 'பிரசண்ட விகட'னில் கவிதைகளுக்கு மிகவும் வரவேற்பு உண்டு. அதில் எழுதிய கவிஞர்களில் தமிழன்பன், கருணானந்தம், சுப்பு ஆறுமுகம், தமிழழகன், தெசிணி, வழித்துணைராமன், தமிழோவியன் குறிப்பிடத்தக்கவர்கள். அ. சிதம்பரநாதன், தமிழ்த்தும்பி, வே. தில்லைநாயகம், டி. கே. சண்முகம் ஆகியோரின் கட்டுரை கள் அடிக்கடி 'பிரசண்ட விகட'னில் வெளிவந்தன ('பிரசண்ட விகடன் இதழ்த்தொகுப்பு', கலைஞன் பதிப்பகம்; வல்லிக் கண்ணன் முன்னுரை).

நாரண துரைக்கண்ணன் முறையாகத் தமிழ் படித்தவர். மறைமலையடிகளின் மாணவர். தமிழ் இலக்கிய இலக்கணங் களில் அவருக்கு ஆழ்ந்த பயிற்சி உண்டு. எனினும் புத்திலக்கியம் படைப்பதிலும் அவர் ஆர்வத்தோடு இறங்கினார். பழைய பண்டிதர்களுக்கும் புதிய தலைமுறைப் படைப்பாளிகளுக்கும் தமிழ்ப்பாலமாக விளங்கி இதழியலையும் கவனித்துக்கொண்டார். புதியவர்களை அகம் முகம் மலர்ந்து கைநீட்டி வரவேற்றார். 'பிரசண்ட விகட'னைத் தாயுள்ளம் கொண்ட சங்கப்பலகையாக வளர்த்தெடுத்தார்.

நாரண துரைக்கண்ணன் நேரியபோக்கும் கூரிய நோக்கும் நியாய உணர்வும் சுயசிந்தனையும் ஒருசேர வாய்க்கப்பெற்றவர். சரி என்று பட்டதைத் தயங்காது எடுத்துக்கூறும் துணிச்சலும்

உடையவர். அரசியல், சமூகம், இலக்கியம், கலை என எப் பொருள் குறித்தும் தமது எண்ண ஓட்டங்களை விருப்பு வெறுப்பு இல்லாமல் பதிவுசெய்வதில் நாட்டம்கொண்டவர். லியோ என்னும் புனைபெயரில் அவர் எழுதிய கட்டுரைகள், 'பருந்துப்பார்வை' என்னும் பகுதியில் அவர் வெளியிட்ட விமர்சனங்கள் உண்மையின் சூடும் கனலும் சுவையும் பெற்றிருந்தன என்று வல்லிக்கண்ணன் பாராட்டுகிறார்.

'பிரசண்ட விகட'னின் முக்கியப் பகுதிகள் முறையே தலையங்கம், காலச்சக்கரம், நாட்டுநடப்பு, இலக்கியம், சினிமா விமர்சனம், கருத்துப்படங்கள், நகைச்சுவைத் துணுக்குகள் ஆகியவை. 1950க்குப்பிறகு சினிமா விமர்சனத்துக்குத் தந்த முக்கியத்துவத்தை ஜோதிடத்திற்குத் தர ஆரம்பித்ததாக வேணு கோபால் கூறுகிறார். ஜவஹர்லால் நேருவின் முற்போக்குக் கருத்துகளில் மனம் பறிகொடுத்திருந்த ஜீவாவுக்கு இப்படியொரு சறுக்கல். 'ஆனந்த விகட'னுக்குப் போட்டியாக ஆரம்பித்த இதழானபடியால் அவர்கள் குறுக்கெழுத்துப் போட்டி நடத்தும் போது நாமும் ஒரு விற்பனைச் சமரசத்தில் இறங்கலாம் என்று நிர்வாகம் நினைத்திருக்கலாம் என்று கருதவும் இடம் இருக்கிறது.

நாரண துரைக்கண்ணன் எழுதிய தலையங்கங்கள் நடுநிலையானவை. காய்தல் உவத்தல் அற்றவை. பண்டித மதன்மோஹன் மாளவியா நாசிக்கில் சில ஹரிஜனங்களுக்கு மந்திர தீட்சை, உபநயனம் செய்துவைத்ததை விமர்சனம் செய்து, "தாழ்த்தப் பட்ட மக்களுக்கு கல்விவசதி, பொருளாதார உயர்வுக்கு வழி செய்ய வேண்டுமே ஒழிய இப்படி மந்திர தந்திர வேலைகளில் ஈடுபடுவதால் பயனில்லை" என்னும் பொருள்பட எழுதுகிறார் (1.4.1936 தலையங்கம்).

நேருவின் சமதர்மம், மதச்சார்பற்ற அரசு, சமவாக்குரிமை போன்ற திட்டங்களை ஆதரிக்கும் அதே சமயம் அவரது சில அவசர முடிவுகளையும் கண்ணோட்டம் பாராமல் கண்டிக் கிறார். சட்டசபைத் தேர்தல்களில் பங்கேற்கலாமா, கூடாதா? அமைச்சரவையில் சேருவதா வேண்டாமா? என்றெல்லாம் கட்சி குழம்பிக்கொண்டிருந்தபோது 'இவ்வளவு தடுமாற்றம் ஏன்?' என்று இடிக்கிறார். நேருவைவிட நாடு பெரிது என்று வாதாடுகிறார் (15.4.1936 தலையங்கம்). அதேபோல் நேருவின் மொழிவாரி மாநிலப் பிரிவுக்கொள்கை இவருக்கு எடுத்த எடுப்பில் உடன்பாடில்லை. ஆந்திரம் பிரிந்தபிறகு எஞ்சியுள்ள பகுதி சென்னை மாகாணம் எனப்பட்டது, அப்படி ஓர் உருவாக்கத்தை இவர் வெறுத்தார். பின்னர் தமிழர் அனைவரும் சாதி, மத, கட்சி வேறுபாடு பார்க்காமல் புதியதமிழகம் உருவாக்குவதில் ஆந்திரர்களை முன்மாதிரியாகக் கொண்டு பாடுபட வேண்டும் என்று குரல் கொடுத்தார்.

இந்தித் திணிப்பு குறித்து 1953 டிசம்பர் இதழில் ஒரு தலையங்கம் – 'விபரீத யோசனை' என்பது தலைப்பு: "தேசிய வெறி சிலசமயங்களில் பகுத்தறிவை இழக்கும்படி செய்துவிடு கிறது. இதற்கு எடுத்துக்காட்டு இந்திமொழி ஏகாதிபத்தியவாதிகள். இவர்களுக்குக் கைப்பொம்மையாக மத்திய, மாநில ஆட்சி யாளர்கள்." இப்படி ஒருவகையில் தமிழ்த் தேசியவாதியாகவும் மலர்ச்சிகொள்கிறார்.

1936 ஜூன் தலையங்கத்தில் தேவதாசிமுறை ஒழிப்பை அறைகூவுகிறார். மானிய வருவாய்க்காக இப்படிப் பெண் குலம் தன்மானமிழந்து நிற்கக்கூடாது என அறிவுரை பகர்கிறார். இன்றுள்ள அபய நிலையங்களுக்கு வழிகாட்டியாக அன்றே 'மீட்சி நிலையங்க'ளை அவர்களுக்கு உருவாக்கித் தரவேண்டும் என அரசை வேண்டியவர் நாரண துரைக்கண்ணன்.

விடுதலைக்குப் பிறகும் நாட்டில் தொடர்ந்து நிலவிய சமூக வக்கிரப் பார்வைகளைச் சுட்டிக்காட்டிக் கண்டிக்கவும் இவர் தவறவில்லை. தமிழ்மக்களுக்கு நல்ல தொண்டு புரிந்த ஓமந்தூர் ராமசாமி, குமாரசாமி ராஜா அமைச்சரவைகள் பற்றி வேண்டுமென்றே அலட்சிய இருட்டடிப்பு செய்யும் சமூக ஏகாதிபத்தியவாதிகளையும் இவர் சாடியுள்ளார். அதே நிலை காமராஜர் ஆட்சிக்கும் நேரக்கூடாது என்பதில் கண்ணும் கருத்துமாக இருந்தார். இவரது உள்ளக்கிடக்கையை இக்கால கட்டத்து 'பிரசண்ட விகடன்' இதழ்கள் உரத்துக்கூவின.

இதே சமூக வக்கிரம் சினிமாத்துறையிலும் படர்ந்திருந்ததை ஜீவா கவனிக்கத் தவறவில்லை. கே.பி. சுந்தராம்பாள், எஸ்.டி. சுப்பு லட்சுமி ஆகியோரின் நடிப்புத் திறமையைப் பற்றி அந்நாளில் சில சினிமாப் பத்திரிகைகள் குறிப்பிடுவதே இல்லை. 1936 ஏப்ரல் இதழில், "அரசியல், சமூகம் ஆகியவற்றைப் பீடித்துள்ள இச்சனியன் சினிமாவையுமா பற்றிக்கொள்ள வேண்டும்" என்று மனம்நொந்து விமர்சிக்கிறார்.

ஜீவா இதழாளர் மட்டுமில்லை. சிறந்த படைப்பாளியும் ஆவார். 'உயிரோவியம்', 'நான் ஏன் பெண்ணாகப் பிறந்தேன்', 'தாசி ரமணி' என்பன அவரது அமர காவியங்கள். பெண்ணிய நோக்கில் அன்றே படைக்கப்பட்ட புதினங்கள். 'தீண்டாதார் யார்' சமூகப்புரட்சி நாடகம். 'காதலனா காதகனா' மாணவர் சீர்கேட்டைச் சுட்டிக்காட்டும் புதினம். 130க்கும் மேற்பட்ட படைப்புகள் இவரது நன்கொடை. ஆய்வுகளும் மொழியாக்கங் களும் அவற்றில் அடக்கம். இவரது 'உயிரோவியம்' நாடகம் டி.கே.எஸ். சகோதரர்களால் வெற்றிகரமாக அரங்கேற்றப்பட்டது. பம்மல் சம்பந்த முதலியார் அதனைப் பார்த்துவிட்டு அனுப்பிய கட்டுரையே நாடகம் நூல்வடிவம் பெற்றபோது முன்னுரை ஆயிற்று.

ஜீவா எழுத்தாளர் மட்டுமில்லை. எழுத்தாளர் உரிமைக் காகப் போராடியவரும் ஆவார். பாரதியாரின் பாடல்களை நாட்டுடைமை ஆக்குவதில் இவர் பங்கு மகத்தானது. 'பாரதி விடுதலைக்கழகம்' (இவர் தலைவர். திருலோக சீதாராம், வல்லிக்கண்ணன் செயலாளர்கள்) அமைத்து ஓமந்தூராரிடம் முறையிட்டு செல்லம்மாள் பாரதியிடம் இசைவு பெற்று ஏ.வி.எம். செட்டியாரிடமிருந்து பாரதி பாடல் உரிமையை மீட்டு அரசுஆணை வாயிலாக நாட்டுடைமை ஆக்க இவர் ஆற்றிய தொண்டு மறக்க முடியாதது. பட்டம் பதவிகளில் நாட்டமில்லாதவர். சென்னை கம்பன் கழகச் செயலாளர், தென்னிந்தியப் பத்திரிகையாளர் பெருமன்றத் துணைத்தலைவர், முற்போக்கு எழுத்தாளர் சங்கத் தலைவர், தமிழ்க்கவிஞர் மன்றத் தலைவர் ஆகிய பதவிகளைக்கூடத் தவிர்க்க இயலாத காரணங்களால்தான் மேற்கொண்டார். 1952இல் பிரஞ்சு ஏடொன்று 'உயிரோவிய'த்தைத் தேர்வுசெய்து தலைசிறந்த படைப்பென்று பாராட்டியது. இவர் படைத்த 'உயிரோவியம்' போல் இவரும் உயர்ந்த மனிதர்தாம் என்கிறார் உதயை மு. வீரையன்.

ஏப்ரல் மே 1 – 15, 2007

ஜ ஜ

நா. பார்த்தசாரதி

நா. பார்த்தசாரதி (1932 – 1987)

நா.பா. என்று அழைக்கப்படும் நா. பார்த்தசாரதி 16.12.1932 இல் ராமநாதபுரம் மாவட்டம் நதிக்குடியில் பிறந்தார். மதுரைத் தமிழ்ச்சங்கத்தில் பண்டிதர் தேர்வும் சென்னைப் பல்கலையில் வித்வான் தேர்வும் எழுதித் தேறினார். 1959 முதல் மதுரை சேதுபதி மேல்நிலைப்பள்ளியில் தமிழா சிரியர். 4 ஆண்டுகள் பணியில் இருந்துகொண்டே 'கல்கி' யில் துணையாசிரியராகவும் நீடித்தார். 1964இல் 'தீபம்' இலக்கியத் திங்கள் இதழைத் தொடங்கினார். 23 ஆண்டு கள் அதன் ஆசிரியர், நிர்வாகி ஆகிய பணிகளைக் கவனித்துக்கொண்டே முழுநேர இலக்கிய, அரசியல் பேச்சாளர், எழுத்தாளர் பொறுப்புகளிலும் ஈடுபட்டார். சாகித்திய அகாதமியிலும் திரைவிழாக்குழு, திரைநிதிக்குழு அமைப்புகளிலும் பொறுப்புகள் வகித்தார். 1979 முதல் சில வருடங்கள் 'தினமணி கதிர்' ஆசிரியர் பதவி வகித்தார். 1987 டிசம்பரில் திடீரென மரணம் எய்தினார்.

தீபம்

அவரும் அழகு, அவரது கையெழுத்தும் அழகு, அவரது படைப்புகள் அத்தனையும் அழகு. அவரது கதைத் தலைவர்கள் அனைவரும் அழகு. ஆக அவர் ஓர் அழகு உபாசகர். லட்சிய வேட்கையும் அழகு ஆராதனையும் அவரது எழுத்தின் மைய இழைகள். திரு.வி.க., மு.வ., அகிலன் வரிசையில் அடுத்து வைக்கப்பட வேண்டிய – அறநெறியும் அழகுணர்வும் சார்ந்த காந்திய எழுத்தாளர் அவர். அவரது நடை செவ்விலக்கிய நெறிக் குட்பட்ட எளியநடை. கரடுமுரடோ கண்ணியக்குறை வோ அணுவளவும் தலையெடுக்காத, கட்டுப்பாடான, இலக்கண அமைதிக்குட்பட்ட இனிய கவிதைநடை. ஆக அவர் ஓர் உரைநடைக் கவிஞர். சிறுகதை, புதினக் கவிஞர். அவர் நா. பார்த்தசாரதி. நண்பர்களுக்கும் அன்பர் களுக்கும் நா.பா.

சரித்திரக் கதைகள் எழுதுவதில் கல்கி, ஜெகசிற்பியன், அரு. ராமநாதன், சாண்டில்யனுக்கு அடுத்து நா.பா எனலாம். அவரது தமிழ் அதற்கு உறுதுணையாக நின்றது. ஆர்தர் ஹெய்லியைப் போல் துறைசார்ந்த புதினங்களை அவர் எழுதத் தலைப்பட்டபோது லட்சியப்புனைவியல் அரசோச்சிய அவரது பார்வையின் காரணமாக அவற்றில் யதார்த்தம் அழுத்தம் பெற எத்தனித்த வேளையில் படைப்புகள் அலுப்புத்தட்டத் தொடங்கின. சுருங்கச் சொன்னால் லட்சியம் சார்ந்த புனைவியலில் அவர் ஈட்டிய வெற்றிகளைப் போல் நடப்பியல் நவீனங்களில் அவர் சோபிக்கவில்லை. பொருளாதாரக் கட்டாயத் தால் கட்டுக்கோப்பில்லாத சில சராசரி நாவல்களை யும் நா.பா. எழுதியுள்ளதைத் திருப்பூர் கிருஷ்ணன் சுட்டியுள்ளார். அதே போல் கவிதைத்துறையில் அவரால் சுடர்விட முடியவில்லை என்பதையும் பதிவுசெய்துள்ளார்.

திருப்பூர் கிருஷ்ணன் அவருடன் அணுக்கத் தொண்டராகப் பல்லாண்டுகள் பழகியவர். ('இந்திய இலக்கியச்சிற்பிகள் வரிசை: நா. பார்த்தசாரதி' சாகித்திய அகாதமி வெளியீடு).

நா.பா. என்று அழைக்கப்படும் நா. பார்த்தசாரதி 16.12.1932இல் ராமநாதபுரம் மாவட்டம் நதிக்குடியில் பிறந்தார். மதுரைத் தமிழ்ச்சங்கத்தில் பண்டிதர் தேர்வும் சென்னைப் பல்கலையில் வித்வான் தேர்வும் எழுதித் தேறினார். 1959 முதல் மதுரை சேதுபதி மேல்நிலைப்பள்ளியில் தமிழாசிரியர் பணியில் இருந்தார். அப்படி 4 ஆண்டுகள் இருந்துகொண்டே 'கல்கி'யில் துணையாசிரியராகவும் நீடித்தார். 1964இல் 'தீபம்' இலக்கியத் திங்கள் இதழைத் தொடங்கினார். 23 ஆண்டுகள் அதன் ஆசிரியர், நிர்வாகி ஆகிய பணிகளைக் கவனித்துக்கொண்டே முழுநேர இலக்கிய, அரசியல் பேச்சாளர், எழுத்தாளர் பொறுப்பு களிலும் ஈடுபட்டார். அய்ரோப்பிய நாடுகளுக்கும் சோவியத் யூனியன், சிங்கப்பூர், மலேசிய நாடுகளுக்கும் சுற்றுப்பயணம் போய் பயணக் கட்டுரைகள் வரைந்தார். சாகித்திய அகாதமி, ராஜா சர் அண்ணாமலை இலக்கியப்பரிசு, தமிழ்நாடு அரசுப் பரிசுகளைப் பெற்றுள்ள நா.பா. சாகித்திய அகாதமியிலும் திரைவிழாக்குழு, திரைநிதிக்குழு அமைப்புகளிலும் பொறுப்பு கள் வகித்தார். 1979 முதல் சில வருடங்கள் 'தினமணி கதிர்' ஆசிரியர் பதவி வகித்தார். 1987 டிசம்பரில் சர்க்கரை நோய், இதயநோய் காரணமாகத் தமது 54ஆம் வயதில் அகால மரணம் எய்தினார். கல்விக்கு வயதில்லை என்னும் கருத்துடைய நா.பா. தமது 45ஆம் வயதில் பச்சையப்பன் கல்லூரியில் தமிழ் எம்.ஏ. பயின்றார். பல்கலையில் முனைவர் தகுதிக்கான ஆய்வேட்டைச் சமர்ப்பித்துப் பட்டம் கிட்டுமுன்னரே காலமானார்.

வாழ்ந்த காலம் மிகக்குறுகிய காலம்தான் என்றாலும் அக்கால எல்லைக்குள் தமது ஓயாத உழைப்பின் காரணமாக ஏராளம் சாதனைகள் புரிந்தார். தமிழாசிரியராக ஆரம்பித்து இதழாசிரியர், இலக்கியப் பேராசிரியர், அரசியல் சமூகச் சிந்தனையாளர் எனப் பலதளங்களில் முத்திரை பதித்தார். அவரது லட்சியங்கள் அரசியல் சமூகக் கொள்கைகள் ராஷ்ட்ரீய ஸ்வயம் சேவக்(RSS) சார்பும் காந்திய அடிப்படையும் கலந்த நோக்கிலானவை. தமிழ்ப்பற்று, தமிழிலக்கிய ஈர்ப்பு இரண்டும் அவருக்கு இளமையிலேயே வாய்த்துவிட்டதால் அவற்றின் தாக்கமும் அவரது கோட்பாடுகளுக்கு ஆதார சுருதியாக விளங்கி எல்லை வகுத்தன எனலாம்.

'கல்கி'யில் நா.பா. துணையாசிரியர் பணியில் இருந்தபோது அவருக்கு 500 ரூபாய் ஊதியம். கதை வரைக்கும் எழுதினால் போதும். வேறு பணிகள் இல்லை. 9 முதல் 5 வரை என்னும்

வேலைநேரம் இல்லை. இக்காலத்தில்தான் நா.பா.வை அடையாளம் காட்டக்கூடிய இலக்கியச் சிகரங்களை அவர் எட்டினார். 'கோபுரதீபம்', 'குறிஞ்சி மலர்', 'பொன்விலங்கு', 'பாண்டிமாதேவி', 'சத்தியவெள்ளம்', 'துளசிமாடம்', 'மணிபல்லவம்' போன்ற பல புதினங்களை அவர் தமிழுக்குத் தந்தது 'கல்கி'க் காலத்தில் தான்.

'கல்கி'யில் 4 ஆண்டுகள் இருந்தபோது நா.பா.வின் புகழ் வட்டம் நாளொருமேனியும் பொழுதொரு வண்ணமுமாகக் கிளைவிரிக்கலாயிற்று. நிர்வாகம் நா.பா.வின் சிறகுகளை வெட்டத் தலைப்பட்டது. இதன் பின்னணி என்னவென்று விலாவாரியாகத் 'தாமரை' இலக்கிய இதழில் நா.பா.வே ஒரு கட்டுரைத் தொடர் ('எனது வேலைநீக்கம்') பின்னாளில் எழுதினார். அதற்குப் பின் வெகுகாலம் கழித்து மீண்டும் அவருக்குக் 'கல்கி' சதாசிவத்துடன் இணக்கம் ஏற்பட்டபோது இப்படி ஒரு கட்டுரையை ஏன்தான் 'தாமரை'யில் எழுதினோம் என்று அவரே கழிவிரக்கமும் அடைந்தார் என்பதும் பதிவு செய்யப் பட்ட தகவல்கள்.

'கல்கி'யிலிருந்து விலகிய விந்தன் 'மனிதன்' பத்திரிகையைத் தொடங்கியதுபோல நா.பா.வும் தமது பங்குக்கு 'தீபம்' பத்திரிகையை ஆரம்பித்தார். கி.வா.ஜ. உள்ளிட்ட பல பெரியவர்கள் இப்படி இதழ் ஆரம்பிக்கும் அதிரடி எண்ணத்தை ஆதரிக்கவில்லை. நா.பா.வின் மீதிருந்த நல்லெண்ணம் அவர்களுக்கு இதழியல் துறையில் ஏற்பட்டிருந்த அனுபவங்கள் அடிப்படையில் அவர்கள் எதிர்மறையாக ஆலோசனைகள் வழங்க மதுரை எஸ். ராமசுப்ரமணியம் மட்டும் பச்சைக்கொடி காட்டியதாகத் திருமலை கூறுகிறார். திருமலை நா.பா.வின் அத்தை மகன். 'தீபம்' இதழின் துணையாசிரியர். 23 வருடங்கள் நா.பா.வின் வெற்றிதோல்விகளில், உழைப்பில், சோதனைக் காலங்களில் உற்றதுணையாக இருந்தவர். இன்று 'குங்குமம்', 'தினகரன்' அலுவலகத்தில் பணிபுரிகிறார்.

ராமசுப்ரமணியம் வழக்குரைஞர். அத்துடன் நா.பா.வின் பரம ரசிகர். அவர் அளித்த ஆலோசனைகள், புரிந்த உதவிகள், பிறகு 'கல்கி' ஊழியர்கள் காட்டிய உற்சாகம் பின்புலம் அமைக்க 'தீபம்' 1964 டிசம்பர்த் திங்கள் இலக்கியத் திங்கள் இதழாகப் பிரசவித்தது. எடுத்த எடுப்பில் அதற்கு ஏகப்பட்ட சோதனைகள், சவால்கள். உரியமுறையில் அஞ்சல் சலுகை பெற முயலாமல் இதழை அவசரப்பட்டுக் கொண்டுவந்ததால் முதல் இதழை அனுப்பும் போதே எக்கச்சக்கமாக 5,000 ரூபாய் அஞ்சல் செலவுக்கு ஆளாக வேண்டியதாயிற்று. போகப்போக முகவர்கள் கொடுத்த முன்பணம் கூடக் காலியாகி இதழ் தளர்நடை போடலாயிற்று. இறுதிக்காலத்தில் அது சிறிய பத்திரிகையாகச்

சுருங்கிய அவலமும் நேர்ந்தது. ஆனாலும் விடாப்பிடியாக இதழை மூச்சைப்பிடித்துக் கொண்டுவந்த நா.பா. 1987இல் மறைந்தவுடன் அப்புறமும் ஓரிரண்டு மலர்கள் குடும்பத்தினரால் கொண்டுவரப்பட்டன என்கிறார் திருமலை. இறுதி இதழ் 1987 ஏப்ரல் மாதம் வெளிவந்தது எனத் தெரிகிறது.

'தீபம்' முதல் இதழ் லதா வரைந்த முகப்பட்டை ஓவியத் துடனும் 80 பக்கங்களுடனும் வண்ணப் பத்திரிகையாகத் தோன்றியது. 80 பக்கம். விலை 75 காசு. அலுவலகம் 6, நல்ல தம்பி செட்டி தெரு, சென்னை – 2. தொடக்கம் முதல் இறுதிவரை ஒரே முகவரிதான். அந்த முகவரி எத்தனையோ எழுத்துலகச் சிற்பிகளுக்குச் சொந்த முகவரி உண்டாக்கித் தந்துள்ளது. 'தீப'த்தில் முறையே சம்பத், கௌதம நீலாம்பரன், திருப்பூர் கிருஷ்ணன் துணையாசிரியர்களாக வெவ்வேறு காலகட்டங் களில் பணிபுரிந்தார்கள். சம்பத் இன்று 'நக்கீர'னில் இருக்கிறார். கௌதம நீலாம்பரன் 'குங்கும'த்திலும் திருப்பூர் கிருஷ்ணன் 'அமுதசுரபி'யிலும் இருக்கிறார்கள். 'தீப'த்தின் ஆஸ்தான ஓவியர் மாருதி. அமுதோன் பங்களிப்பும் உண்டு.

தொடக்கம் முதல் இறுதிவரை திருமலை நா.பா.வுடனே இருந்தார். அச்சுக்கோப்புப் பணியைக் கவனித்துக்கொண்ட ராஜதுரையும் அப்படியே நா.பா.வுடனும் 'தீப'த்துடனும் ஒன்றி விட்ட ரசிகர். நா.பா. 'தீப'த்தின் ஆசிரியர் பொறுப்பு தவிர முழுநேர அரசியல் இலக்கியப் பேச்சாளர், எழுத்தாளர், பல்வேறு கலை, கலாச்சார, திரை அமைப்புகளில் செயல்பட்ட தால் 'தீப'த்தின் தலையங்கம், கேள்வி – பதில், தொடர்கதை போன்ற முக்கியப் பகுதிகளை மட்டும் கவனித்துக்கொள்ள திருமலை 'தீப'த்தின் செவிலித்தாயாக, பணிப்பெண்ணாக எல்லா நிர்வாகப் பொறுப்புகளையும் சுமந்தார். 'தீபம்' சிற்றிதழ் தான். என்றாலும் அதன் வீச்சு எல்லா வணிக இதழ்களிலும் பிரதிபலித்தது. 'தீப'த்தின் ஒளிவட்டம் பெரிய இதழ்களுக்கும் தீனிபோட்டது.

எழுத்தாளர்கள் 'தீப'த்தோடு தொடர்பு கொள்வதை ஒரு பேறாகக் கருதினார்கள். நா.பா.வின் ஆளுமைக்கு அத்தனை மகத்துவம் உண்டு. ஊதியமோ சன்மானமோ எதிர்பாராமல் எழுத்தாளர்கள் 'தீப'த்திற்குச் சிரமதானம் செய்தார்கள் என்பதைத் திருப்பூர் கிருஷ்ணன் பெருமிதத்துடன் நினைவு கூர்கிறார். சிவசங்கரி, வாசந்தி, இந்துமதி எல்லோருமே 'தீப'த்தின் பரம ரசிகர்கள். நா.பா.வின் குடும்ப நண்பர்கள். அவர்கள் 'தீபம்' அலுவலகத்தில் அஞ்சல்தலை ஒட்டுவது, சந்தாதாரர்களின் முகவரி எழுதுவது என்று எழுத்தாளராக மட்டுமல்லாமல் எழுத்தராகவும் பணிபுரிந்த சம்பவங்களையும் திருப்பூர்

கிருஷ்ணன் நெகிழ்ச்சியோடு குறிப்பிடுகிறார். அதேபோல் அரவிந்தர் மையம் பாலசுப்ரமணியம், மே அண்ட் பேக்கர் கிருஷ்ணன் ஆகிய இருநண்பர்கள் 'தீப'த்தில் அலுவலகப் பணிகள், தட்டெழுத்து வேலைகள் ஆகியவற்றைக் கவனித்துக்கொண்டதும் தெரியவருகிறது. "கண்ணிநுண் சிறுத்தாம்பினால் கட்டுண்ணப் பண்ணிய பெருமாயன்" என்றொரு பிரயோகம் வைணவப் பிரபந்தத்தில் உண்டு. நா.பா. தமது அன்பால் ஆளுமையால் அப்படியெல்லாம் நண்பர்களை, ரசிகர்களைக் கட்டுண்ணப் பண்ணியிருந்தார். அவர்தம் அன்பில் அவரும் கட்டுண்டு கிடந்தார்.

'தீப'த்தின் சுடர் பட்டு ஒளிவிட்டுக் கிளம்பிய எழுத்தாளர், சாதனையாளர் படை மிகப் பெரியது. இந்திரா பார்த்தசாரதி, ஆதவன், அசோகமித்திரன் (முன்னரே எழுதியவர்தாம் என்றாலும் 'தீபம்' இவரது புகழ்வட்டத்தை அதிகரித்தது என்பது குறிப்பிடத் தகுந்தது), வண்ணதாசன், வண்ணநிலவன், குறிஞ்சி வேலன், ஆர். நடராஜன், மு. மேத்தா, குருவிக்கரம்பை சண்முகம், சாலமன் பாப்பையா எனப் பட்டியல் விரியும். விஜயா வேலாயுதம் நா.பா. ரசிகராகவும் 'தீபம்' முகவராகவும் தொடங்கியவர்தாம்.

'தீபம்' தொடங்கி நடத்திய 'பவர்' என்னும் இலக்கிய அமைப்பு இலக்கியச்சிந்தனைக்கு முன்னோடி. 'தீபம்' அலுவலகம் அன்றைய சிலோன், மலேசிய எழுத்தாளர்கள் சென்னை வந்தால் தங்கி இளைப்பாறும் வேடந்தாங்கல். 'தீபம்' அலுவலகத்தில் தினமும் மாலைநேரங்களில் அறிவுஜீவிகள், கலைஇலக்கிய ஆர்வலர்கள் குழுமித் தமக்குள் கருத்துப்பரிமாற்றம் நிகழ்த்திக் கொள்வதுண்டு. நா.பா. என்னும் அன்புக்கயிறு எதிரெதிர் துருவங்களை ஒரு மேசைமுன் அமரவைத்துக் கட்டிப்போட்டது.

நா.பா. சமத்காரம் மிக்கவர். அவரது அதிரடிப் பதில்கள் நயமானவை. 'தீபம்' இலக்கிய மேடையில் எதிர்க் கருத்துகளை அவர் எதிர்கொண்ட விதம் சுவையானது. 'சாவி' இதழில் 'தீப'த்தின்மீது ஒரு விமர்சனம் விஷமத்தனமாக வைக்கப்பட்டது. 'தீப'த்தில் எழுத்தாளர்களுக்குச் சன்மானம் தருவதில்லையாமே என்பது அந்த விஷமம். பதில், 'ஆமாம். கொடுக்கும் சன்மானத்தில் பாதியைப் பேரம்பேசி வாங்குவதுமில்லை.' அதேபோல் 'இதயம்' இதழில் 'மாஜிகளின் மயக்கங்கள்' என்னும் தலைப்பில் அகிலன், நா.பா. ஆகியோரை நையாண்டி செய்து நக்கீரன் (தாமரை மணாளன்) எழுதியதற்குப் பதில் திருப்பூர் கிருஷ்ணனை வைத்து 'போலிகளின் புலம்பல்கள்' என்னும் எதிர்வினைப் பகுதி மூலம் தரப்பட்டது.

பதிலுக்குப் பதில் அவ்வப்போது தந்துவிடும் துடுக்குத்தனம் தவிர அவரிடம் மாச்சரியம் என்பது அறவே இல்லை. மனித

நேயம் மிக்க நா.பா. சுயமோகம் கொண்டு அலையும் பிற எழுத்தாளர்கள் மத்தியில் தனித்து நின்றார். பிற எழுத்தாளர்களின் படைப்புகள் வெளிவருவதில் பெருத்த உற்சாகம் காட்டினார். இளைஞர்களுக்கும் புதியவர்களுக்கும் நெம்புகோலாகவும் உந்துசக்தியாகவும் விளங்கினார். தனிமனிதராகத் தேங்காமல் இயக்கமாக உலவினார். 'தீபம்' அவரது இயக்கத்தின் பதாகையாகப் பட்டொளி வீசியது.

'தீப'த்தின் சாதனைகளில் மிக முக்கியமானது அது ஒரு குட்டி சாகித்ய அகாதமியாகச் செயல்பட்டவிதம்தான். மொழி பெயர்ப்பு அம்சங்கள் அதன் உயிர்நாடி. பிறமொழி எழுத்துகளை அறிமுகம் செய்வதில் தி.ஜ.ர.வின் 'மஞ்சரி', புகழேந்தியின் 'கதிர்' போன்று 'தீபம்' மகத்தான சாதனை புரிந்தது. சார்த்ரே, எஸ்ரா பவுண்ட், செகாவ், பாக்னர் பற்றி அசோகமித்திரன் 'தீப'த்தில் எழுதிய தொடர் குறிப்பிடத்தக்கது. வல்லிக்கண்ணனின் 'சரஸ்வதிகாலம்', 'புதுக்கவிதை தோற்றமும் வளர்ச்சியும்' தொடர், செல்லப்பாவின் 'மணிக்கொடிக்காலம்', 'தீப'த்தின் மறக்க முடியாத படைப்புகள். நா.பா.வின் 'நெற்றிக்கண்', 'கபாடபுரம்', 'செய்திகள்', 'பொய்ம்முகங்கள்', இந்திரா பார்த்தசாரதியின் 'தந்திரபூமி', அசோகமித்திரனின் 'கரைந்தநிழல்கள்', நாஞ்சில் நாடனின் 'மாமிசப்படைப்பு', மலர்மன்னனின் 'மலையிலிருந்து வந்தவன்' ஆகியவை 'தீப'த்தில் வெளிவந்த அரிய தொடர்கள்.

சிற்றிதழ் என்றாலே நிறைய சோதனை முயற்சிகள் செய்ய வழியுண்டு. நா.பா. இதழியல் புதுமைகளில் ஈடுபடுவதில் சளைக்காதவர். புதுரத்தம் பாய்ச்சுவதிலும் தேர்ந்தவர். இதழுக்கு இதழ் சுறுசுறுப்பு ஏறும்வண்ணம் பார்த்துக்கொள்பவர். ஒரு தமிழாசிரியர் இப்படிச் சகலகலா வல்லவராக மலர்ந்தது தமிழுக்கு நல்வரவு எனலாம். ஊஞ்சல் கடிதங்கள் – ஒரு புதிய இலக்கியப் பாலம் என்றொரு பகுதியை ஆரம்பித்து அதில் படைப்பாளிகள் ஒருவருக்கொருவர் பரிமாறிக்கொண்ட கடிதங்களை வெளியிட்டார். அதேபோல் 'ஆறங்கம்' என்னும் பகுதியில் ஆறு வேறு வேறுபிரமுகர்களின் கருத்து எதிர்க்கருத்துகளின் வெளியீடு நடந்தது. ஒரு கேள்விக்கு ஐவர் பதில்கள் 'அஞ்சறைப் பெட்டி என்னும் பகுதியில் இடம்பெற்றன. இலக்கியம் தொடர்பான சர்ச்சைகள், விவாதங்கள் 'தீப'த்தின் இருப்பை உரத்துக் கூவின. 'தீபம்' எப்படித் தானே ஒரு வரலாறாகப் பரிணமித்தது என்பதை நிறுவும்வண்ணம் மிகநேர்த்தியாகச் செய்யப்பட்டுள்ள 'தீபம் இதழ்த்தொகுப்பு' இக்கூறுகளை உள்ளடக்கியுள்ளது (வே. சபாநாயகம் தொகுப்பு; கலைஞன் பதிப்பகம்).

நா.பா., மணிவண்ணன், நவநீத கவி, செங்குளம் வீரசிங்கக் கவிராயர் எனப் பல புனைபெயர்களில் எழுதினார். நா.பா.

என்னும் பெயரே நிலைத்தது. "பூமியில் வல்லவர் நடுவினிலே நான் பொய்யை எதிர்த்துக் கொதிக்கின்றேன். நீதியைத் தேடிப் புறப்பட்டேன். நான் நெடுந்தூரம் ஓடிக் களைத்து விட்டேன்" என்ற அவரது கவிதை ஒன்று காதில் ஒலிக்கிறது. 54 வயதுக்குள் நெடுந்தூரம் ஓடிக் களைத்துவிட்ட நா.பா. என்னும் அரிய அழகிய தமிழாசிரியர், எழுத்தாளர், இதழாளர் இன்று நம்மிடையே இல்லை. அவரது 'தீப'த்தின் இதழ்கள் மட்டும் இன்றும் பட படத்துக் கொண்டுதான் இருக்கின்றன. நா.பா.வின் படைப்புகள் நாட்டுடைமையாகின்றன. அவை அவரது இருத்தலை உறுதி செய்யும்.

ஜூன் 1 – 15, 2007

சி.சு. செல்லப்பா

எழுத்து

சி. சு. செல்லப்பா

ஏப்ரல்-ஜூன் 1968 ஏடு 112

ந. பிச்சமூர்த்தி

சி.சு. செல்லப்பா (1912 – 1998)

மதுரை மாவட்டம் வத்தலகுண்டு கிராமத்தில் 29.9.1912இல் பிறந்த சி.சு. செல்லப்பா (சின்னமனூர் சுப்ரமணிய அய்யர் செல்லப்பா) பி.ஏ. படித்தவர். காந்தியடிகளின் தாக்கம் அவரைச் சுதந்திரப் போராளியாக்கி, அறவழிப்போர்களில் ஈடுபட்டுச் சிறைவாசம் அனுபவிக்கவைத்தது. சங்கு சுப்ர மணியனின் ‘சுதந்திரச்சங்கு’ காலணா இதழில் இவரது முதல் கதை 1934இல் வெளிவந்தது. ‘மணிக்கொடி’யில் தொடர்ந்து கதைகள் வெளிவந்தன. ‘கலைமகள்’, ‘பாரத தேவி’, ‘தினமணி’, ‘சூறாவளி’, ‘சந்திரோதயம்’ ஆகிய இதழ்களிலும் இவரது வித்தியாசமான படைப்புகள் இடம் பெற்றன. செல்லப்பா முழுநேர இலக்கியவாதியானார். 18.12.1998இல் மரணம் அவரைத் தொடும்வரை எவ்வித சமரசமும் செய்து கொள்ளாத இலக்கியவாதியாக வாழ்ந்து காட்டினார்.

எழுத்து

மதுரை மாவட்டம் வத்தலகுண்டு கிராமத்தில் 29.9.1912இல் பிறந்த சி.சு. செல்லப்பா (சின்னமனூர் சுப்ரமணிய அய்யர் செல்லப்பா) பி.ஏ. படித்தவர். காந்தி யடிகளின் தாக்கம் அவரைச் சுதந்திரப் போராளியாக்கி யது. அறவழிப்போர்களில் ஈடுபட்டுச் சிறைவாசம் அனு பவிக்க வைத்தது. அதேபோல் இலக்கிய முயற்சிகளிலும் அவர் இளமையிலேயே இறங்கினார். சங்கு சுப்ரமணி யனின் 'சுதந்திரச்சங்கு' கிழமை இதழில் அவரது முதல் கதை 1934இல் வெளிவந்தது. அதிலிருந்து அவரது ஆர்வம் சிறுகதைகள் பக்கம் திரும்பியது. 'மணிக்கொடி'யில் கதைகள் தொடர்ந்து வெளிவந்தன. 'கலைமகள்', 'பாரத தேவி', 'தினமணி', 'சூறாவளி', 'சந்திரோதயம்' ('சூறாவளி', 'சந்திரோதயம்' என்னும் இரு இதழ்களின் ஆசிரியர் க.நா. சுப்ரமண்யம். கொஞ்சகாலம் செல்லப்பா இவற்றில் துணையாசிரியர்.) ஆகிய அக்கால இதழ்களிலும் அவரது வித்தியாசமான படைப்புகள் இடம்பெற்றன. செல்லப்பா முழுநேர இலக்கியவாதியானார்.

அடுத்த கட்டம் செல்லப்பா சென்னைக்குக் குடி பெயர்ந்து இதழாளராகப் பரிணாமம் பெற்றது. 'மணிக் கொடி', 'பாரத தேவி' இரண்டிலும் தொடக்க கட்டத்தில் பணி. 1947 முதல் 53வரை 'தினமணி' நாளிதழில் வார அனுபந்தம் பகுதியிலும் பிறகு 'தினமணி சுடர்', 'தினமணி கதிர்' இதழ்களிலும் பணி. 'தினமணி சுடரை', 'தினமணி கதிர்' ஆக்கியவர் செல்லப்பாவே. உணர்வுபூர்வமான மனிதரான காரணத்தால் செல்லப்பாவுக்கு உரத்த குரல். முன்கோபம் அதிகம். வெகு எளிதில் பிறரோடு பிணக்கம் கொள்ளும்படி ஆகிவிடும். 'தினமணி'யிலிருந்து வெளி யேறவும் அதுதான் காரணம். அவர் பிடிவாதக்காரரும் கூட. பிடிவாதம் அவரது பலம் மட்டுமல்லாமல் பலவீன

மாகவும் அமைந்து போனதால் அவசியமில்லாமலேயே நண்பர்களையும் நெருங்கிய உறவுகளையும் பகைத்துக்கொண்டார்.

தாய்வழிச் சொந்த ஊரான வத்தலகுண்டுமீது அவருக்கு அளவற்ற பாசம், பெருமை ... அதன் தொடர்ச்சியாக வத்தலகுண்டு எழுத்தாளர்களான ராஜம் அய்யர், பி.எஸ். ராமையா மீது அபாரக் கிறுக்கு. அவர்கள் இருவர்மீது சிறு விமர்சனம் வைத்தாலும் செல்லப்பாவால் பொறுத்துக்கொள்ள முடியாது. அப்படியொரு கிறுக்கு. ராஜம் அய்யரின் பெருமைகளை உலகுக்கு உணர்த்துவதற்காக வத்தலகுண்டில் அவருக்கு நூற்றாண்டுவிழா நடத்தினார். அதேபோல் ராமையாவின் புகழை வத்தலகுண்டில் நிலைநாட்ட முயன்றார். ஒருகட்டத்தில் சென்னையிலிருந்து குடிபெயர்ந்து வத்தலகுண்டில் நிரந்தரவாசம் செய்ய முடிவெடுத்தார். செல்லப்பா நினைத்த மாதிரி வத்தலகுண்டு மக்கள் எந்த இலக்கியவாதியையும் லட்சியம் செய்வதாக இல்லை. வத்தலகுண்டு வாசம் கசந்துபோய் மீண்டும் சென்னைக்கே திரும்பினார் செல்லப்பா. மகன் குடும்பத்துடன் வசிக்கத் துணைவியார் விருப்பத்தின் பேரில் பெங்களூர் சென்றார். அங்கும் அவருக்கு இருப்புக் கொள்ளவில்லை. இறுதி நாள்களைச் சென்னையிலேயே கழிக்கும்படி ஆகிவிட்டது.

75 வயது முதல் 85 வயதுவரை முதுமை மற்றும் நோய்த் தொல்லைகளுக்கிடையிலும் அயராமல் எழுதிக்குவித்த வண்ணம் இருந்தார். 'சுதந்திரதாகம்' என்னும் 3 பாகங்கள் கொண்ட புதினத்தை அவர் வாழ்வின் இறுதிக்கட்டத்தில் தான் எழுதினார். தம்மால் எழுத இயலாத வேளையிலும் சொல்லச் சொல்ல எழுதச்செய்தார். திருவட்டீஸ்வரன் பேட்டை பிள்ளையார்கோவில் தெரு இல்லத்தில் 18.12.1998இல் அவரை மரணம் எதிர்கொண்டது.

1959இல் இலக்கிய விமர்சனத்திற்காகவும் புதிய சோதனை முயற்சிகளை மேற்கொள்ளவும் அவர் 'எழுத்து' மாத இதழைத் தொடங்கியதாக வல்லிக்கண்ணன் குறிப்பிடுகிறார். ('எழுத்து சி.சு. செல்லப்பா' – ஞானியாரடிகள் தமிழ்மன்றம் வெளியீடு) கி.அ. சச்சிதானந்தம் 'எழுத்து' இதழின் தோற்றத்திற்கு உடனடிக் காரணம் என ஒரு சுவையான நிகழ்வைச் சுட்டிக்காட்டுகிறார். 'சுதேசமித்திரன்' தீபாவளி மலரில் தமிழ்ச் சிறுகதையில் தேக்கம் என்னும் தலைப்பில் தேக்கம்தான் எனவும் இல்லை எனவும் ஒரு சர்ச்சை நடைபெற்றது. அகிலன், க.நா.சு, தி.க.சி. ஆகியோர் பங்கேற்றனர். செல்லப்பா தேக்கம்தான் என வாதிட்டு ஒரு பதில் கட்டுரை அனுப்பினார். அது பிரசுரமாகாமல் மறுக்கப்பட்டது. அவ்வளவுதான். நமக்கென்று ஒரு பத்திரிகை அவசியத்திலும் அவசியம் என செல்லப்பா தீர்மானித்துவிட்டார். அதன் விளைவே 'எழுத்து' என்கிறார் சச்சிதானந்தம்.

செல்லப்பாவின் நெருங்கிய நண்பர்கள் ஒவ்வொருவராக அவரை விட்டு விலகிப்போன பின்னும் இறுதிக்காலம்வரை அவருடன் பிணங்காமல் நீடித்தவர் கி.அ. சச்சிதானந்தம். 'ஜீவனாம்சம்' உள்ளிட்ட செல்லப்பாவின் பெரும்பாலான படைப்புகள் நூல்வடிவம் பெற்றது இவரது பீகாக் பதிப்பகத் தின் மூலம்தான். 'எழுத்து' முதல் இதழே இது விமர்சனக்குரல் என்னும் பிரகடனத்துடன் புறப்பட்டது. நவீன இலக்கியத்திற்குச் சரியான விமர்சனம் இல்லை. இது அத்தகைய விமர்சனக் கலையை வளர்த்து உருவாக்கும் என அறைகூவி 'எழுத்து' பிறவி எடுத்தது. 'எழுத்து' என்னும் பெயர் முகப்பில் கை யெழுத்துப் போலவே வடிவமைக்கப்பட்டது. அதை செல்லப் பாவே செய்தார். அவர் ஓவியப்புலமையும் வாய்ந்தவர். செல்லப் பாவின் எழுத்து வடிவத்தில் கலாசேகரம் ராஜகோபால் சிறு திருத்தம் செய்ய 'எழுத்'தின் இறுதி வடிவம் அறுதி செய்யப் பட்டது என்கிறார் சச்சிதானந்தம்.

'எழுத்து' முதல் இதழ் 1959 ஜனவரி மாதம் வெளிவந்தது. நல்ல வெள்ளைத்தாள். அட்டை இல்லை. முகப்புப் பக்கத்திலேயே பொருளடக்கம். விலை 50 பைசா. ஆண்டுச் சந்தா 5 ரூபாய் அலுவலகம் 19 ஏ, பிள்ளையார் கோவில் தெரு, திருவட்டீஸ்வரன் பேட்டையில் இருந்த செல்லப்பாவின் இல்லம். முதல் முறையாக அலுவலகத்தைத் தேடிக்கொண்டு போனபோது வீட்டின் இருளடர்ந்த உட்பகுதியில் செல்லப்பா உட்கார்ந்து எழுதிக் கொண்டிருந்ததாக சச்சிதானந்தம் நினைவுகூர்கிறார்.

புதுமை இலக்கிய ஏடு என்னும் தற்கூற்றுடன் 'எழுத்து' இதழ்த்தோற்றம். போகப்போக இலக்கிய விமர்சனத்தோடு படைப்புத் துறையில் சோதனைகள் எனக் களம் விரிந்தது. தொடக்கம் முதலே யாப்பில்லாக் கவிதைகளையும் சிறுகதை களையும் வெளியிடுவதில் ஆர்வம் காட்டியது 'இன்றைய தமிழ் இலக்கிய விமர்சனத் தோரணை' என்னும் பொருளில் ஆழ்ந்த தெளிவான கருத்துகள் நிரம்பிய கட்டுரை ஒன்றை செல்லப்பா எழுதினார். விமர்சனத்தில் சோதனை குறித்த டி.எஸ். எலியட் கட்டுரை ஒன்றை மொழிபெயர்த்தார். அவரது செல்ல எழுத்தாளரான ராஜம் அய்யரின் 'கமலாம்பாள் சரித்திரம்' பற்றியும் நீண்ட கட்டுரை வரைந்தார். அவ்வாறே லா.ச. ராமாமிர்தம், மௌனி ஆகியோர் குறித்தும் அரிய விமர் சனங்கள் எழுதினார். மொழிபெயர்ப்பிலும் பரிசோதனை முயற்சிகள் மேற்கொண்டார். எழுத்தாளர்களுக்குத் தனித்தன்மை உண்டு என்பதால் அவர்களது ஒவ்வொரு சொல்லும் மொழி பெயர்ப்பில் வெளிவந்தாக வேண்டும் என்னும் கொள்கை உடையவர் செல்லப்பா.

முதல் இதழிலிருந்தே க.நா. சுப்ரமண்யத்திற்கு 'எழுத்'தில் தக்க இடம். அவருடன் மௌனிக்கும் அதே கவனிப்பு. க.நா.சு.வின் கீழ் துணையாசிரியராக இருந்தவர் செல்லப்பா. மௌனியின் அபிமானி. ஆயினும் இவ்விருவர்மீதும் கடுமையான விமர்சனங் களையும் செல்லப்பா வைத்ததுண்டு. வித்வத் கர்வம் அல்லது பண்டிதக் காய்ச்சல் என்பார்களே அப்படியொரு மனப்பாங்கு அதன் அடிப்படை என்றும் சொல்லலாம். செல்லப்பாவின் 'எழுத்'தில் எண்ணற்ற படைப்பாளிகள், திறனாய்வாளர்கள் இலக்கியச் சோதனை செய்துகொள்ள முடிந்தது. அவர்களில் சி. கனகசபாபதி, வெ. சாமிநாதன், தருமு சிவராமு, வைத்தீஸ் வரன், தி.சோ. வேணுகோபாலன், சி. மணி, ந. முத்துசாமி குறிப் பிடத்தக்கவர்கள்.

சாதனையாளர்களைச் சிறப்பிக்கும் விதத்தில் சிறப்புமலர் களை 'எழுத்து' வெளியிட்டது. புதுமைப்பித்தன், கு.ப.ரா., ந. பிச்சமூர்த்தி, பி.எஸ். ராமையா, சங்கு சுப்ரமணியன் ஆகியோர் தொடர்பாக வந்த மலர்கள் நவீன இலக்கியத்திற்கு நல்வரவு... அவ்வாறே 'எதற்காக எழுதுகிறேன்?', 'என்ன படிக்கிறேன்? ஏன்?' என்னும் கட்டுரை வரிசையும் இலக்கியத்தின் பன்முக விளக்கமாக விளங்கியது. ஈழ இலக்கிய முயற்சிகள் குறித்தும் 'எழுத்து' அக்கறை காட்டிற்று. குறிப்பாக, சிவகுமாரன், முருகையன் போன்றோர் எழுதிய கட்டுரைகள் அரியவை. செல்லப்பாவுக்கு 'மணிக்கொடி' எழுத்தாளர்கள்பால் அளவற்ற பாசம். புதுமைப்பித்தனிலிருந்து சிதம்பர சுப்ரமணியன் வரை அவரது 'எழுத்'தில் அடிக்கடி இடம்பெற்றார்கள்.

ந. பிச்சமூர்த்தியின் 'பெட்டிக்கடை நாரணன்' என்னும் புதுக்கவிதையைச் செல்லப்பா மறுவெளியீடு செய்யப்போய் அக்கவிதையின் இலக்கணம் மீறிய வடிவமும் மொழிநடையும் இலக்கிய உலகில் பெரும் எதிர்வினைகளைத் தோற்றுவிக்க புதுக்கவிதை பற்றிய சர்ச்சைகள் வலுத்தன. தொடர்ந்து செல்லப்பா யாப்பு மீறிய நவீனக் கவிதைச் சிதறல்களை முனைந்து பிரசுரிக் கலானார். விமர்சனத்திற்கென்று தொடங்கிய 'எழுத்து' புதிய இலக்கிய வடிவங்களுக்கு முக்கியத்துவம் தர இத்தகைய எதிர் வினைகளே தளம் அமைத்துக் கொடுத்தன. புதுக்கவிதைக்குப் பண்டிதர்கள் எதிர்ப்பும் கம்யூனிஸ்டுகள் எதிர்ப்பும் ஒருசேர வரவே இயல்பாகவே போராட்டக் குணமுள்ள செல்லப்பா புதுக்கவிதைப் புரவலராகப் புதுமை நடைபோடலானார்.

புதுக்கவிதையை ஆதரித்தால் தமிழின் மரபார்ந்த யாப் பிலக்கணச் செழுமைக்கும் மொழித்தூய்மைக்கும் கேடு சூழ்ந்து விடும் என்னும் அடிப்படையில் புலவர்கள் எதிர்ப்பு. புறவயப் பார்வை, சமூக நோக்கு இவற்றுக்கு எதிரான அகவய எழுத்தே

புதுக்கவிதையின் குரலாக அமைந்ததால் கம்யூனிஸ்டுகள் எதிர்ப்பு. கு. அழகிரிசாமி மிக நயமாக புதுக்கவிதையைக் கிண்டல் செய்வது வழக்கம். தமிழில் வெண்பா, அகவற்பா, கலிப்பா, வஞ்சிப்பா, விருத்தப்பா எனப் பல பாக்கள் உண்டு. இப்போது அவற்றுடன் செல்லப்பாவும் சேர்ந்துவிட்டது என்பார் அழகிரிசாமி.

நா. பார்த்தசாரதி புதுக்கவிகளை இலக்கியத்தில் நுழைந்த ஹிப்பிகள் என வர்ணித்தார். அவரே செல்லப்பாவின் தொடர்பு வலுப்பெற்றபின் தமது பண்டிதக் கருத்தை மறுபரிசீலனைக்கு உட்படுத்தினார்.

செல்லப்பாவின் தமிழ் வித்தியாசமானது. எழுத்து + இல் 'எழுத்'தில் எனப் புணரும். இது குற்றியலுகரப் புணர்ச்சி விதி. செல்லப்பா 'எழுத்துவில்' என்றெழுதுவார். 'எழுத்து' என்னும் பத்திரிகையில் எனப் பொருள்வர எழுத்துவில் என்று தான் எழுத வேண்டும் என்பது செல்லப்பாவின் கருத்து. 'அதற்கு' என்று இலக்கணச் சுத்தமாக எழுதாமல் 'அதுக்கு' என எழுதுவார். அதற்கு என்பது வலிந்து எழுதும் செந்தமிழ். அதுக்கு என்பது இயல்பான வழக்கு என்பார். சந்தி இலக் கணத்தைப் பற்றிக் கவலையே படமாட்டார். பொதுவாகவே படைப்பாளிகள் சுதந்திரத்தில் பண்டிதர்கள் தலையிடக் கூடாது என்னும் பிடிவாதம் உண்டு. இத்தகைய தமிழை இலக்கணப புலவர்கள் வெறுத்தது இயல்பே. செல்லப்பாவின் போக்குக்கு அந்நாளில் அவருக்கு முன்னோடியாக இலக்கணத்தை அறிந் திருந்தும் வேண்டுமென்றே மீறிய சாகசத்தை டி.கே. சிதம்பரநாத முதலியார் போன்றவர்கள் செய்தார்கள் என்னும் செய்தியும் இங்கே குறிக்கத்தக்கது. கொச்சையாக எழுத வேண்டும், அதுதான் மக்கள் மொழி என்பார் கி. ராஜநாராயணன். சி. கனகசபாபதியும் அப்படியே செல்லப்பாவின் தடத்தில் நடைபோட்டவர்தாம்.

'எழுத்து' தமிழின் தொன்மை அல்லது தூய்மை பற்றிக் கவலைப்படுகிற இதழ் அன்று. அப்படிக் கவலைப்படுவது பண்டிதர்களின் வேலை. எங்கள் வேலை, தமிழை நாள்தோறும் புதுமை செய்ய வேண்டும் என்பவர்கள் 'எழுத்து' தொடர்பான இலக்கியவாதிகள். 'எழுத்'தின் இலக்கு நவீன – அதாவது புதிய இலக்கிய முயற்சிகளுக்கு – சோதனைகளுக்குக் களம் அமைத்துத் தரவேண்டும் என்பதுதான். அப்போக்கு காரணமாகத்தான் எழுத்து மூலம் தருமு சிவராமு, வைத்தீஸ்வரன், பசுவய்யா (சுந்தர ராமசாமி), நகுலன் போன்ற அந்நாள் புதுக் கவிஞர்கள் வெளிச்சத்திற்கு வந்தார்கள். 'எழுத்து' நிராகரித்த காரணத்தால் அல்லது 'எழுத்து'க்குப் போட்டியாக ஆனால் 'எழுத்து' முன்னெடுத்த அதே தடத்தில் 'நடை', 'கசடதபற' போன்ற

பல சிற்றிதழ்கள் தலையெடுக்க, அவற்றின் வாயிலாக ஞானக் கூத்தன் முதலானோர் வெளிவந்தார்கள்.

செல்லப்பா வெறும் சிந்தனையாளர் மட்டுமில்லை. செயல் வீரரும்கூட. பிரசுரம் தொடங்கி நூல்களை வெளியிட்டதுடன் அவற்றை ஊரூராகச் சுமந்து கொண்டுபோய் விற்பனையும் செய்தார் என்பது செய்தி. அவ்வாறு அவருடன் ஊர்ப்பயணம் செய்த வல்லிக்கண்ணன் அந்த அனுபங்களைக் கதைகதையாகச் சொல்வார். இத்தனை முனைப்புக்காட்டியும் இத்தனை புதிய பரிசோதனைகள் புரிந்தும் அவரது 'எழுத்து' நீண்டகாலம் நீடிக்கவில்லை. தொடங்கிய 9 ஆண்டுகளில் 'எழுத்து' தேய்ந்து தளர்ந்து சோர்வுற்று காலாண்டிதழாக மாற்றம் பெற்று, பிறகு அதுவும் முடியாமல் போய் 12ஆம் ஆண்டில் 119 இதழ்கள் வெளிவந்த சாதனையுடன் இறுதிமூச்சு விட்டது. ஜனவரி – மார்ச் 1970இல் வெளிவந்த இதழ்தான் கடைசி இதழ் (வல்லிக் கண்ணன் – 'தமிழில் சிறுபத்திரிகைகள்', மணிவாசகர் பதிப்பகம்).

நூற்றுக்கணக்கான சிறுகதைகள், இலக்கிய விமர்சனங்கள், மொழிபெயர்ப்புகள் படைத்த செல்லப்பா கவிதையையும் நாடகத்துறையையும் விட்டுவைக்கவில்லை. அவற்றிலும் முயற்சி கள் மேற்கொண்டார். ஜல்லிக்கட்டை மையப்படுத்திய அவரது 'வாடிவாசல்', மகாத்மா காந்தி பற்றிய 'நீ இன்று இருந்தால்' குறுங்காவியம், மதுரை மாவட்ட மறவர் வாழ்க்கையை ஒட்டிய அவரது 'முறைப்பெண்' நாடகம் அனைத்துமே தமிழுக்கு வரப்பிரசாதங்கள்.

எழுத்து வேறு, வாழ்க்கை வேறு என அவர் வாழவில்லை. வறுமை வாட்டியபோதும் அவரது மன உறுதி தளர்ந்ததில்லை. நேர்மை, பிடிவாதம், முன்கோபம் என்றே வாழ்ந்து முடித்து விட்டார். தமிழக அரசு அளிக்க முன்வந்த இலக்கியத்திற்கான ராஜராஜன் பரிசை செல்லப்பா, கோவி. மணிசேகரன் இரு வருக்கும் வழங்கத் தீர்மானித்தபோது அதை நிராகரித்துவிட்டார். பரிசுகளுக்காக அலையும் படைப்பாளிகள் மத்தியில் இப்படி யும் ஒருவர் வாழ்ந்தார் என்பது பதிவு செய்யப்பட வேண்டிய செய்தி.

செல்லப்பாவும் சரி, அவரது துணைவியாரும் சரி இதே மனப்பக்குவத்துடன் வாழ்ந்தவர்கள். ஒருமுறை லலிதா ஜுவல்லரி யினர் இருவரையும் வீடுதேடிவந்து அழைத்துக்கொண்டுபோய் உபசரித்து நகைகள் அடங்கிய பரிசுப்பொருள்களை வழங்க முற்பட்டபோது வெறும் பட்டுவேட்டி புடவையை மட்டும் எடுத்துக்கொண்டு நகைகள் வேண்டாம் என மறுத்துவிட்டார் கள் என்பதும் அரிய செய்தி. நகை வேண்டாம் என்னும் பெண் குலத் திலகத்தை வாழ்க்கைத் துணையாக அடைவது எத்தனை

பெரிய பேறு. ஆக இருவரும் இலக்கியவாழ்க்கை வாழ்ந்த தம்பதிகள் என நெகிழ்கிறார் இவ்விரு நிகழ்வுகளையும் நினைவு கூரும் செல்லப்பாவின் நண்பர் ஏ.என்.எஸ். மணியன்.

தியாகிகள் பென்ஷனைக்கூட செல்லப்பா வாங்க வேண்டாம் என்றுதான் இருந்தார். நண்பர்கள் வற்புறுத்தலின்பேரில் மனம்மாறி அதனை ஏற்றுக்கொண்டார் என்பதும் பதிவு செய்யப்பட வேண்டிய செய்தி. ‘எழுத்து’ முதல் இதழில் செல்லப்பா எழுதுகிறார்: ‘இலக்கிய அபிப்ராயங்களைச் சொல்வதில் மூன்றுவகை. ஒன்று சிறப்புகளை மட்டுமே சொல்வது, அடுத்தது குறைகளையும் சேர்த்துச் சொல்வது, அதற்கடுத்தது குறைகளை மட்டுமே அடுக்குவது. முதல் விமர்சனம் பாராட்டு. மூன்றாம் விமர்சனம் கண்டனம். நிறை, குறை இரண்டையும் எடுத்துக்காட்டும் கருத்தோட்டப் போக்கே திறனாய்வு ஆகும்.’ இப்படி விமர்சனத்திலும் ஒரு நேர்மையான நடுநிலைப்போக்கை அவர் கடைப்பிடித்தார்.

செல்லப்பா உணர்வுபூர்வமான மனிதர். ஆனால் அவரது விமர்சனம் அறிவுபூர்வமானது. நுட்பமானது. அவரது படைப்புகள் ஆயிரக்கணக்கில் விற்றுவிடவில்லை. அவரும் புகழை லட்சியம் செய்யவில்லை. புகழும் அவரை லட்சியம் செய்துவிடவில்லை. ஆனாலும் அவரது இலக்கிய முயற்சிகள் தமிழுக்கு உரமாக, ஊட்டமாக விளங்கத்தான் செய்கின்றன.

செல்லப்பா தலைசிறந்த விமர்சகர் என்பது எத்தனை உண்மையோ அத்தனை உண்மை அவரைக் குறித்து சின்னக் குத்தூசி வைத்துள்ள விமர்சனமாகும். சின்னக் குத்தூசி சொல்கிறார்: “செல்லப்பா முன்கோபக்காரர், முசுடு, தமது கருத்தே சரி என்று சாதிப்பவர் என்பதுதான் அவரைக் குறித்த அபிப்ராயம். அவர் தம் கருத்தில் பிடிவாதக்காரர் என்பதுபோல் தமக்கு உடன்பாடு இல்லாத மாற்றுக் கருத்துக்கும் தாராளமாக இடம் தந்துள்ளார். அவற்றை ‘எழுத்’தில் பிரசுரித்தார். அவை குறித்த பதில்களையும் பொறுப்புடன் தலையங்கத்தில் சொல்லி மாறுபாடு கொண்டவர்களைச் சமாதானப்படுத்தவும் அவர் முயன்றுள்ளதைக் காணலாம்... ஆக செல்லப்பாவின் கருத்துகளுக்கு உள்நோக்கம் கிடையாது. மனத்தில் பட்டதைத் தயவு தாட்சண்யம் பாராது சொல்வாரே தவிர உள்ளொன்று வைத்துப் புறமொன்று பேசும் தந்திரம் அறியாத வெகுளி மனிதர் அவர்” (வல்லிக்கண்ணன் தொகுத்த ‘எழுத்து – செல்லப்பா’ நூலில் சின்னக் குத்தூசி கட்டுரை).

படைப்பாளிகள் அல்லது எழுத்தாளர்கள் எவரும் பிரமிப்புக்கு உகந்தவர்கள் அல்லர் – அவர்கள் எல்லோருமே சர்வசாதாரணமான மனிதர்களே. அவர்களை அண்ணாந்து பார்த்து

வியப்பவர்கள் சற்று அருகில் போய்ப்பார்த்தால் பிரமை அகலும் என்கிறார் சச்சிதானந்தம். அட்சர லட்சம் பெறும் சத்திய வாக்கு இது. ஆனாலும் இதற்கு விதிவிலக்குகளும் இருக்கத்தானே வேண்டும். செல்லப்பா அப்படிப்பட்ட ஒரு வித்தியாசமான விதிவிலக்கு. ஏன், சாதாரணமான மனிதர் களிலும் அவர்களது அசாதாரணமான செயல்களிலும் சில சமயங்களில் பிரமிப்பு ஏற்படுவது தவிர்க்கமுடியாத அனுபவ மாகிறது. அப்படிப் பார்த்தாலும் செல்லப்பாவும் அவரது 'எழுத்'தும் அத்தகைய அனுபவங்களே.

ஜுலை 1 – 15, 2007

ஃ ஃ

நா. கிருஷ்ணமூர்த்தி

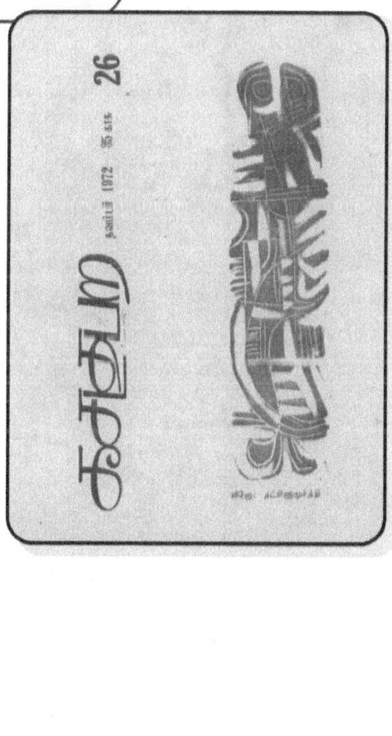

நா. கிருஷ்ணமூர்த்தி (1941)

‘கசடதபற’ இதழுக்கு ஐந்துபேர் நாயகர்கள். அவர்களுக்குள் கருத்து வித்தியாசங்கள் இருந்தாலும் நா. கிருஷ்ணமூர்த்தியின் நாசூக்காலும் நளினத்தாலும் இதழ் பாதிக்கப்படாமல் மூன்றாண்டுகள் தொடர்ந்து நடந்தது. புரட்சிக்காரர்கள் என்று ஒருபக்கம், கலகக்காரர்கள் என்று இன்னொரு பக்கம் விமர்சனம் வரப்பெற்ற ‘கசடதபற’ நாயகர்களின் நடுநாயகர் நா.கி. (இன்று வயது 66). இப்போது மதுரையில் வசிக்கிறார்.

கசடதபற

1960களில் இந்திய அரசியலை இளம் துருக்கியர்கள் ஒரு கலக்குக் கலக்கியதுபோல் 70களில் இலக்கியச் சினம்கொண்ட இளைஞர்கள் சிலர் தமிழ் இதழுலகில் இனியவும் கொடியவுமான அதிர்வுகளை ஏற்படுத்தினார்கள். அதிர்வுகளை ஏற்படுத்த அவர்கள் கொண்டுவந்த சிற்றிதழ் ‘கசடதபற.’ அதன் அதிபர் அல்லது புரவலர் எஸ். ராமகிருஷ்ணன். ஆசிரியர் நா. கிருஷ்ணமூர்த்தி. வெளியீட்டாளர் மகா கணபதி. அலுவலகம் தேவடித் தெரு, மயிலாப்பூர், சென்னை – 4. விலை 30 காசுகள். பெயருக்குத்தான் தேவடித் தெருவே தவிர ஞானக்கூத்தனின் திருவல்லிக்கேணி தோப்பு வேங்கடாசலம் தெரு வீட்டிலிருந்தே இதழ் உருவானது.

ராமகிருஷ்ணன், கிருஷ்ணமூர்த்தி, ஞானக்கூத்தன், சா. கந்தசாமி, தேவதச்சன் என்னும் பஞ்சபாண்டவர்கள் (மகா கணபதியையும் சேர்த்து அறுவர்) ஒன்றிணைந்து அன்றுவரை தமிழ் இலக்கியத்திலும் இதழுலகிலும் அரசோச்சி வந்த கௌரவர்களுக்கு அவர்கள் மொழியில் சொல்வதானால் பம்மாத்துக்காரர்களுக்குச் சவால் விட்டவண்ணம் ‘கசடதபற’ ரதத்தில் ஆரோகணித்துப் புறப்பட்டார்கள். அவர்களோடு கி.அ. சச்சிதானந்தம், ஐராவதம் சாமிநாதன், ம. ராஜாராம், நாரண ஜெயராமன் முதலியோரும் இணைந்துகொள்ள இதழ் உருவாக்கம் தொடர்ந்தது.

அறுவரும் ‘கசடதபற’ தொடங்குவதற்கு முன்பே இலக்கியச் சங்கம் என்னும் அமைப்பின்மூலம் இணைந்துவிட்டிருந்தனர். இச்சங்கத்தின் கூட்டங்கள் மத்திய நூலகக் கட்டடத்தில் நடக்கும். அவற்றில் பங்குபெற்ற அல்லது பார்வையாளர்களாக வந்த இலக்கியவாதிகள் அக்கால

இதழ்கள் குறித்தும் இலக்கியம் குறித்தும் தீவிர விமர்சனப் பார்வை கொண்டவர்களாக இருந்தார்கள். அறுவரில் நால்வர் இணைந்து 'கோணல்கள்' என்னும் பெயரில் ஒரு சிறுகதைத் தொகுப்பை இலக்கியச் சங்கத்தின் சார்பில் வெளியிட்டார்கள். அதற்கு ஐராவதம் சாமிநாதன் முன்னுரை. இப்படியாக 'கசடதபற'வின் பிதாமகர்கள் ஒருவருக்கொருவர் நெருக்கமானார்கள்.

'கசடதபற' ஒரு கூட்டு முயற்சி. ராமகிருஷ்ணன் அதன் வடிவமைப்பை நிர்ணயம் செய்வார். ஞானக்கூத்தன் அதன் தொனி சரியாக அமைகிறதா எனக் கவனிப்பார். கிருஷ்ணமூர்த்தி அலுவலகப் பணிகளை மேற்கொள்வார். 1970 அக்டோபர் மாதம் 16 பக்கங்கள் கொண்ட 'கசடதபற'வின் முதல் இதழ் வெளிவந்தது. உருவம், உள்ளடக்கம் ஆகியவற்றில் வங்காள 'லிட்டில் மேகசின்', ரஷ்ய 'நோவி மிர்', பிரிட்டிஷ் 'என்கவுன்டர்', அமெரிக்க 'நியூயார்க்கர்' இதழ்கள் ஆகியவற்றை முன்மாதிரியாகக்கொண்டு 'கசடதபற' பிறந்ததாகவும் வேறெந்த இதழையும் முன்மாதிரியாகக் கொள்ளவில்லை என்றும் ஞானக்கூத்தன் சொல்கிறார். இதழுக்குக் 'கசடதபற' எனப்பெயரிட்டதும் அவரே. 'இது ஒரு வல்லின மாத இதழ்' என்னும் அறைகூவலுடன் இதழின் தோற்றம். ஆதிமூலத்தின் 'வாளேந்திய அய்யனார் சிலை' ஓவிய முகப்பு. இப்படி இதழின் உருவமே ஒரு புரட்சியைச் சூல்கொண்டுள்ள தோரணையில் அமைந்தது. முதல் தலையங்கமே சூடாகப் பரிமாறப்பட்டது.

"இன்றைய படைப்புகளில் – பத்திரிகைகளில் – அதிருப்தி கோபம்கொண்ட இளைஞர்களின் பொதுமேடை இது. ஊதிப்போன சுயகவுரவங்களாலும் பதுங்கிய பார்வைகளாலும் பாதிக்கப்படாதவர்கள் இவர்கள். அரசியல் சமயம் மரபு சம்பந்தப்பட்ட ஒழுக்கங்களுக்கு வாரம் தவறாமல் தோப்புக் கரணம் போடுபவர்கள் யாரும் இவர்களில் இல்லை. இலக்கியத்தை அதுவாகவே பார்க்கத் தனித்தனியே பயிற்சி பெற்று பிறகு சேர்ந்துகொண்டவர்கள் இவர்கள். சொந்த அல்லது வேற்றரசின் பணம் இவர்களுக்கு கொல்லைப்புறமாக வந்திருக்கவில்லை. பைகொழுத்துப்போன ஒருவரின் இறுதிக்கால ஆவலை நிறைவேற்றவோ சுயவிளம்பர நமைச்சலைத் தீர்த்துக்கொள்ளவோ 'கசடதபற' வந்திருக்கவில்லை. மாறாக சிந்திக்கிறவனுக்கு உலகம் விடுகிற அறைகூவலை ஏற்றுக்கொள்ளவும் சமுகத்தின் கூட்டுப்பொறுப்பான கலாசாரத்தின் ஆழ அகலங்களை ரகசிய அம்பலங்களை இலக்கியத்தில் காட்ட வந்திருக்கிறது. இலக்கியத்தை வைத்து பிழைப்பு நடத்துபவர்களைப் பற்றி கவலை இல்லை. இலக்கிய ரொட்டியின் எந்தப் பகுதியில் வெண்ணெய் தடவப்பட்டிருக்கிறது என்று ஆய்பவர்களைப் பற்றியும் கவலை

இல்லை. இலக்கியத்தை வாழ்வின் அனுபவப் பகிர்தலாகக் கருதுபவர்கள் எல்லோரையும் அழைக்கிறது 'கசடதபற'."

இதழாளர்களைப் பற்றி தி.க. சிவசங்கரன் சொன்னார்: "இவர்கள் புரட்சிக்காரர்கள் அல்லர், கலகக்காரர்கள்." சாதாரண சிப்பாய்க்கலகம் என்றும் முதல் விடுதலைப் போராட்டம் என்றும் ஒரே நிகழ்வு வரலாற்றாளர்களால் வர்ணிக்கப்படுவது போல் 'கசடதபற' பற்றிய கருத்தோட்டமும் அமைந்தது.

'கசடதபற'வுக்கு முன்னோடி செல்லப்பாவின் 'எழுத்து'தான். ஆனால் இரண்டுக்கும் அணுகுமுறையில் வேறுபாடுகள் நிறைய உண்டு. 'எழுத்து' படைப்பின் நுட்பம் பற்றி மட்டுமே கருத்துச் செலுத்துவது. 'கசடதபற' படைப்புக்கு எதையும் கருவாக்கலாம் என்னும் தாராளவாதம் பேசுவது. எழுத்து யாப்பை மட்டுமன்றி ஒலியொழுங்கையும் புதுக்கவிதை பின்பற்றக் கூடாது என்பது. 'கசடதபற' ஞானக்கூத்தன் அகவல், விருத்தம் போன்ற யாப்பு களின் சாயலில் ஓர் அழகிய ஓசையொழுங்கோடு எழுதுபவர். இப்படி எழுதுவதை 'டண்டணக்கா' கவிதைகள் என செல்லப்பா கிண்டலடிப்பது வழக்கம்.

இடக்கரடக்கல் என இலக்கியம் இதுநாள்வரை தவிர்ப்ப வற்றைப் படைப்புகளில் தாராளமாகப் பயன்படுத்திக் கலாச்சார அதிர்ச்சிகளைக் 'கசடதபற' விளைவித்துவந்தது. இதனாலும் 'கசடதபற' பரபரப்பாகப் பேசப்பட்டது. 'இத்தகைய விளைவு கள் எங்களுக்கு உற்சாகத்தை அளித்தன. நாங்கள் இவற்றை இனிமையாக அனுபவித்தோம்' என்கிறார் ஞானக்கூத்தன். நிறுவனமயமான இலக்கியத்தையும் இலக்கியம் என்னும் பெயரில் பண்ணிக்கொண்டிருந்த பேராசிரியர்கள், கல்வியாளர்களையும் 'கசடதபற' விளாசித்தள்ளியது. விமர் சனத்திற்கு உள்ளானவர்கள் ஏதேனும் பொதுமேடையில் தோன்ற நேரும்போது 'கசடதபற' ஆசாமிகள் கூட்டத்திற்கு வருவார்களா என்று அச்சத்துடன் கேட்ட சம்பவங்களும் உண்டு.

ஓவியம் குறித்து 'எழுத்து' கவலைப்படவில்லை. 'கசட தபற'வுக்கு ஓவியம் உயிர்நாடி. வெகுஜன எழுத்துக்கு மாற்றாக உண்மை இலக்கியம் என அறைகூவியதுபோலவே வணிக இதழ்களின் ஓவியங்களை ஒதுக்கி, புதிய நவீன ஓவியங்களை முதன்முதலில் இதழோவியமாக அறிமுகம் செய்தது. கே.எம். ஆதிமூலம் அப்படித்தான் இதழுலகுக்கு வந்தார். ஆர்.பி. பாஸ்கரன், தட்சிணாமூர்த்தி, அச்சுதன் கூடலூர், பி. கிருஷ்ணமூர்த்தி, வரதராஜன், முரளிதரன் என ஓர் ஓவியப் பட்டாளமே 'கசட தபற'வில் அணிவகுத்து நின்றது. சுருக்கமாகச் சொன்னால் "எழுத்து *semi academic record.* 'கசடதபற' உயிரோட்டம்

உணர்வோட்டம் உள்ள – எல்லோருக்கும் சாளரங்களைத் திறந்துவிடுகிற – தாராளவாதம் உள்ளடக்கிய – இலக்கிய இயக்கம்" என்பது ஞானக்கூத்தன் கருத்து.

'கசடதபற' குழுவினரோடு க.நா.சு., மௌனி, அசோக மித்திரன், ராஜநாராயணன், வெங்கட் சாமிநாதன், நகுலன், சுஜாதா, பாலகுமாரன், இந்திரா பார்த்தசாரதி, நீல. பத்மநாபன், கல்யாண்ஜி, ராஜேந்திர சோழன், சச்சிதானந்தம், தருமு சிவராமு, கோபாலி, சார்வாகன், நா. சேதுராமன் போன்றவர் களும் இதழில் பங்களிப்புச் செய்தார்கள். முத்துசாமி, கந்தசாமி, ஜெயராமன் போன்றவர்கள் உரைநடையில் சோதனை முயற்சி கள் செய்துபார்த்தார்கள்.

ஞானக்கூத்தனுடன் கோ. ராஜாராம், வைத்தீஸ்வரன், கலாப்ரியா, நீலமணி, கல்யாண்ஜி, ஆத்மாநாம், பிரம்மராஜன் போன்றோர் கவிதை தந்தார்கள். க.நா.சு. ஒருவருக்கு மட்டும் சிறப்புமலர் வெளியிட்டுப் பெருமை செய்தது 'கசடதபற'. அதில் வெளியான 'மழை' நாடகமும் (இந்திரா பார்த்தசாரதி), சோல் செனிட்சின் பரிசீலனை, கான்சர்வார்டு (எஸ்.வி. ராஜ துரை), சார்த்தருடன் உரையாடல் (சீனிவாசன்), பிகாசோ என்னும் பாதிப்பு (தியோடோர் பாஸ்கரன்), ஆதிமூலத்தின் ஓவியப் பார்வை (கி.அ. சச்சிதானந்தம்) குறிப்பிடத்தக்க எழுத்து கள். புனித ஜெனே கட்டுரை (தருமு சிவராமு) மிகவும் விமர் சனத்திற்கு உள்ளான எழுத்து. புதுக்கவிதை பற்றிய சார்வாகன் கட்டுரையும் சிறப்பானது.

எழுத்து மற்றும் எழுத்தாளர் மீது அரசு உள்ளிட்ட பிற நிறுவனங்கள், துறைகள் செலுத்தும் கவனம் பற்றியே தலை யங்கங்கள் எழுதப்பட்டன. அவற்றில் தர்மாவேசம் கரைபுரண் டோடியது. ஒருமுறை கலைவாணர் அரங்கில் நடந்த ஓர் அரசு விழாவில் கௌரவிக்கப்படப்போகும் எழுத்தாளர்களை மேடைக்குக் கீழே அமரவைத்துவிட்டு அமைச்சர்களும் விழா வுக்கு அவசியமில்லாத பிரமுகர்களும் மேடையில் அமர்ந் திருக்க எழுத்தாளர்களை, குற்றவாளிகளைக் கோர்ட்டில் அழைப்பதுபோல் அழைத்து அவமானப் படுத்தினார்கள். 'கசடதபற' தலையங்கம் அதனைக் கடுமையாக விமர்சித்தது. அடுத்த கூட்டத்தில் அரசு தனது தவறுக்கு வருந்தி மாறுதல் செய்துகொண்டது இங்கே இன்னொருமுறை பதிவாக வேண்டிய செய்தி.

32 இதழ்கள் வெளியான நிலையில் 1973 ஜூன், ஜூலை இதழோடு 'கசடதபற' சுவாசிப்பதை நிறுத்திக் கொண்டது. அதற்குப் பின்பும் கொஞ்சகாலம் கடந்து சிறிய அளவில் குறைந்த பக்கங்களோடு இதழ் தலைநீட்டிப் பார்த்தது. ஓரிரு

இதழ்களுக்குப் பிறகு அந்தச் சலசலப்பும் அடங்கிவிட்டது. ஆக இளைஞர்களின் ஆர்வம் இயல்பான சோகமுடிவை எட்டியது. 'கசடதபற' மரணத்தைக் 'குங்குமம்' இப்படிக் கிண்டல் செய்தது: "கசடதபற இதழாளர்கள் எங்கே காணோம்? அவர்களா, தங்கள் குழந்தைகளின் எல்.கே.ஜி அட்மிஷனுக்கு வரிசையில் காத்துக் கிடக்கிறார்கள்." இவ்விமர்சனம் ஒருவகையில் உண்மை யும்கூட. ஏனெனில் இதழ் ஆரம்பிக்கும்போது எல்லோருமே இளைஞர்கள். பெரும்பாலும் ஒண்டிக்கட்டைகள். மூன்றாண்டு களில் திருமணம், குழந்தை குட்டி என்றாகிவிட்டது. பொறுப்பு கள் அதிகரித்துவிட்டன. அத்துடன் இதழின் நிதிநிலைமையும் சரியில்லை. முகவர்களிடம் முன்பணம் வாங்கவில்லை. அவர்கள் இதழை விற்றுவிட்டுப் பணம் அனுப்பினால்தானே அடுத்த இதழுக்கு வழிபிறக்கும்.

அரசியல் இளம்துருக்கியர்கள் போலவே இலக்கிய இளம் துருக்கியர்களும் சிதறிப்போனார்கள் என்றாலும், தனித்தனியே சாதனையாளர்களாவும் திகழ்கிறார்கள். ராமகிருஷ்ணன் பதிப்பிலும் (க்ரியா), ஞானக்கூத்தன் கவிதையிலும் ('அன்று வேறு கிழமை') கந்தசாமி கதையிலும் ('சாயாவனம்'), முத்துசாமி நாடகத்திலும் (கூத்துப்பட்டறை) வேரூன்றி நிலைத்துவிட்டார் கள். 'கசடதபற' காணாமல் போய்விட்டாலும் அது நிகழ்த்திய வல்லினத் தாக்கங்கள் 'ஆனந்தவிகடன்', 'குமுதம்' போன்ற பேரிதழ்களில் மாற்றங்களை உருவாக்கியிருக்கின்றன. இதழை வாங்கியவர்களை விடப் படித்தவர்கள் தொகை பலமடங்கு அதிகம். அது உருவாக்கிய சிற்றிதழ்த் தத்துவம் அத்தனை வீச்சுடையது. இலக்கியத்திற்கு எதுவும் கருவாகலாம், எழுத்தில் உண்மையும் நேர்மையும் மட்டுமே முக்கியம் என்பவை அதன் அடிப்படைக் கூறுகள்.

சிறுகதை, புதுக்கவிதை, விமர்சனம், நாடகம், திரைப்படம், இதழியல், இலக்கியம் தவிர பிற கலைகள் குறிப்பாக ஓவியம் குறித்த அதன் பார்வை தெளிவானது, வித்தியாசமானது; வெகுஜன இலக்கியம் இலக்கியம் ஆகாது, அது காகிதத்துக்குத் தீனி போடுகிற சமாசாரம்; நாவல் என்பது தொடர்கதையாக வரமுடியாதது, தொடர்கதை வலிந்து திணிக்கப்படுகிற கதை என்றெல்லாம் 'கசடதபற' வைத்த கருத்துகள், எடுத்த முயற்சிகள் தமிழுலகிலும் இதழுலகிலும் முதலில் அதிர்ச்சிகளையும் போகப் போகப் புரிதலையும் உண்டாக்கின. தமிழ்நாட்டின் ஒவ்வொரு மாவட்டத்திலும் 'கசடதபற' சாயலில் அல்லது அதன் தாக்கத்தில் சிற்றிதழ்கள் புற்றீசலாகப் புறப்பட்டன. 1970களில் கதர் அல்லது கைத்தறி ஜிப்பா ஜோல்னாப்பை சகிதம் சபையர் தியேட்டரில் சத்யஜித்ரே, மிருணாள்சென் படம் பார்க்க அறிவுஜீவி ரசிகர் கும்பல் திரளும். அவர்களில் பலர் 'கசடதபற' வாசகர்களாகவும்

இருந்தார்கள். அப்படியொரு தாக்கத்தை அந்த இதழ் ஏற்படுத்தி வைத்திருந்தது.

'கசடதபற'வின் சாதனைகள் என்ன என்னும் கேள்விக்கு ராமகிருஷ்ணன் சொல்கிறார்: "எந்தப் பத்திரிகையும் இலக்கியம் என்னும் எல்லையைக் கடந்து பிற தளங்களில் அடியெடுத்து வைக்க முயன்றதில்லை. 'கசடதபற' இலக்கியத்தைக் கடந்தும் சிந்தித்தது – செயல்பட்டது. புதியவர்களும் எழுதலாம் என்னும் உத்வேகத்தை ஊக்கத்தை அவர்களுக்குத் தந்தது" என்கிறார் ராமகிருஷ்ணன்.

'கசடதபற' இதழ்களின் தொகுப்பு ஒன்றைக் கலைஞன் பதிப்பகம் 1999இல் கொண்டுவந்தது. பதிப்பாளர் நந்தா சொல்கிறார்: "இதற்குமுன் ஒரு பத்திரிகையின் கதைகள் அல்லது கட்டுரைகள் அல்லது கவிதைகள் என்று தனித்தனியாகத்தான் வந்துள்ளன. ஒட்டுமொத்தமாக இதழ் முழுதும் வந்தது 'கசடதபற' இதழ்த்தொகுப்புதான்."

இதழுக்கு வந்ததுபோலவே தொகுப்புக்கும் விமர்சனங்கள் வந்தன. அவையும் இதழின் நாயகர்களாக இருந்தவர்களிடமிருந்தே வந்தன. தொகுப்பாளர் கந்தசாமி, 'உரிமையுடன் சிலருடைய படைப்புகளை எடுத்துச்சேர்த்திருக்கிறேன்' எனத் தமது முன்னுரையில் சொல்லியிருக்கிறார். "உரிய அனுமதி பெறாமலும் எவரையும் கலக்காமலும் தொகுப்பைக் கொண்டு வந்துவிட்டார். வெளியான பிறகும்கூட ஒரு பிரதியை எனக்கு அனுப்பிவைக்கவில்லை – இதழின் வரலாறு மற்றும் தோற்றத்தின் பின்னணி பற்றியும் தொகுப்பில் சரியாக எழுதவில்லை" என்பது ராமகிருஷ்ணன் விமர்சனம்.

"இதழின் பார்வையை – சோதனையை – தீர்க்கத்தை – தீட்சண்யத்தை தொகுப்பு சரியாகப் பிரதிபலிக்கவில்லை – முன்னுரையும் சரியாக முறையாக எழுதப்படவில்லை – 'கணையாழி', 'தீபம்' போன்ற தொகுப்புகளைப் போல் 'கசடதபற' தொகுப்பு அதன் கலைசார்ந்த புரட்சிப்பண்பைச் சரிவரப் பிரதிநிதித்துவப் படுத்தவில்லை – 38 இதழ்களே வெளிவந்த நிலையில் எல்லாப் படைப்புகளையும் தொகுப்பில் கொண்டு வந்திருக்கலாம்" என்பது ஞானக்கூத்தன் கருத்து.

'பெரியார்' திரைப்பட இயக்குநர் ஞான ராஜசேகரன் பாணியில் கந்தசாமியின் எதிர்க்கருத்து இது: "எவரும் செய்யாத ஒரு காரியத்தை ஒருவர் செய்கிறார். அவர்மீது இப்படிக் குறை சொல்வதற்குப் பதில் விமர்சிப்பவர்கள் வந்த தொகுப்பை மேலும் செம்மை செய்து புதிதாக வேறொரு தொகுப்பு கொண்டு வரலாம் அல்லவா".

"இதழுக்கு ஐந்துபேர் நாயகர்கள். அவர்கள் இலக்கியம் குறித்த கொள்கையில் ஒரே மாதிரி இருந்தார்களே தவிர, ஒரே கருத்தை உடையவர்களாக இல்லை. எங்களுக்குள் கருத்து வித்தியாசங்கள் இருந்தாலும் நா. கிருஷ்ணமூர்த்தி அவற்றை நாசூக்காகவும் நளினமாகவும் சமாளித்து, இதழ் பாதிக்கப்பட்டு விடாமல் ஏறக்குறைய மூன்றாண்டுகள் தொடர்ந்து முனைப்புடன் இதழைக் கொண்டுவந்தார். நாங்கள் பிற பத்திரிகையாளர்கள்போல் வாங்கி ஆதரியுங்கள் என்று வாசகர்களைக் கெஞ்சியதில்லை. நிதிநிலைமை பற்றி அவர்களிடம் புலம்பியதில்லை. தரம் ஒன்று மட்டுமே லட்சியம். எவரையும் எந்தப் பத்திரிகையையும் பின்பற்றக் கூடாது. எவருடைய அங்கீகாரத்திற்காகவும் காத்துக் கிடக்கவும் கூடாது எனத் திடசித்தமாக நின்ற இதழ் 'கசடதபற' என்கிறார்" கந்தசாமி.

ஆகஸ்ட் 1 – 15, 2006

இரா. நெடுஞ்செழியன்

இரா. நெடுஞ்செழியன் (1920 – 2000)

தஞ்சை மாவட்டம் நன்னிலம் வட்டம் திருக்கண்ணபுரத்தில் ராஜகோபால் – மீனாட்சிசுந்தரம் தம்பதியினருக்கு இரண் டாம் மகனாக 11 ஜூலை 1920 அன்று பிறந்த நெடுஞ்செழியன் (இயற்பெயர் நாராயணசாமி) அண்ணாமலைப் பல்கலைக் கழகத்தில் தமிழ் ஆனர்சு படித்துத் தேறியவர். தனித்தமிழ் முனைப்பு, இந்தி ஆதிக்க எதிர்ப்பு, திராவிட இயக்கப்பிடிப்பு நெடுஞ்செழியனின் ஆதார சுருதிகள்.

மன்றம்

“பத்துக் குழந்தைகள் பெற்ற குடும்பத்தில் பாகம் பிரிவதுண்டு, அறிவொத்தவர் சிற்சிலர் ஓரிடம் கூடிடில் உள்ளம் பகைப்பதுண்டு, எத்தனை லட்சமடா எங்கள் வீட்டினில் அத்தனை பேர்களுமே மனம் ஒத்து நடந் தொரு மாலையிட்டாரெனில் ஓதுதற்கென்ன உண்டு?” என எக்காளமிடும் கண்ணதாசன் கவிதை (1956) ஒன்றுண்டு. அப்படி அவரை இறும்பூது எய்தவைத்தவர் நெடுஞ் செழியன். அண்ணாவுக்கடுத்து நெடுஞ்செழியன் தி.மு.க. பொதுச்செயலரானபோது எழுதப்பட்ட கவிதை அது. அண்ணாவுக்கடுத்து நெடுஞ்செழியன் என்னும் நிலை அன்றைய அரசியல் நிலவரம். 1969இல் அண்ணா மறை வுக்குப் பின் தலைமைக்குப் போட்டியிட்டும் இயலாத நிலையில் அது தலைகீழாக மாறிப்போனதும் அடுத் தடுத்தும் நெடுஞ்செழியன் இரண்டாம் இடத்திலேயே நிலைக்க நேர்ந்ததும் சரித்திரம்.

தஞ்சை மாவட்டம் நன்னிலம் வட்டம் திருக்கண்ண புரத்தில் ராஜகோபால் – மீனாட்சிசுந்தரம் தம்பதி யினருக்கு இரண்டாம் மகனாக 11 ஜூலை 1920 அன்று பிறந்த நெடுஞ்செழியன் (இயற்பெயர் நாராயணசாமி) அண்ணாமலைப் பல்கலைக்கழகத்தில் தமிழ் ஆனர்சும் பெரியாரின் சுயமரியாதைக் கழகத்தில் பகுத்தறிவு ஆனர்சும் படித்துத் தேறியவர். தமிழையும் பகுத்தறிவுப் பாடங்களையும் முறையாகப் படித்த காரணத்தால் கொண்டகொள்கையில் சறுக்காமல் சமரசம் செய்து கொள்ளாமல் இறுதிவரை அவரால் நின்று நிலைக்க முடிந்தது. அதேபோல் அண்ணா சொன்ன கடமை, கண்ணியம், கட்டுப்பாடு என்னும் மூன்று மந்திரமொழி களின் உருவகமாகவும் வாழ்ந்து காட்ட முடிந்தது.

தனித்தமிழ் முனைப்பு, இந்தி ஆதிக்க எதிர்ப்பு, திராவிட இயக்கப் பிடிப்பு ஆகிய இறுக்கமான கருத்தோட்டங்கள் நெடுஞ் செழியனின் ஆதார சுருதிகள். அவரது பேச்சிலும் எழுத்திலும் எப்பொழுதும் அவை கனன்றுகொண்டே இருக்கும். பாரதி தாசனின் புரட்சிவரிகள் அவரது சுவாசக்காற்றில் மிதந்து கொண்டே இருக்கும். பாரதிதாசனை நெடுஞ்செழியனின் நெஞ்சில் நிறுத்தியவர் பட்டுக்கோட்டை அழகிரிசாமி என்பது தகவல். முதன்முதலில் பாரதிதாசன் கவிதைகளை முழுவடிவில் தமிழுலகுக்கு அறிமுகம் செய்தவர் குத்தூசி குருசாமி என்பதும் பாரதிதாசன் வரிகளை பட்டிதொட்டியெங்கும் படிக்காதவர் கள் மத்தியிலும் விதைத்தவர் நெடுஞ்செழியன் என்பதும் பதிவு செய்யப்பட்ட உண்மைகள்.

“1916இல் திராவிட இயக்கம் தொடங்கப்படுகிறது. அன்றி லிருந்து இன்றுவரை நடத்தப்பட்ட இதழ்கள் 200க்கும் மேல் என்பது கணக்கு. அவற்றுள் குடியரசு, விடுதலை, திராவிடநாடு, திராவிடன், குயில், தென்றல், மன்றம், முரசொலி, புதுவாழ்வு, தென்னகம், போர்வாள் இன்னும் சில இதழ்கள் இயக்கத் தலைவர்களால் கொண்டுவரப்பட்டவை. 1942இல் தோன்றிய அண்ணாவின் ‘திராவிடநா’ட்டைத் தொடர்ந்து இயக்கச் சார்பில் ஏராளம் இதழ்கள் புறப்பட்டன. 1942 முதல் 62 வரை இயக்க இதழ்களின் பொற்காலம் எனலாம்” (மா. இளஞ்செழியன் ‘திராவிட இயக்க இதழ்கள்’ முதல்தொகுதி, உலகத் தமிழாராய்ச்சி நிறுவன வெளியீடு).

இன்னொரு செய்தி: பெரியார் தலைமையில் இருந்தபோது இயக்கச் சார்பில் ஓரிரு இதழ்களே வெளிவந்தன. தி.க.விலிருந்து பிரிந்து தி.மு.க தோன்றியதும் அண்ணா தலைமையில் இதழியல் ஜனநாயகம் விரிவாகத் தலையெடுக்க, தலைவர்கள் ஆளுக் கொரு பத்திரிகை மூலம் பிரசாரம் செய்யத்தொடங்கினர்கள். சமுதாயச் சீர்திருத்த இயக்கம் என்னும் நிலையிலிருந்து அரசியல் கட்சி என்னும் திசைவிரிவால் இதழ்களின் முகவிலாசமும் உள்ளீடும் பல்கிப்பெருக அவற்றின் எண்ணிக்கை கட்சியின் செல்வாக்கை ஒட்டி பலமடங்கு அதிகரித்தது என்றும் கொள்ள லாம். அப்படித்தான் நெடுஞ்செழியனின் ‘மன்றம்’ மலர்ந்தது.

திராவிட இதழ்களின் சாதனைகளை இளஞ்செழியன் இப்படிப் பட்டியல் இடுகிறார் – 1. வர்ணவேற்றுமை, தீண்டாமை, மூடநம்பிக்கைகள் போன்ற பிற்போக்குக் கூறுகளின் ஆணி வேரை அசைத்தல், 2. தமிழகத்தில் நிலவிய வடமொழி ஆதிக் கத்தைத் தகர்த்தல், கலப்பில்லாத தனித்தமிழைப் புழக்கத் திற்குக் கொண்டுவருதல், 3. புராண இதிகாச இலக்கியங்களுக் கிருந்த உயர்விடத்தைச் சங்க இலக்கியங்களுக்கு வழங்குதல்,

4. கம்யூனிஸ்ட் இயக்கம் பலம்பெறாத காலகட்டத்திலேயே சமதர்மக் கருத்துகளுக்கு பிரச்சாரத் தளம் அமைத்துத் தருதல், 5. மேலைநாட்டுத் தத்துவங்கள் மேதைகள் விஞ்ஞானிகளைப் பொதுமக்களிடையே அறிமுகம் செய்தல், 6. அறிவியல், தர்க்கம் போன்ற பகுத்தறிவு நெறிகளை மக்களின் சிந்தனை, செயல் மட்டங்களில் வலியுறுத்துதல் என அவர் பட்டியலிடும் அனைத்துப் பணிகளையும் 'மன்றம்' இதழ் நெடுஞ்செழியனின் ஆளுமைக்கே உரிய கண்ணியத்தோடு செவ்வனே நிறைவேற்றியுள்ளது.

நெடுஞ்செழியன் குடும்பத்தில் அவருக்கும் முன்பு தனித் தமிழில் பெயர்மாற்றம் செய்துகொண்ட அவரது இளவல் இரா. செழியன் சொல்கிறார்: "1948இல் மன்றம் தொடங்கிய போது அண்ணன், நான் இரண்டே பேர்தான் இதழ்ப்பணிகள் முழுவதையும் கவனித்தோம். அண்ணன் ஆசிரியர். நான் துணையாசிரியர். அச்சிட்டு வெளியிட்டதும் அண்ணனே. அச்சுக்கோக்க மூன்று பேர். அலுவலகம். செம்புதாஸ் தெரு, சென்னை – 1 பிறகு மண்ணடி நைனியப்ப நாய்க்கன் தெருவுக்கு மாறியது. 80 பக்கம், விலை 8அணா. மெரீனா பல்கலைக்கழகத் தேர்வு மண்டபத்தையே தொடர்ந்து அட்டையில் போட்டோம். பிறகு அதுவே லோகோவாக நிலைத்துவிட்டது.

"முதலில் டெம்மி அளவில் மாத இதழ். பிறகு மாதம் இருமுறை டபுள் கிரவுன் அளவில். அமைந்தகரை, அதையடுத்து ஷெனாய் நகருக்கு இதழ் இடம்பெயர்ந்தது. தலையங்கம் இருவரும் எழுதுவோம். அரசியல் கட்டுரைகள் சிறுகதை, நாடகம் நான் எழுதினேன். அண்ணன் இலக்கியக் கட்டுரை, கேள்வி பதில் எழுதுவார். முதலில் *Hand composing* . பிறகு 5,000 ரூபாய் டிரெல்மெஷின் வாங்கி இதழின் அச்சுநேர்த்தியை அதிகரித்தோம். மூன்றாம் கட்டத்தில் *tabloid* வடிவில் வார இதழானது.

"நான் 1962இல் நாடாளுமன்றம் சென்றேன். 1970களில் இதழைத் தேவகோட்டை நகராட்சித் தலைவர் இராம. வெள்ளையனிடம் கொடுத்து நடத்தச்சொன்னோம். 1981 – 82 வரை இதழ் வந்தது. அதிக பட்சம் 4,000, 5,000 போயிருக்கும். கட்சிப் பத்திரிகைகள் அவ்வளவுதான் போகும். ஆனால் அவை ஏற்படுத்திய அறிவெழுச்சி மிகப்பெரியது. கட்சி வளர்ச்சிக்கும் தலைவர்களின் தனிப்பட்ட செல்வாக்கு வளர்ச்சிக்கும் அவை அடித்தளம் அமைத்தன. தலைவர்களின் ஆளுமை அடையாளம் போல் பத்திரிகை விளங்கியது."

தமது குடும்பத்தைப்பற்றிச் செழியன் சொல்கிறார்: "அப்பா பட்டுக்கோட்டை முனிசிப் கோர்ட்டில் கிளர்க். குடுமி, நாமம்,

பஞ்சகச்சம் என்று பழுத்த வைணவர். 1925இல் பச்சைஅட்டைக் 'குடியர'சை அவர் படிக்க ஆரம்பித்தார். அப்படித்தான் எங்கள் குடும்பம் இயக்கத்திற்கு வந்தது. நாங்கள் நான்கு அண்ணன் தம்பிகள், நான்கு அக்கா தங்கைகள் ஆக எட்டுப்பேர். சவுரி ராஜன், நாராயணசாமி (நெடுஞ்செழியன்), சீனிவாசன் (நான்), ராமதாஸ். அண்ணன் சவுரிராஜன்தான் முதன்முதலாக கல்லூரிப் படிக்கட்டேறினார். நெடுஞ்செழியன் தமிழும் நான் கணிதமும் படித்தோம். 1948இல் 'குடியர'சில் என் கட்டுரை வெளிவந்த போது நான் உயர்நிலைப்பள்ளி மாணவன். 'பட்டுக்கோட்டை உயர்நிலைப்பள்ளி மாணவன் செழியன்' என்றே பெயர் போட்டார் பெரியார்."

செழியன் பெயருக்குத்தான் 'மன்ற'த்தின் துணையாசிரியர். பங்களிப்பில் இணையாசிரியர். காரணம், அவரது பன்முக ஆற்றல். கதை, கட்டுரை, நாடகம் எனக் கால் பதித்தவர். திரைத் துறையிலும் அவரது கருத்துகளுக்குப் பிரபலமான முன்னோடித் தயாரிப்பாளர்கள் செவிசாய்த்திருக்கிறார்கள். பின்னாளில் நாடாளுமன்றத்திலும் பெயரை நிலைநாட்டியிருக்கிறார். கட்சி, இயக்கம் கடந்தும் மாற்றுத் தரப்பினாராலும் மதிக்கப்படுபவர் செழியன். இவ்வகையில் அவர் திராவிட இயக்கத்தின் வேறெந்தத் தலைவரைக் காட்டிலும் வித்தியாசமானவர். 'மன்ற'த்தில் தலையங்கம், அரசியல் குறிப்புகள் பகுதிகளை நெடுஞ்செழியன், செழியன் இருவரும் மாறி மாறி எழுதினார்கள். பெயர் போடா விட்டாலும் எழுத்தை வைத்தே எழுதியவர் எவர் என்று தெரியும். நெடுஞ்செழியன் மொழியிலும் செழியன் பொருளிலும் செலுத்தும் கவனம் அவர்களை அடையாளம் காட்டும்.

'மன்றம்' இதழ் தொடக்கத்தில் திருவல்லிக்கேணி ராஜா அனுமந்தலாலா தெருவிலிருந்த கே.வி. சீனிவாசனின் ரங்கா அச்சகத்தில் அடிக்கப்பட்டு மண்ணடி நைனியப்ப நாயக்கன் தெரு அலுவலகத்திலிருந்து வெளிவந்ததாக ஜே.வி. கண்ணன் சொல்கிறார். சரியான பொருளாதார அடிப்படை இல்லாமல் ஆரம்பிக்கப்பட்டபோதும் இதழை ஒருகட்டத்திற்கு மேல்நடத்த இயலாமல் போனபோது ஒருவருக்கும் பாக்கிவைக்காமல் ஒழுங்கு செய்தபிறகே இராம. வெள்ளையனிடம் ஒப்படைத்ததாக இரா. இளவரசு சொல்கிறார்.

நெடுஞ்செழியன் என்றாலே தனிமனித ஒழுக்கத்தின் சின்னம் என்பதற்கு இச்செய்தி ஓர் எடுத்துக்காட்டு. சாதாரண மாகக் கட்சிப்பத்திரிகை என்றாலே கைமாறும்போதும் மூடுவிழா நடக்கும்போதும் எவ்வித ஒழுங்கும் இல்லாமல் நிறுத்தப்படுவதே வழமை என்னும் பின்னணியில் இந்தச் செய்தி மேலும் முக்கியத் துவம் பெறுகிறது.

முதல் இதழ் ஜனவரி 1948. எடுத்த எடுப்பிலேயே பாரதி தாசனின் கவிதை. 'அறிஞர்தம் இதய ஓடை ஆழநீர் தன்னை மொண்டு' எனத் தொடங்கி பத்திரிகையின் பண்புகள், பயன்கள் பற்றி வர்ணிக்கும் அரிய கவிதை. 'குறிப்புகள்' என்னும் பெயரில் தலையங்கம். இந்தியாவைத் தொடர்ந்து இலங்கையும் பர்மாவும் விடுதலைபெறப் போவதை வரவேற்று ஏகாதிபத்திய அரசியலின் திசைமாற்றத்தை ரத்தினச்சுருக்கமாக விமர்சிக்கிறது. ஊதிய உயர்வு கோரிய அரசு அலுவலர் பொது வேலைநிறுத்தம் தோல்வி அடைந்ததை அரசாங்கம் தனது வெற்றியாகக் கருதக் கூடாது என இடித்துரைக்கும் இடதுசாரிக் கருத்துடன் இன்னொரு தலையங்கம். 'தேவநாகரி உருது லிபிகளில் இந்தியை எழுதலாம் அதையே பொதுமொழியாக ஏற்கலாம்' என்னும் காந்தியின் பரிந்துரையை எதிர்த்து மற்றுமொரு குட்டித்தலையங்கம். களஞ்சியம், காலண்டர் பற்றிக் கலைக்களஞ்சியம் பாணியில் சிறு சிறு கட்டுரைகள் லெனின், ஸ்டாலின், இங்கர்சால் குறித்த சுருக்கமான அறிமுகப் படைப்புகள். செழியன், ராதாமணாளன், ப.வாணன் மூவரின் சிறுகதைகள்.

இரண்டாம் இதழ் பிப்ரவரி 48. கங்கைக்கரையிலிருந்து இந்திய வரலாறு தொடங்கலாகாது – காவிரிக்கரையிலிருந்து தன் ஆரம்பிக்க வேண்டும் என நெடுஞ்செழியன் தர்க்கம் செய்யும் ஒரு கட்டுரை. அதில் மாக்ஸ்முல்லர் மேற்கோள் – 'என் வாழ்நாளில் பெரும்பகுதி வடநூலாய்வில் செலவிட்டு விட்டேன். தென்னாட்டு நாகரிகத்தைத் துருவிப்பார்க்க மறந்தேன்' என அவர் கழிவிரக்கப்பட்டதை நினைவூட்டுகிறார் நெடுஞ் செழியன். சர். ஜான் மார்ஷல், ஸ்லேட்டர், ஹீராஸ் பாதிரியார் தென்னாடு, தென்மொழி குறித்துச் செய்த ஆய்வுத்தொண்டு களைப் புகழ்கிறார். இரண்டாம் இதழிலிருந்து கோவை இளஞ் சேரன் தொடர்ந்து கவிதை எழுதுகிறார். மூன்றாம் இதழில் (மார்ச் 48) நூல்விமர்சனம் பகுதி தொடங்குகிறது. மார்க்ஸ், சார்லி சாப்ளின், துர்க்கனேவ், இக்பால் பற்றிய எழுத்துகள். கருஞ்சட்டைப்படை மீதான தடையுத்தரவு குறித்து அண்ணா நையாண்டி செய்கிறார் – மைலாப்பூரும் மாம்பலமும் சொன் னதைக் கேட்டுக்கொண்டு அரசு இப்படி ஓர் உத்தரவு போடுகிறது என அண்ணா அறிக்கையை ஆரம்பிக்கிறார்.

இங்கே ஒரு தகவல் – கருஞ்சட்டை அணிய வேண்டும் என்னும் தீர்மானம் திருச்சி மாகாணத் தி.க. மாநாட்டில் (1948) போடப்படுகிறது. அரசின் தடையை எதிர்த்து அண்ணா அறிக்கை விடுகிறார். அடுத்து நடைபெற்ற தூத்துக்குடி மாநாட்டில் அவர் கலந்துகொள்ளவில்லை. பெரியாருடன் கருத்துவேறுபாடுகள் முற்றி விடுகின்றன. 1949இல் தி.மு.க. தோற்றம்கொள்கிறது. அண்ணா கருப்புச்சட்டைக்கு மாறவே

இல்லை. பெரியாரின் முழுநாத்திகத்திற்கு விடை கொடுக்கும் வண்ணம் 'ஒன்றே குலம் ஒருவனே தேவன்' என்னும் திருமூலர் வாக்கில் சமரசம் காண்கிறார்.

ஐந்தாம் இதழின் (மே 48) பின்னட்டையில் கே.ஆர். ராமசாமியின் கிருஷ்ணன் நாடகசபை விளம்பரம். அதன் வாசகம்: "30.4.48 முதல் 11ஆம் வாரம் – திருச்சி ரத்தினவேலுத் தேவர் ஹாலில் அறிஞர் சி.என். அண்ணாதுரையின் 'வேலைக்காரி' நாடகம் நடைபெறும்." 'வேலைக்காரி' பிறகு திரைப்படமாக வந்தது. 'வேலைக்காரி'க்கு முன்பே 'நல்லதம்பி' திரைக்கு வந்துவிட்டிருந்தது. 'ஓர் இரவு', 'சொர்க்கவாசல்', 'ரங்கோன் ராதா' என அண்ணாவின் படைப்புகள் திரைக்குவர தொடர்ந்து திராவிட இயக்க எழுத்தாளர்கள் சமூகச்சீர்திருத்தக் கருத்துகளை மக்களிடம் கொண்டுசெல்கிறார்கள்.

'மன்றம்' என்றாலே முதலில் நினைவுக்கு வருவதும் மறக்க முடியாததும் நெடுஞ்செழியனின் 'வினாவும் விளக்கமும்' பகுதி. வினாவும் விளக்கமும் பகுதியில் இயக்கத்தின் கொள்கை, கோட்பாடுகள், நடைமுறைத் தந்திரங்கள் குறித்து அவ்வப்போது கேள்விகள் எழுப்பித் தர்க்கம் செய்வார் நெடுஞ்செழியன். பேச்சாளராக நிலைபெற்ற அளவு எழுத்தாளராகச் சுடர்விடவில்லை என அவரைப் பற்றி விமர்சனம் உண்டு. அவரது 'கண்ணீரும் செந்நீரும் வளர்த்த கழகம்', 'மன்றம் வினா விளக்கம்' சங்க இலக்கியக் கட்டுரைகள், திராவிட இயக்க வரலாறு, திருக்குறள் உரை போன்ற அவரது படைப்புகள் விமர்சனங்களுக்கு உரிய பதிலாக அமையும்.

நெடுஞ்செழியன் அழுத்தம் திருத்தமான அடுக்குமொழிப் பேச்சாளர். தமிழின் இனிமை, பெருமிதம் இரண்டும் இழைய நாடகச்சுவை நடனமிட அவதரிப்பது அவரது சொல்லாற்றல். 'கன்னல் தமிழ் அதிலே கலந்துவரும் பூச்சரங்கள், மின்னல் வெடிகள் மிதமான தாக்குதல்கள், பன்னீர் தெளிப்பதுபோல் பதமான பாராட்டு, முன்னைப் பழம்பாடல் முகந்துவைக்கும் தேன்விருந்து, புறம் பாடும்போது முகம்சிவக்கும், போர்முடிந்து அகம் பாடும்போது அகம் குழையும், செந்தமிழர் திறம் பாடும் போது தேகம் செயல்காட்டும், அறம் பாடும் தென்றலிது அழியாத தென்றல்' என நெடுஞ்செழியனின் சொல்லாற்றலைக் கண்ணதாசன் வியக்கிறார். அதனால்தான் யாழ்ப்பாணம் ஆறுமுகநாவலருக்குப் பிறகு சோமசுந்தரபாரதி, வேங்கடசாமி நாட்டார் ஆகியோருக்குப் பொருந்திய நாவலர் அடைமொழி அவருக்கும் அடையாளமானது.

பெரியார் தலைமையில் இருந்தவரை சட்டமன்றம் செல்ல இயலாமல் இருந்தது. 1949இல் தனிக்கட்சி கண்ட பிறகு சட்ட

மன்றம் செல்ல ஜனநாயகமுறையில் முடிவெடுக்கப்பட்டது. தனிக்கட்சி தொடங்கவும் அதுவே அடிப்படைக் காரணங்களில் ஒன்றாக இருந்தது. 1956இல் திருச்சி மாநாட்டில் சட்டமன்ற நுழைவுக்கு ஆதரவு பெறப்பட்டு (ஆதரவாக 54,000, எதிராக 4,000 வாக்குகள்) 1957இல் கட்சி முதன்முதலாக உதயசூரியன் சின்னத்தில் தேர்தலை எதிர்கொண்டதும் 15 உறுப்பினர்களோடு நாடாளுமன்ற ஜனநாயகத்தில் நேரடிப் பங்கேற்றதும் 1962இல் கட்சியின் செல்வாக்குப் பலமடங்கு வளர்ந்து 1967இல் தமிழக அரசியல் கடிவாளத்தைக் கைப்பற்றியதும் வரலாறு.

இப்பின்னணியில் கட்சியின் அணுகுமுறைகளைத் தெளிவு செய்யும் வகையில் நெடுஞ்செழியன் 'மன்ற'த்தில் வினா விளக்கம் பகுதியைப் பயன்படுத்தினார். 'திராவிடர் முன்னேற்றக் கழகம் அன்று திராவிட முன்னேற்றக் கழகம்' என அவர் இரண்டு தொடர்களுக்குமுள்ள அணுகுமுறை வேறுபாட்டுக்குச் சொன்ன விளக்கம் அற்புதம். தமிழறிவும் தர்க்க அறிவும் மிக்க சமத்கார மான அவரது வாதங்களுக்குச் சில எடுத்துக்காட்டுகள்: விளக்கங் கங்களை வைத்து வினாக்களையும் அவற்றின் வரலாற்றுப் பின்னணியையும் புரிந்துகொள்ளலாம்.

விளக்கம்1: தி.மு. கழகம் சட்டமன்றத்திலும் பணியாற்ற முனைந்திருக்கிறதே அல்லாமல் சட்டமன்றத்திலேயே பணி யாற்றப் போய்விடவில்லை. (5.5.57 'மன்றம்'). இவ்விளக்கம் தந்த காலகட்டத்தில் ஒவ்வொரு மேடையிலும் நெடுஞ்செழியன் தமக்கே உரிய பாணியில் 'திராவிடநாடு பெறுவதற்கு சட்ட மன்றம் செல்வது மட்டுமே ஒரேவழி அன்று – சட்டமன்றம் செல்வதும் ஒரு வழியாகும்' என்று ஏவுக்கும் உம்முக்கும் அழுத்தம் கொடுத்து அபிநயம் பிடிப்பார்.

2: தி.மு.க. பார்ப்பனர்களுக்கு அடிமையாகி விடவில்லை. பார்ப்பனியத்தைத்தான் வெறுக்கிறோமே அல்லாமல் பார்ப்பனர் களை அன்று. பார்ப்பனக் கொள்கைகளை விடாப்பிடியாகக் கடைப்பிடிப்பதுதான் குற்றமே தவிர பார்ப்பனர்களாகப் பிறந்த பிறப்பு அவர்கள் குற்றமில்லை. எனவேதான் பகுத்தறிவுக்கு மாறும் பார்ப்பனர்களை ஏற்பதற்கு தி.மு.க. தயக்கம் காட்டு வதில்லை. (12.5.57). வி.பி. ராமன் போன்றவர்களைக் கட்சியில் சேர்த்ததற்குக் கிளம்பிய சர்ச்சை இதற்குப் பின்னணி.

3: அண்ணாதுரை முதலியார் என்று சுவரொட்டியிலும் துண்டுப்பிரசுரங்களிலும் தி.மு.க. போடவில்லை. அபேட்சகர் விண்ணப்பத்தில் அப்படிப் போட்டது அரசின் தவறு அல்லது அரசு அலுவலர்களின் தவறு. அரசே அதற்குப் பொறுப்பு. அரசு அலுவர்களே பொறுப்பு. தி.க.வினர் கண்ணாடி வீட்டிலிருந்து கல்லெறிகிறார்கள். பெரியார் தமது திருமணப் பதிவின்போது

'இந்து பகுத்தறிவுவாதி' என்னும் அடைமொழியுடன் ஈரோடு ராமசாமி நாயக்கர் என்றுதான் கையெழுத்துப் போட்டுத் தீர வேண்டியவராக இருக்கிறார். கெஜட்டில் இன்னும் அவர் தமது பெயரைத் திருத்திக்கொள்ளவில்லை *(26.5.57).*

'மன்ற'த்தில் திராவிட இயக்க எழுத்தாளர்கள் கே.ஜி. ராதா மணாளன், அ. மறைமலையான், தில்லை வில்லாளன், தில்லை மறைமுதல்வன், நாரா. நாச்சியப்பன், குலோத்துங்கன் (வ.செ. குழந்தைசாமி), இரா. இளஞ்செழியன், இரா. இளஞ்சேரன், நெல்லை அருணன், முல்லை வழுதி, தங்கவயல் லோகிதாசன், இரா. வேங்கடாசலபதி, தமிழன்பன் கதைகளும் ம.கி. தசரதன், இரா. மதனகோபால், கலைமுகிலன், க.பொ. இளம்வழுதி, கோவை இளஞ்சேரன் கட்டுரைகளும் வாணிதாசன், பொன்னி வளவன், மீ. ராஜேந்திரன் (மீரா) , ப. வாணன், குழந்தைவாசன் ஆகியோர் கவிதைகளும் ஆரூர் ஆனந்தன், நெல்லை அருணன் நாடகங்களையும் எழுதியிருக்கிறார்கள். இரா. செழியனின் 'அடிமையின் காதல்' நாடகத்தொடரும் பி.சி. கணேசனின் 'கலைவென்ற காவலன்' தொடர்கதையும் பேசப்பட்டன. பி. சி. கணேசன் எழுதிய 'தமிழின் தலைசிறந்த நாவல்கள்' தொடர் காய்தல் உவத்தல் இல்லாமல் படைப்பாளிகளை அடையாளம் காட்டியது.

பி. சி. கணேசன் மதியழகனின் 'தென்னகம்' இதழில் தொடங்கிய நாவல்கள் விமர்சனத்தொடர் 1961இல் 'மன்ற'த்தில் தொடர்ந்தது. வ.ரா.வின் 'கோதைத்தீவு', விந்தனின் 'பாலும் பாவையும்', நாரண துரைக்கண்ணனின் 'உயிரோவியம்', டி.கே. சீனிவாசனின் 'ஆடும் மாடும்' தலைசிறந்த புதினங்கள் என கணேசன் 'மன்ற'த்தில் வாதிட்டார்.

'மன்ற'த்தின் இறுதிக்காலத்தில் *(1977 – 82)* அதாவது இராம. வெள்ளையன் பொறுப்பில் இதழ் வந்தபிறகு அதில் அ. மறைமலையான் (அ. வேதாசலம்) பங்களிப்பு அதிகம். அதன் அரசியல் அ.இ.அ.தி.மு.க ஆகிவிட்டது. மறைமலையான் தொடக்கத்தில் சிறுகதையாசிரியர். கி.வா. ஜகந்நாதனின் 'கலை மகள்', கருமுத்து தியாகராாசரின் 'தமிழ்நாடு', திருக்குறள் முனுசாமி யின் 'குறள்நெறி' ஆகிய இதழ்களில் எழுதியவர். பெரியாரின் எழுத்துச் சீர்திருத்தத்தை எம்.ஜி.ஆர். நடைமுறைப் படுத்திய போது அதை ஆதரித்து 'நம்நா'ட்டில் எழுதிய காரணத்தால் இதழே ஒருமாதம் நின்றுபோகவும் காரணமாக இருந்தவர். 'மன்ற'த்தில் மாநில உரிமைகளை வலியுறுத்தும் படைப்புகள் பல்கி வரவும் மறைமலையான் காரணம். வெள்ளையனிடம் 'மன்றம்' இதழ் வந்தபிறகும் நெடுஞ்செழியன் ஆசிரியராக நீடித்தார். 1980 வாக்கில் இதழ்களின் அட்டையில் நிறுவனர்

நெடுஞ்செழியன் என்று குறிக்கப்படுகிறது. அதற்கு அரசியல் மாற்றங்கள் அடிப்படையாக இருக்கலாம். எப்படியோ 1977 தொடங்கி 'மன்ற'த்தில் நெடுஞ்செழியன் எழுதுவது அருகி விடுகிறது. 'நாவலர் கடிதம்' போன்ற ஓரிரு கட்டுரைகள் தவிர 'மன்ற'த்தின் பிற்காலத்தில் அவர் அதிகம் எழுதவில்லை.

செப்டம்பர் 1 – 15, 2007

க. அன்பழகன்

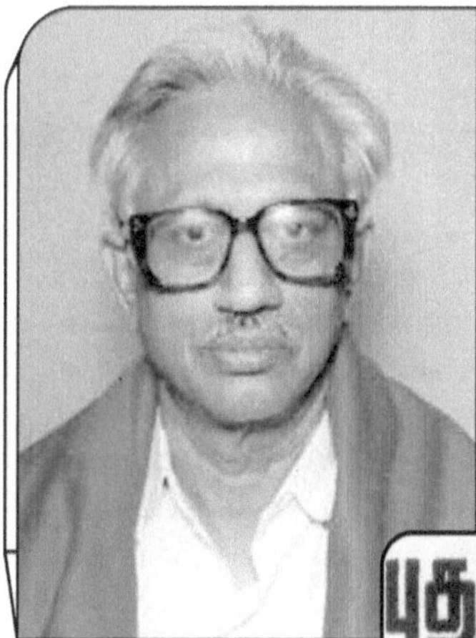

க. அன்பழகன் (1922)

தஞ்சை மாவட்டம் காட்டூரில் மணவழகன் – சொர்ணம் தம்பதியினருக்கு முதல் மகனாய் 1922 டிசம்பர் 19ஆம் தேதியன்று பிறந்தவர் அன்பழகன் (இயற்பெயர் ராமய்யா). உடன்பிறந்தோர் ஐவர். தன்மான இயக்கத்தில் தம்மைப் பிணைத்துக்கொண்ட அன்பழகனின் தந்தையார் கல்யாண சுந்தரம் தமது பெயரை மணவழகன் என மாற்றிக் கொண்டதுடன் குடும்பத்தினர் அனைவரின் தமிழுணர்வுக் கும் பகுத்தறிவுணர்வுக்கும் நெம்புகோலாக நின்றார். அன்பழகனின் உடன்பிறந்தோரில் பாலகிருஷ்ணன் ஒரு வரைத் தவிர மற்றவர் அனைவரும் தனித்தமிழ்ப் பெயர் களையே சூட்டிக்கொண்டார்கள்.

புதுவாழ்வு

கட்சிக்கொரு தொலைக்காட்சி என்பது இன்றைய வழமை. காரணம் இது மின்னணு – ஊடக யுகம். 1940 களில் கட்சிக்கொரு பத்திரிகை இருந்தால் நல்லது என்னும் மரபு கடைப்பிடிக்கப்பட்டு வந்தது. ‘ஜஸ்டிஸ்’, ‘குடியரசு’, ‘திராவிடன்’, ‘விடுதலை’, ‘ரிவோல்ட்’ ஆகிய திராவிட இயக்க இதழ்களைத் தொடர்ந்து அண்ணா ‘திராவிட நாட்டை ஆரம்பிக்கிறார். அவரது அடிச்சுவட்டில் கட்சித் தலைவர்கள் ஆளுக்கொரு பத்திரிகை தொடங்குகிறார்கள். அன்பழகன் 1948இல் ‘புதுவாழ்வு’ தொடங்குகிறார். அப்போது அவருக்கு வயது 26. (கூ.வ. எழிலரசு கட்டுரை, ‘திராவிட இயக்க இதழ்கள்’, உலகத்தமிழ் ஆராய்ச்சி நிறுவன வெளியீடு.)

தஞ்சை மாவட்டம் காட்டூரில் மணவழகன், சொர்ணம் தம்பதியினருக்கு முதல் மகனாய் 1922 டிசம்பர் 19ஆம் தேதியன்று பிறந்தவர் அன்பழகன் (இயற்பெயர் ராமய்யா). உடன்பிறந்தோர் ஐவர். ஒரு தங்கை, நான்கு தம்பிகள். தன்மான இயக்கத்தில் தம்மைப் பிணைத்துக் கொண்ட அன்பழகனின் தந்தையார் கல்யாணசுந்தரம் தமது பெயரை மணவழகன் என மாற்றிக்கொண்டதுடன் குடும்பத்தினர் அனைவரின் தமிழுணர்வுக்கும் பகுத் தறிவுணர்வுக்கும் நெம்புகோலாக நின்றார். அன்பழகனின் உடன்பிறந்தோரில் பாலகிருஷ்ணன் ஒருவரைத் தவிர மற்றவர் அனவரும் முறையே திருமாறன், அறிவழகன், மணிவண்ணன், தமிழரசி எனத் தனித்தமிழ்ப் பெயர் களையே சூட்டிக்கொண்டார்கள்.

இத்தகைய தனித்தமிழ்ப் பெயர் மாற்றங்கள் அந் நாளில் நடைபெறப் பின்புலம் அமைத்துத் தந்தது மறை மலையடிகள் (சுவாமி வேதாசலம்) 1930களில் தொடங்கிய

தனித்தமிழ் இயக்கம் என்பதை இங்கே குறிப்பிட்டாக வேண்டும். மறைமலையடிகளுக்கு முன்னரே ஜோசப் பெஸ்கி தமது பெயரை வீரமாமுனிவர் என மாற்றிக்கொண்டார் என்றாலும் அடிகள் தாம் முதன்முதலில் தமிழின் பெயரால் ஓர் இயக்கமே தொடங்கிய செயல்வீரர் ஆவார்.

1939 – 44 காலகட்டத்தில் அண்ணாமலைப் பல்கலையில் தமிழ் ஆனர்சு படித்தபோது அன்பழகனும் நெடுஞ்செழியனும் அணுக்கத் தோழர்கள். நெடுஞ்செழியன் தொடக்கத்தில் சபைக் கூச்சம் கொண்டவராக இருந்தார் என்பதும் அன்பழகனின் பேச்சாற்றலால் கவரப்பட்டு முயன்று மேடையை ஆளும் வல்லமையைப் பிற்காலத்தில் பெற்றார் என்பதும் தகவல் (இராதாமணாளனின் ‘திராவிட இயக்க வரலாறு’. பாரி நிலைய வெளியீடு). பட்டம் பெற்றதும் அன்பழகன் சென்னைப் பச்சை யப்பன் கல்லூரியில் விரிவுரையாளரானார். 1944 முதல் 57 வரை 13 ஆண்டுகள் அப்பணியிலிருந்த படியே இயக்கத்திலும் முன்னணியில் நின்றார். பின்னர் 1957இல் கட்சி சட்டமன்றத் திற்குப் போட்டியிடும் கட்டத்தில் முழுநேர அரசியலில் இறங் கினார். அன்பழகனின் துணைவியார் வெற்றிச்செல்வி அந் நாளிலேயே முனைப்புடன் மகளிர் மன்றம் தொடங்கி அதில் இயக்கத் தலைவர்களின் இல்லத்தரசிகளை இணைத்து வழி நடத்தினார். மகளிர் மன்றத்தின் கூட்டங்கள் சிறுவை மோகன சுந்தரம் (கொண்டித்தோப்பு) இல்லத்தில் 1960கள் வரை நடை பெற்றன.

‘புதுவாழ்வு’ முதல் இதழ் (மாலை 1 – மலர் 1) திருவள்ளுவர் ஆண்டு 1979 தைத்திங்கள் முதல்நாள் – அதாவது 1948 ஜனவரி முதல் தேதியன்று வெளிவந்தது. ஆசிரியர் க. அன்பழகன். துணை யாசிரியர் கே.ஜி. இராதாமணாளன். (ஆசிரியருக்கிணையாகத் துணையாசிரியர் பெயரைப் பக்கத்திலேயே பிரசுரித்தவர் அன்பழகன் என்பதிலிருந்து அவரது ஜனநாயகப் பண்பையும் பெருந்தன்மையையும் புரிந்துகொள்ளலாம்.) அலுவலகம் 10, வேளாளர் தெரு, புரசைபாக்கம், சென்னை – 7. டெம்மி அளவு. பக்கம் 64. விலை 4 அணா.

அன்பழகன் நீண்டகாலம் அதே புரசைபாக்கம் வீட்டில் தான் குடியிருந்தார். ‘மன்றம்’, ‘நிலவு’ ஆகிய இதழ்களுடன் ‘புதுவாழ்வு’ம் வந்தவாசி கே.வி. சீனிவாசனின் ஸ்ரீரங்கா அச்சகத்தில் (ராஜா அனுமந்தலாலா தெரு, திருவல்லிக்கேணி, சென்னை – 5) தான் உருவானது என்கிறார் இராதாமணாளன். ஆனால் முதல் இதழில் காளப்பனால் ஓரியண்டல் பிரிண்டிங் ஓர்க்சில் (5, சுங்குராம செட்டி தெரு சென்னை – 1) அச்சிடப் பட்டதாகக் குறிக்கப்பட்டுள்ளது. பின்னாளில் அச்சகம் மாற்றப் பட்டிருக்கலாம்.

கே.ஜி. இராதாமணாளன் வந்தவாசிக்காரர். அண்ணாவின் 'திராவிடநா'ட்டில் எழுதத் தொடங்கியவர். நெடுஞ்செழியனும் இவரும் 'எங்கள் நாடு' பத்திரிகையில் துணையாசிரியராகப் பணிபுரிந்திருக்கிறார்கள். பச்சையப்பன் கல்லூரியில் அன்பழகனின் மாணவராகப் பயின்ற இராதா மணாளன் பின்னாளில் கட்சியின் இலக்கிய கர்த்தாக்களில் தனிமுத்திரை பதித்தவர். ஆ. மாதவன், டி.கே. சீனிவாசன், இரா. இளஞ்சேரன், எஸ்.எஸ். தென்னரசு, ப. புகழேந்தி, ஏ.கே. வில்வம், தில்லை வில்லாளன் எனப் பலர் கட்சியில் புதினப் படைப்பாளிகளாக அறியப்பட்டார்கள். 1950 – 60களில் கட்சியின் எந்தப் பத்திரிகையை எடுத்தாலும் அதில் இராதாமணாளனின் எழுத்து இடம்பெற்றிருக்கும். அண்மையில் வெளியான 'திராவிட இயக்க வரலாறு' அவரது உழைப்புக்கும் மேதைக்கும் சான்றாக நிலைத்துநிற்கும்.

'புதுவாழ்'வின் முதல் இதழில் முட்டையிலிருந்து வெளிவரும் கோழிக்குஞ்சின் சித்திரம் இலச்சினையாகத் தீட்டப்பட்டுள்ளது 'எது வாழ்வு? மேற்கொள்ளும் நெறிதான் என்ன? என்பதனை எழுதவந்த அறிஞன்' என அன்பழகனை வர்ணித்து வாழ்த்துக் கவிதை வழங்கியுள்ளார் பாரதிதாசன். 'புத்தாண்டும் புதுவாழ்வும்' என்னும் தலைப்பில் அமைந்த தலையங்கம் பெரியார், பாரதி தாசன், அண்ணா ஆகிய மூவரின் பங்களிப்பு பற்றிச் சிலாகிக்கிறது.

திராவிட முன்னேற்றக் கழகத்தின் பெயருக்கும் புகழுக்கும் பிற்காலத்தில் அதன் சாதனைகளுக்கும் பேச்சும் எழுத்துமே ஆணிவேர்கள் என்னும் பின்புலத்தில் அண்ணாவின் மேடைப் பேச்சுகளை ஒவ்வோர் இதழிலும் உரிய தலைப்புகள் தந்து வெளியிடுகிறார் அன்பழகன். தலைவர்களின் முழுச் சொற் பொழிவையும் இப்படி இதழ்களின் வாயிலாக வெளியிட்டு அவற்றுக்கு இன்னொரு பரிமாணம் தந்தவர்கள் தி.மு.க.வினர் என்பது குறிக்கத்தக்கது.

அண்ணாவின் மேடைப்பேச்சுகள் 'புதுவாழ்'வின் ஒவ்வோர் இதழிலும் இடம்பெறுகின்றன. "அந்த நாள்களிலே ஜீவாத்மா, பரமாத்மா தொடர்பு பற்றியோ கலம்பகத்துக்கும் அகவலுக்கும் பேதாபேதம் பற்றியோ பேச்சு நடைபெற்றதே அன்றி விற்பனை வரியின் விளைவுகள், விதவை மறுமணச் சட்டத்தின் அவசியம், விஞ்ஞானக் கல்லூரிக்கு மானியம் போன்ற பிரச்சினைகள் பேசவேண்டிய நிலையில்லை" என அந்நாளைய சடங்கு சம்பிரதாயப் பிரசங்கிகளை அண்ணா தமக்கே உரிய அங்கதம் பொங்க விமர்சிக்கும் பேச்சு முதலிதழில் இடம்பெறுகிறது. 31.12.47 அன்று சென்னை வானொலி நிலையத்தில் அண்ணா நிகழ்த்திய சொற்பொழிவின் மறுபிரசுரம் அது. 'இப்போது எல்லோரும் இந்நாட்டுமன்னர். இனி மக்கள் பிரச்சினை

களைப் பேசியாக வேண்டும்' எனத் தொடரும் அண்ணா ஜனநாயக உரிமைகளையும் சமூகப் பொறுப்புகளையும் அடுக்கு மொழியில் வலியுறுத்துகிறார்.

இப்படி முழுச் சொற்பொழிவுகளை இதழில் வெளியிடும் மரபு அன்பழகனின் இதழியல் கொள்கை. பின்னாளில் சொற் பொழிவுகளுக்கு நூலாடை அணிவிக்கும் மரபு காலத்தின் தேவையறிந்து பல்கிப்பெருகியது என எழிலரசு தமது கட்டுரை யில் குறிக்கிறார். கே.வி. ரெட்டி நாயுடு, எம். கிருஷ்ணன்நாயர், கா.சு. பிள்ளை போன்றவர்களின் அரிய சொற்பொழிவுகள் இத்தகைய மரபில்தான் நூல்வடிவம் பெற்றன எனவும் அவர் எடுத்துக்காட்டுகிறார்.

அடுத்து என்.எஸ். கிருஷ்ணனின் கட்டுரை. கலைகள் பற்றிய அக்கட்டுரையில் 'கலைமகள் ஏன் வெண்டாமரைப் பூவில் அமர்ந்திருப்பதாக ஓவியம் தீட்டுகிறார்கள்' எனக் கேள்வி எழுப்பி அதற்குப் பதிலும் சொல்கிறார் என்.எஸ்.கே. 'பரிசுத்த மான, பரந்த, கள்ளம் கபடமில்லாத மனத்தில்தான் கலைகள் பிறக்கின்றன' என்பது இதன் கருத்து என்பது என்.எஸ்.கே. தரும் விளக்கம். அடுத்து இராதாமணாளனின் சிறுகதை ஒன்று – 'புதுவெள்ளம்' என்பது தலைப்பு. மு. வரதராசன் எழுதிய 'அகநானூற்று ஓவியம்' என்னும் இலக்கியச் சித்திரம். கருணா (கருணானந்தம்), இரா. குழூஉத்தலைவன் இருவரின் கவிதை, அறிவழகன் கட்டுரை முதலிதழை அலங்கரிக்கின்றன.

ஒவ்வொரு பகுதிக்கும் ஆசிரியர் எழுதிய சிறுகுறிப்பு படைப்பையும் படைப்பாளியையும் விவரிப்பதாக அமைகிறது. முதலிதழில் அடுத்துக் குறிக்கத்தக்க அம்சம் வள்ளல் எழுதிய 'உலகச்சூழல்' கட்டுரை. இதில் திராவிடத் தன்னாட்சி ஏன் எதற்காக எப்படி என்னும் கோணங்கள் அலசப்படுகின்றன. முன்னட்டையில் பொங்கல் தொடர்பான ஒரு காட்சி. பின் னட்டையில் பாகவதர், பானுமதி, செருகளத்தூர் சாமா நடித்த 'ராஜமுக்தி' திரைப்பட விளம்பரம், ராஜமுக்திக்குப் புதுமைப் பித்தன் வசனம், பாபநாசம் சிவன் பாடல்கள், இயக்கம் ராஜா சந்திரசேகர்.

'புதுவாழ்வு' இரண்டாம் இதழில் (15 பிப்ரவரி 1948) பெரியார், என்.எஸ்.கே. வாழ்த்துச் செய்திகள். காந்தி படுகொலை குறித்து இரங்கல் செய்தி. 'நாதுராம் கோட்சே என்னும் 36 வயது மராத்தியப் பார்ப்பனனால் சுடப்பட்டு இறந்தார்' என்னும் குறிப்பு. பல்வேறு உலகத் தலைவர்கள் தேசத் தலைவர்கள் விடுத்த இரங்கல் செய்திகள் அடுத்தடுத்து இடம்பெறுகின்றன. தலையங்கம் காந்தியார் படுகொலையின் பின்னணியில் இந்தியா முழுவதும் நிகழ்ந்த இனக்கலவரங்களை வன்மையாகக் கண்டிக்

கிறது. வடநாட்டுக்கு வழிகாட்டவேண்டிய தமிழ்நாடு வட நாட்டைப் பின்பற்றும் கேவலத்தில் நெஞ்சம் நொந்து எழுதப் படுகிறது. 'காந்தி கொலையை அத்துடன் நிறுத்துங்கள் இனி அதற்காக சாந்திக் கொலைகள் வேண்டாம்' எனப் பெரியார் விடுத்த துயரச்செய்தி பிரசுரமாகிறது. பெரியார் தமது செய்தியில் இக்கொலைக்கு மதமும் வைதிகர்களும் தூண்டுகோல்களாக இருந்திருக்கலாம் எனக் குறிப்பிடுகிறார்.

தொடர்ந்து இராதாமணாளன் சிறுகதை ('உறைந்த ரத்தம்'), குழூஉத்தலைவனின் இலக்கியக் கட்டுரை ('ஒலிக்கும் சிலம்பு'). 'உரைகல்' என்னும் தலைப்பில் குட்டி விமர்சனங்கள் புதிய பகுதியாகத் தொடக்கம். இப்பகுதியில் நூல்கள் மட்டுமல்லாமல் தோழமைப் பத்திரிகைகள் குறித்தும் விமர்சனங்கள் வரையப் படுகின்றன. இன்றைய 'அக்கம் பக்கம்' போல் வெறும் தகவல் களாக இல்லாமல் பொறுப்புள்ள விமர்சனங்களாக அமை வதுடன் இயக்கத்தின் – கட்சியின் கட்டுக்கோப்பையும் இவை பறைசாற்றுகின்றன.

மூன்றாம் இதழில் (15 மார்ச் 48) கருப்புச்சட்டைப்படை மீதான தடையுத்தரவு குறித்துத் தலையங்கம் ('தீர்ப்புக்கூறுங்கள்'). 2.3.48 அன்று அரசின் தடையுத்தரவு பிறப்பிக்கப்படுகிறது. அண்ணா எழுதுகிறார். "கருஞ்சட்டைப்படை என்றொரு அமைப்பு இல்லை. பயிற்சி அணிவகுப்பு இல்லை. படையில் ஆட்களும் இல்லை. இல்லாத படையை இருக்கின்ற அரசாங்கம் தடைசெய்வது, தேவையற்ற சோதனை நடத்துவது ஏன்?" என அண்ணா கிண்டல் செய்கிறார். அன்றைய அமைச்சர் சுப்பராயன்கூடச் சென்னை வானொலியில் பேசும்போது இந்தத் தடையுத்தரவு தேவையில்லாத ஒன்று எனப் பேசியதை அண்ணா சுட்டிக்காட்டுகிறார். இல்லாத படைமீது அரசு தடை விதிக்கப்போக அப்படியொரு தடையுத்தரவு வந்து இரண்டொரு மாதங்கள் கழித்து நடைபெற்ற தூத்துக்குடி மாநாட்டில் (1948 மே 1, 2) திராவிடககழக நிர்வாகிகள், பிரசாரகர்கள், பேச்சாளர்கள் கருப்புச்சட்டை அணிய வேண்டும் எனத் தீர்மானம் போடப்படுகிறது. படை திரட்டியபிறகுதான் தடைவரும். திராவிடக் கழகத்தில் தடை வந்தபிறகுதான் அப்படியொரு படை திரட்டப்பட்டது என்பது தகவல்.

இன்னொரு தலையங்கம் எல்.டி. பட்டதாரிகளுக்கிணை யாகத் தமிழாசிரியர்களுக்கு ஊதியம் வழங்க வேண்டும் எனும் கோரிக்கையை வைக்கிறது. இத்தகைய நிலைப்பாடுகளே அன்றையதினம் இயக்கம் வளர அடிப்படையாக இருந்தன. அவிநாசிலிங்கம் செட்டியாரின் முயற்சியில் பெரியசாமித்தூரன் தலைமையில் கலைக்களஞ்சியம் இயற்றும் பணி தொடங்கியதும் அது குறித்து அன்பழகன் வரைந்த கட்டுரையில் முன்னோடி

யான அபிதான சிந்தாமணி சிங்காரவேலு முதலியாருக்குப் பாராட்டும் இன்றைய கலைக்களஞ்சியம் எப்படி அமைய வேண்டும் என்னும் பரிந்துரையும் ஒருசேர வழங்கப்படுகின்றன.

நான்காம் இதழில் (15 ஏப்ரல் 48) திராவிடர் கழகத் தூத்துக்குடி மாநாட்டுக்கான அழைப்பு. 'பண்டைத்தமிழர் திருமணத்தில் தாலி' என்னும் ஆய்வுக்கட்டுரை (எழிலன்) இடம்பெறுகின்றது. தூத்துக்குடி மாநாடு தாலிப் பிரச்சினை இரண்டும் இயக்கத்தின் வரலாற்றில் தனியிடம் பெறுபவை. அரசியல் மட்டத்திலும் சமூகப் பண்பாட்டு மட்டத்திலும் சமரசம் நடக்க இருக்கிறது என்பதை இவ்விரு பகுதிகள் முன்மொழிகின்றன எனலாம்.

தூத்துக்குடி மாநாட்டில் அண்ணா பங்கேற்கவில்லை. அவர் பெரியாருடன் மோத ஆரம்பிக்கும் கட்டம் அது. 'சமுதாயச் சீர்திருத்தம் மட்டுமே இலக்கு, நேரடி நாடாளுமன்ற நுழைவு சமரசங்களுக்கு வழி' என்னும் பெரியாரின் பாதை யிலிருந்து அண்ணா விலகத்தொடங்கும் கட்டம் அது. அண்ணா செய்துகொண்டது அரசியல் சமரசம். அந்தச் சமரசம் இயக்கத்தை உன்னத நிலைக்கு உயர்த்தியதும் உண்மை. அதனால் பல்வேறு சமரசங்கள் செய்துகொள்ள நேரிட்டுப் பகுத்தறிவுக் கொள்கைகள் மீது இயக்கத்தினருக்கு இருந்த பிடிப்பு தளர்ந்ததும் உண்மை.

தாலி என்பது தமிழர் பண்பாட்டில் கணவன் மனைவிக் குரிய பந்தத்தின் சின்னம் என்பது அண்மைக்கால நுழைவு என்பதே கழகங்களின் கருத்து. ஐம்படைத்தாலி என ஓர் அணிகலன் ஆண் குழந்தைகளுக்கு உண்டு. அதுகுறித்த சங்கச் செய்யுளும் உண்டு. அது வேறு. பிற்காலத்தில் நுழைந்த தாலி வேறு. இன்று தமிழர் திருமணத்தில் தாலி இன்றியமையாத சடங்குச் சின்னமாக நிலைபெற்று விட்டது. இத்தனைக்கும் ஆரியத் திருமணச் சடங்குகளிலும் சப்தபதிக்குத்தான் முக்கியத் துவமே தவிர தாலிக்கு அத்தனை முக்கியத்துவம் இல்லை. அப்படி இருக்க சீர்திருத்தத் திருமணங்களிலும் தாலியை விலக்க முடியவில்லை என்பது பண்பாட்டுச் சமரசம்.

'புதுவாழ்வு' நான்காம் இதழிலிருந்து நாரா. நாச்சியப்பன் தொடர்ந்து கவிதை வழங்குகிறார். இராதாமணாளன் தொடர் கதை ('பொற்சிலை') தொடக்கம். 'பொற்சிலை'யை மு. வரதராசன் தமது இலக்கிய வரலாற்றில் சிறப்பாகக் குறிப்பிடுகிறார் என்பது செய்தி. 'மொழிப்போர் வெல்க' என்னும் பாரதிதாசன் கவிதை. அதையடுத்து கருணா கவிதை. தலையங்கம் 'இன்பத் தமிழும் இந்துத்தானியும்' என்னும் தலைப்பில் இந்திக்குப் பொதுமொழி ஆகும் தகுதிகள் எதுவும் இல்லை எனத் தர்க்கம் செய்கிறது.

கட்சி இதழ்களின் தர்க்கவிதிகளுக்கொப்ப 'புதுவாழ்வு'ம் குறித்தகாலத்தில் வராமல் தள்ளாடத் தொடங்குகிறது. *9, 10* இதழ்களின் தொகுப்பாக நவம்பர் *48* இதழ் வெளிவருகிறது. 'ஈரோடு மாநாடு ஓர் எச்சரிக்கை' என்னும் தலையங்கத்தில், "சென்னை மாகாணப் பிரதமர் ஓமந்தூர் ராமசாமி ரெட்டியார் தமது ஒற்றர்களை நம்பாமல் கழகத்தின் செல்வாக்கை நேரடியாக அறிந்துணர்வதற்காக அவரே சென்னையிலிருந்து கோவை நகருக்குப் பயணமானார்" எனக் கிண்டலடிக்கும் வர்ணனை.

'களம் நோக்கிக் காளைகள்' என்னும் தலைப்பில் நெடுஞ்செழியனின் இந்தி எதிர்ப்புக் கட்டுரை ஒன்று. நெடுஞ்செழியன் அவருக்கே உரிய நையாண்டித்தமிழில் மாநாட்டுத் தீர்மானங்களைப் பட்டியலிடுகிறார் – அரசுக்கு எதிரான நமது செயல்முறை இதுதான் – மறியல், மறியலுக்குத்தடை போட்டால் தடைமீறல், கூட்டம், அதற்குத் தடையென்றால் தடைமீறல், கைது, அதற்குப் பணிதல், வழக்கு, அதனை எதிர்கொளல், எப்படியெனில் எதிர்வழக்காடாமல் இருத்தல், சிறை, ஏற்றுக்கொண்டு சிறையேகுதல், ஜாமீன், வெளியே வர மறுத்தல், அபராதம், கட்ட மறுத்தல், பிரதமர் கல்வியமைச்சர் ஆகியோருக்குத் தவறாமல் கருப்புக்கொடி காட்டுதல் என அவர் அடுக்கும் அழகே அழகு.

ஈரோட்டு மாநாட்டில் பெரியார், அண்ணா இருவரும் தற்காலிகமாகச் சமரசம் செய்துகொண்டார்கள். அண்ணா மாநாட்டுக்குத் தலைமை. அவர் கையில் பெட்டிச்சாவியைத் தருகிறேன் என்று பெரியார் பேசினார். சாவி என்கையில் வந்துவிட்டது என்பதற்காகத் தன்னிச்சையாக நடக்கமாட்டேன் பொறுப்போடுதான் நடப்பேன் என அண்ணா பதிலளித்தார். ஊர்வலத்தில் அண்ணாவை ரதத்தில் உட்காரவைத்து பெரியார் நடந்துவந்தார் என்று மலரும் நினைவுகளை அசைபோடுகிறார் ப. புகழேந்தி. ஆனாலும் அவர்களுக்குள் இந்த நெருக்கம் நீண்டநாள் நீடிக்கவில்லை என்பதும் *1949*இல் அண்ணா தாம் திட்டமிட்டபடி பிரிந்துபோய்த் தனிக்கட்சி ஆரம்பித்து விட்டார் என்பதும் வரலாறு.

அடுத்துவரும் 'புதுவாழ்வு' இதழ்களில் அண்ணா ('ஜெபமாலை' என்னும் சிறுகதை), அரங்கண்ணல் (ஐ.நா.சபை குறித்துக் கட்டுரை), மதியழகன் (கிரேக்க நாட்டின் கீர்த்தி பற்றிக் கட்டுரை), உமாமகேஸ்வரன் பிள்ளை (தமிழர் பெருமை பற்றிச் சொற்பொழிவு) இடம் பெறுகின்றன. தமிழ்ப்பித்தன், நா. ஜகந்நாதன் எழுதுகின்றனர். 'புதுவாழ்'வில் வெளிவந்த கட்டுரைகளில் புலவர் குழந்தையின் 'ராவண காவிய'த்தின் மீதான தடை, 'இரணியன்' இயக்கநாடகத்தின் மீதான தடை பற்றிய கண்டனக் கட்டுரைகள்

அதன் போர்க்குணத்தைச் சுட்டவல்லவை. அதேபோல் மதியழகன் அண்ணாமலைப் பல்கலையில் பயின்றபோது கலவரம் செய்தார் எனக் காரணம்காட்டி பி.ஏ. தேர்வெழுதக் கூடாது எனத் தடையாணை விதிக்கப்பட்டபோதும் 'புதுவாழ்வு' உரிமைக்குரல் எழுப்பியது.

மேலைநாட்டு அறிஞர்கள், சிந்தனையாளர்கள் படைப்புகளைத் திராவிட இயக்க இதழ்கள் தமிழுக்கு அறிமுகம் செய்வதில் சளைத்ததில்லை. 'புதுவாழ்வு'ம் தனது பங்குக்கு பேகன், க்யூரி, ஜான் பிரவுன், கலிலியோ, வால்டேர், ரூசோ ஆகியோரைத் தமிழுக்கு வரவு வைத்தது. நூல்கள், இதழ்கள் ஆகியவற்றை விமர்சித்த 'புதுவாழ்வு' திரைப்பட விமர்சனத்தில் இறங்கவில்லை. சிட்டாடல் 'ஞானசவுந்தரி'க்கு மட்டும் (டி.ஆர். மகாலிங்கம், எம்.வி. ராஜம்மா நடித்தது) ஒரு சின்னஞ் சிறு விமர்சனம் எழுதியுள்ளது என்பது செய்தி. சரியாக ஓராண்டே நிறைவுற்ற நிலையில் 'புதுவாழ்வு' அற்பாயுளில் 1949 ஜனவரியோடு முடிந்துபோகிறது. அன்பழகனின் 'புதுவாழ்வு' பெயரிலேயே 1949 அக்டோபர் வாக்கில் ஈ.வே.கி சம்பத் நிர்வாக ஆசிரியராக நின்று இரண்டாம் 'புதுவாழ்வு' தொடங்கினார். அதற்கு அன்பழகனே ஆசிரியர். பூ. கணேசன், இரா. செழியன், ப.வாணன், மதியழகன் ஆகியோர் அடங்கிய ஆசிரியர் குழு இதனைக் கவனித்துக்கொண்டது அதுவும் அகால மரணமடைந்தது என்னும் தகவல்களும் பதிவு செய்யப் படவேண்டியவை.

"அவரது பேச்சில் கனிவிருக்கும். குழைவிருக்காது. தெளி விருக்கும். நெளிவிருக்காது" என அன்பழகனின் சொல்லாற்றலை அண்ணா வெகு அழகாக வர்ணித்திருக்கிறார். அந்த வர்ணனை அன்பழகனின் செயல்மரபுக்கும் ஒருசொல் பன்மொழியாக அப்படியே பொருந்துவதாகும். அன்பழகன் அமைதியானவர். எந்நிலையிலும் நிதானம் தவறாதவர். ஆழமானவர். அதே சமயம் எளிமையானவர். பொதுவாழ்வுக்கு வந்தபோது எப்படி வந்தாரோ அப்படியே அணுவளவும் மாறாமல் கொள்கைகளை எக்காரணம் கொண்டும் விட்டுக்கொடுக்காமல் பிடிவாதமாக வாழ்பவர். கொள்கைச் சமரசம் என்பது அவருடைய பொதுவாழ்வில் இல்லை.

ஒருமுறை எம்.ஜி.ஆர்., "எங்கள் கட்சியில் ஒரு நாற்காலி அன்பழகனுக்காகக் காத்திருக்கிறது. அவர் ஒருவரைத் தவிர நான் நினைத்த எல்லோரும் எங்களிடம் வந்துவிட்டார்கள், அவர் மட்டும்தான் வரவேண்டும்" எனப் பேசினார். தூதுகள் வந்தன. ஆனால் அன்பழகன் மாறவில்லை, மசியவில்லை. சுருங்கச் சொன்னால் அரசியல்வாதிகளில் ஒரு விதிவிலக்காக

விளங்குபவர் அன்பழகன். பொதுவாழ்வு எப்படியோ அப்படியே 'புதுவாழ்வு'ம் அவரை உரித்துக்கொண்டே பிறந்தது. அவரது சாயலிலேயே நடந்தது. அவரை இதழாளர் எனச் சரியான முறையில் தமிழுலகுக்கு எடுத்தும் காட்டியது.

செப்டம்பர் 16 – 30, 2006

சி. மணி

சி. மணி (1936)

சேலம் அம்மாபேட்டையில் சித்தையா செட்டியார் – அமராவதி அம்மாள் தம்பதியினருக்கு 3.10.1936இல் பிறந்தவர் சி.மணி (இயற்பெயர் பழனிச்சாமி). ஆங்கில இலக்கியம் படித்து ஆசிரியர் பயிற்சி முடித்து செகந்திரா பாத்தில் சிறப்புப்பயிற்சி பெற்று குமாரபாளையத்தில் பணிபுரிந்தார். சங்க இலக்கியத்திலும் அவருக்கு நல்ல புலமை உண்டு. இப்படி ஓர் அரிய சேர்க்கையுள்ள மணி பத்திரிகை நடத்த வேண்டும், பதிப்பகம் வைக்க வேண்டும் என்பதற்காக வேலையை விட்டுவிட்டு இதழியலுக்கு வந்தார். மணியின் குடும்பம் திராவிட இயக்கத்தோடு தொடர்புடைய பெருந்தனக்காரக் குடும்பம். பொதுநிகழ்வு களுக்கு வரும்போது அவரது குடும்பவீட்டில் பெரியார் இளைப்பாறிச் செல்வதுண்டு. 'நடை'யைத் தொடர்ந்து சேலத்தில் ஒரு பெரிய சிற்றிதழ்ப்புரட்சியே ஏற்பட்டது.

நடை

இலக்கியத்துக்கு மட்டுமே 'எழுத்து' என்று உரத்த குரலில் சி.சு. செல்லப்பா இயங்கிவந்த காலத்தில் ஓவியம், கலை, நாடகம் என்னும் பன்முகத் தன்மையுடன் சிற்றிதழின் தளத்தை விரிவுபடுத்தினார் சி. மணி. அவரது உருவாக்கம் 'நடை' எனப் பிரகடனம் செய்கிறது 'நடை இதழ்த்தொகுப்பு' (சந்தியா பதிப்பக வெளியீடு). 'நடை' தொகுப்பின் முன்னுரையில் கி.அ. சச்சிதானந்தம் தற்கால இலக்கியத்தைச் செழுமை செய்த இதழ்கள் 'மணிக்கொடி', 'சக்தி', 'கலைமகள்', 'பொன்னி', 'சிந்தனை', 'பிரசண்ட விகடன்', 'திராவிடநாடு', 'சரஸ்வதி', 'கல்கி' எனப் புறநோக்கு நேர்மையுடன் எல்லா நீரோட்டங்களுக்கும் உரிய மதிப்பளித்து ஒரு பட்டியல் தருகிறார். சிற்றேடு எனும் இலக்கணத்துக்கு 'எழுத்து'தான் முன்னோடி என்று ஒரு முத்தாய்ப்பும் வழங்குகிறார்.

'எழுத்'தின் தொடர்ச்சிதான் 'நடை.' செல்லப்பாவின் பிடிவாதம் 'நடை'யில் முடிந்தது. எழுத்தின் தளத்தை விரிவாக்க வேண்டும் என அதனை இலக்கியத்துக்கு அப்பாலும் கொண்டு செல்ல சி. மணி (இயற்பெயர் பழனிச்சாமி) முனைந்தார். நண்பர்கள் க.நா. சுப்ரமண்யம், சமீக்ஷா கோவிந்தன், வி.து. சீனிவாசன், ந. முத்துசாமி, வெங்கட் சாமிநாதன், கி.அ. சச்சிதானந்தம் ஆகியோருக்கும் இதே எண்ணம் இருந்தது. அறுபதுகளில் பிக்காசோவின் ஓவியப்புரட்சி பிரபலமாக இருந்தது. அதன் தாக்கமும் கலை, கைவினைக் கல்லூரியில் *(School of Arts and Crafts)* முதல்வராக இருந்த கே.சி.எஸ். பணிக்கரின் ஆளுமையில் உருவான ஓவியக் கலைஉணர்வும் 'நடை'யின் பிதாமகர்களை ஒன்று சேர்த்தது. 'நடை' பிறந்தது.

'நடை'யில் என்னென்ன வரவேண்டும் என முடிவு செய்ய அமெரிக்கத் தூதரகத்திற்கு எதிரில் உள்ள டிரைவ்

இன் ஓட்டலில் நண்பர்கள் கூடிப்பேசினர். செல்லப்பாவுக்குத் தெரிவிக்காமல் கூட்டப்பெற்ற இக்கூட்டத்தில் செல்லப்பாவும் எதேச்சையாக வந்து கலந்துகொண்டார் என்பது முரண்நகை. 'நடை' வந்ததில் அவருக்கு வருத்தம்தான் என்றும் ஆனாலும் அதை விமர்சித்தும் பாராட்டியும் எழுத்தில் எழுதிவந்தார் என்றும் சச்சிதானந்தம் குறிப்பிடுகிறார். சச்சிதானந்தம்தான் மணியையும் முத்துசாமியையும் மாடர்ன் ஆர்ட் மண்ணாங் கட்டி என்று சொல்லிக் கெடுத்துவிட்டார் என்பது செல்லப்பா வின் கருத்து. அதை வாழ்நாள் இறுதிவரை அவர் மாற்றிக் கொள்ளவே இல்லை.

'நடை'யின் தோற்றத்தைப் பற்றி ந. முத்துசாமி சொல்கிறார்: "சி. மணி, சீனிவாசன், வெங்கடேசன், கிருஷ்ணசாமி ஆகிய நால்வரும் நானும் (பெரும்பாலோர் அண்ணாமலைப் பல்கலைக் கழக நண்பர்கள்) குமாரபாளையத்தில் பவானி – காவேரி சங்கமப் படித்துறையில் உட்கார்ந்து செய்த முடிவின்படி 'நடை'க்கு நாமகரணம் செய்யப்பட்டது. 'எழுத்து'தான் எங்களுக்கு முன்னோடி – 'எழுத்'தைத் தொடர்ந்து 'நடை' என்னும் பெயர் பொருத்தமாகத் தோன்றியது."

எழுத்துக்காக நிதிதிரட்ட கோபாலியின் நாடகத்தை மியூசியம் தியேட்டரில் போட்டோம். அது தோல்வியில் முடிந்தது. செல்லப்பா எங்களை விமர்சனம் செய்தார். உணர்வில் ஒரு பிளவு ஏற்பட்டது. அடுத்து எழுத்தின் உள்ளடக்கத்தை விரிவு செய்ய அவர் ஒப்பவில்லை. வெங்கட் சாமிநாதன், தருமு சிவராமு, சி. மணி ஆகியோரின் விரிவாக்க எண்ணங்களுக்குச் செல்லப்பா வழிவிடவில்லை. இதழ் வெளியாகும் தறுவாயில் எதை ஏற்பது, எதை விலக்குவது என இறுதி முடிவெடுக்க வேண்டிவரும். களத்தில் இருப்பவர்கள் அத்தகைய முடிவுகளை எடுப்பதைத் தவிர்க்கவும் முடியாது. அப்படி எடுத்த முடிவுகளை மற்றவர்கள் குறைகூறினார்கள். இவ்விதமாக 'எழுத்து' குழுவில் பிளவுகள் கிளைவிட்டன. 'நடை' தொடங்கியது அவற்றின் விளைவாகத்தான்.

"ஆங்கில இலக்கியம் படித்த சி. மணி ஆசிரியர் பயிற்சி முடித்து செகந்திராபாத்தில் சிறப்புப்பயிற்சி பெற்று குமார பாளையத்தில் பணிபுரிந்தார். சங்க இலக்கியத்திலும் அவருக்கு நல்ல புலமை இருந்தது. இப்படி ஓர் அரிய சேர்க்கையுள்ள மணி பத்திரிகை நடத்த வேண்டும், பதிப்பகம் வைக்க வேண்டும் என்பதற்காக வேலையை விட்டுவிட்டு இதழியலுக்கு வந்தார். தத்துவம் படித்த விது. சீனிவாசன் எங்கள் குழுவின் சிந்தனை களுக்கு முன்னோடியாக அமைந்தார். நாங்கள் ஒன்றிணைந்து 'நடை'யை உருவாக்கி உழைத்து 'நடை'யை நடக்கவைத்தோம்" என்கிறார் முத்துசாமி.

மணியின் குடும்பத்தைப் பற்றி இங்கே சில சொற்கள். அவரது குடும்பம் திராவிட இயக்கத்தோடு தொடர்புடைய பெருந்தனக்காரக் குடும்பம். பொதுநிகழ்வுகளுக்கு வரும்போது அவரது குடும்பவீட்டில் பெரியார் இளைப்பாறிச் செல்வதுண்டு என்பது சிபிச்செல்வன் தரும் செய்தி.

அக்டோபர் 1968இல் எழுத்திற்குச் சவாலாக 3 ரூபாய் சந்தாவுடன் சேலத்தில் அச்சாகி வீர்யமாக வெளிவந்த 'நடை' எட்டு இதழ்களுக்கு மேல் (காலாண்டிதழ், இரண்டு வருடம்) அதாவது ஜூலை 1970க்குமேல் தாக்குப்பிடிக்கவில்லை என்பது சோகம். நிதிப்பற்றாக்குறைதான் காரணம். 300 சந்தாக்கள் ஆரம்பத்தில் இருந்தன. அவர்களையும் தக்கவைத்துக்கொள்ள முடியவில்லை. மணி மட்டுமே நிதிநிலைமையைக் கவனித்துக் கொண்டார். மற்றவர்கள் விஷயதானம் செய்தார்கள். 'நடை'யைத் தொடர்ந்து சேலத்தில் ஒரு பெரிய சிற்றிதழ்ப் புரட்சியே ஏற் பட்டது. சென்னையில் அதன் வீச்சும் வெப்பமும் அதிகபட்சமாக உணரப்பட்டன.

"நடை நின்றுபோனதற்கு வேறு காரணங்களும் உண்டு. 'எழுத்து' நுழையாத தளங்களுக்குள் 'நடை' நுழைந்தது. ஆனால் அதைத் தொடர்ந்து நிலைநிறுத்திக்கொள்ளும் வல்லமை 'நடை'க்கு இல்லை. வணிகப் பத்திரிகைகள் தமக்கென்று ஒரு வடிவம் மற்றும் உள்ளடக்க இறுக்கத்தை வரையறுத்துக் கொண்டு செயல்படுவதுபோல் சிற்றிதழுக்கான பரந்துபட்டதும் கலைத் தன்மை சிதையாததுமான ஒரு மாதிரியை வரித்துக்கொள்ள 'நடை'யால் முடியவில்லை. நவீன ஓவியத்தின்மேல் ஈடுபாடு இருந்த அளவு அதனை எப்படி இதழின் ஆன்மாவாக வார்த்துக் கொள்ள வேண்டும் எனும் திறமையும் சரிவரக் கைகூடவில்லை. இறுதிக்காலத்தில் 'நடை'க்குப் பொருத்தமான படைப்புகள் வருவதும் குறைந்துவிட்டது. அந்த இடைவெளியை இட்டு நிரப்பத்தான் 'கசடதபற' புறப்பட்டது" என்பது ஞானக்கூத்தன் கருத்து.

'எழுத்து' செல்லப்பாவோடு ஒப்பிட்டால் 'நடை'யின் பிதாமகர்கள் இளையவர்கள். செல்லப்பா 10 ஆண்டுகள் 'எழுத்'தைக் கொண்டுவந்தார். 'நடை' ஒரு காலாண்டிதழ். எட்டே இதழ்களோடு கண்ணை மூடிவிட்டது. இதற்குக் காரணம் செல்லப்பா 24 மணிநேர எழுத்தாளராக இருந்தார். 'நடை'க்காரர் கள் அப்படி இல்லை. செல்லப்பாவின் தன்முனைப்பும் செய லூக்கமும் 'நடை'க்காரர்களிடம் குறைவுதான். ஆனால் எழுத் துக்காக நல்ல வருமானம் தரும் வேலையை விட்டுவிட்டு வந்தவர்களாக அவர்கள் இருந்தார்கள். அப்படியிருந்தும் அவர் கள் லட்சியம் அற்பாயுளில் மரணித்துவிட்டது என்கிறார் சச்சிதானந்தம்.

'நடை'யின் சிருஷ்டிகர்த்தாக்களைப் பற்றிய ஐராவதம் சாமிநாதனின் அலசல் கொஞ்சம் அதிரடியாக அமைகிறது. அவர் சொல்கிறார்: "எழுத்தில் எழுதிக்கொண்டிருந்தவர்களே செல்லப்பாவுக்கு எதிராகத் திரண்டு 'நடை'யைக் கொண்டு வந்தார்கள். செல்லப்பாவின் இலக்கியப் பத்தாம்பசலித்தனம் பிடிக்காமல் போனதால் அவருக்குப் பழைமை விரும்பி என முத்திரை குத்திவிட்டு தங்கள் கடையை விரித்தார்கள். அவர்களுக்கு வெங்கட் சாமிநாதன் பின்னணி. அவரை மூளை என்றும் சொல்லலாம்.

"மேலை கீழைத்தத்துவங்களில் திளைத்திருந்த வி.து. சீனிவாசன் அவர்களில் சிறந்த அறிஞர். மற்றவர்களைவிட அதிகம் படித்தவர். அப்படிப்பட்டவர் எல்லோருக்கும் திசைகாட்டி அல்லது வழிகாட்டி என்கிற அளவிலேயே – அதாவது பின்னணியிலேயே இருந்து – மறைந்துவிட்டார். அவருக்கு விளம்பரமே இல்லாமல் போய்விட்டது. சி. மணி இலக்கியம் கற்ற மேதை. அவர் பாட்டுக்கு இலக்கியவிசாரம் பண்ணிக்கொண்டிருப்பார். மற்றவர்கள் நவீனமானவர்கள். 'நடை' இவ்வளவுதான்."

'நடை' அற்பாயுளில் முடிந்துபோனாலும் 'நடை'யின் படைப்புகள் சிரஞ்சீவித்தன்மை வாய்ந்தவை. அதன் படைப்பாளிகளும் தடம் பதித்தவர்கள். சி. மணி, ஞானக்கூத்தன், எஸ். வைத்தீஸ்வரன், நகுலன், கி.அ. சச்சிதானந்தம், தி.சோ. வேணுகோபாலன், பிரேமில் பானுசந்திரன், கோ. ராஜாராம், நாச்சிமுத்து, சி. சத்தியமூர்த்தி, ந. மகாகணபதி, சண்முக சுப்பையா, இரா. அருள், சிவம், சிவா, ஏ. இக்பால், கோவலன், தமிழன்பன் ஆகியோர் கவிதை; ந. முத்துசாமி, ப. சாமி, நீல. பத்மநாபன், ஐராவதம், வ.ரா. கார்த்திகேயன், அசோகமித்திரன், அருள், மா. தட்சிணாமூர்த்தி, நா. கிருஷ்ணமூர்த்தி, ராமகிருஷ்ணன், இந்துமதி சுகுமாரன், கி.அ. சச்சிதானந்தம் ஆகியோர் கதை; ந. முத்துசாமி, ஓலூலு நாடகங்கள்; வி.து. சீனிவாசன், இரா. அருள், கண்ணன், செல்வம், வ. ஞானசுந்தரம், வெ. சாமிநாதன், கி.அ. சச்சிதானந்தம், க.நா. சுப்ரமண்யம், ஏ. இக்பால் ஆகியோர் கட்டுரை; செல்வம், வே. மாலி, பியர்லூயி, நகுலன், மா. தட்சிணாமூர்த்தி, கே.ஜி. சுப்ரமணியம் மொழிபெயர்ப்புகள்; வி. து. சீனிவாசன், வே. சபாநாயகம், கண்ணன், தெஹல்வி, மு.ப, சாரதி, கி.அ. சச்சிதானந்தம், மகாபலி, பாலாஜி, பு. கன்னியப்பன், மதுரராமன், வெ. சாமிநாதன், ஓலூலு, க.நா.சு., கி. ஆசம், ராமகிருஷ்ணன், ஞானக்கூத்தன் ஆகியோர் மதிப்புரை எழுதினார்கள்.

ஒருவர் பெயரும் விடுபடக் கூடாது. அத்தனை பேரின் படைப்புகளும் ஒவ்வொரு வகையில் தனித்துவம் வாய்ந்தவை. தமிழுக்குப் புதியவை. அலங்காரம் ஆரவாரம் பிரசாரம் துருத்திக்

கொண்டு நில்லாமல் அடக்கிவாசிக்கப்பட்ட நடையில் அமைந்தவை. அத்துடன் எழுத்தெண்ணி வாசிக்க வைப்பவை. எவ்வகைக் கட்டுப்பாடுகளுக்கும் இலக்கியத்தை உட்படுத்தாமல் விட்டுவிடுதலையாகி நிற்பவை. சுருங்கச் சொன்னால் மனித மனத்தின் அம்மணத்தில் அழகு காண்பவை. இந்திய மனம் அதுவும் குறிப்பாகத் தமிழ்மனம் இருக்கிறதே அதைப் போல் ஹிப்போக்ரிடிக் மனம் உலகில் எங்கேயும் காணக்கிடைக்காது என்பதால் 'நடை'யின் நடையுடை பாவனைகள் கலாசார அதிர்வுகளை இயல்பாகவே ஏற்படுத்தின.

வே. மாலி, ஓலூலு, செல்வம் எனப் பல புனைபெயர்களில் பல தளங்களில் சி. மணி எழுதினார். கவிதைகளுக்கு சி. மணி, வே. மாலி என்னும் இருபெயர்களையும் பயன்படுத்தினார். இவ்விரு பெயர்களும் ஒருவருடையவை என்பது க.நா.சு.வுக்கும் சுந்தர ராமசாமிக்கும் கூடத் தெரியாமல் இருந்தது மணியின் பன்முகப்படைப்பாற்றலின் வெற்றி என சிபிச்செல்வன் கூறு கிறார். மணிக்கு ஆங்கில இலக்கியம், தமிழிலக்கியம் இரண்டிலும் நல்ல புலமை உண்டு. ஓலூலூ என்னும் பெயரில் அவர் எழுதிய அலசல் நாடகம் படு ஆபாசம் – அதைப் பிரசுரிப்பதை ஏற்க முடியாது என்று அச்சக உரிமையாளர் முரண்டுபிடித்தார் என்பது செய்தி.

"புதுக்கவிதையின் யாப்புமீறல்கள் அத்தனைக்கும் பழம் பெரும் இலக்கண நூல்களில் விதி அமைதி இருப்பதை ஒரு புத்தக இணைப்பாகவே வழங்கியவர் சி. மணி. 'செல்வம்' என்னும் புனைபெயரில் அவ்விணைப்பு வெளிவந்தது. பண்டிதர்கள் எவரும் அதற்கு இதுவரை மறுப்பு எழுதவில்லை. 'நடை'யின் வாயிலாகத்தான் ஞானக்கூத்தனின் குரல் கேட்கத் தொடங்கியது. அக்குரல் எனக்கு உற்சாகமாக இருந்தது. கூத்துப்பட்டறை முத்துசாமி 'நடை'யில் 'காலம்காலமாய்' என்னும் நவீன நாடகம எழுதினார். தமிழில் நவீன நாடகத் தொடக்கம் 'நடை'யில்தான் ஏற்பட்டது" என்கிறார் வெங்கட் சாமிநாதன். வெ.சா. தெஹெல்வி என்னும் புனைபெயரிலும் விமர்சனங்கள் எழுதினார். அதேபோல் கி.அ. சச்சிதானந்தம் கி. ஆசம் என்னும் பெயரில் மதிப்புரைகள் எழுதினார்.

நவீன ஓவியர்கள் தாமோதரன், தட்சிணாமூர்த்தி, ஆதிமூலம், பாஸ்கரன், சூரியமூர்த்தி, பாரிஸ் விஸ்வநாதன், அச்சுதன் கூடலூர் ஆகியோர் 'நடை'யில் பங்களிப்பு செய்தார்கள். காந்தி நூற்றாண்டை ஒட்டி பல்கலைக்கழக மண்டபத்தில் ஆதிமூலம் நிகழ்த்திய ஓவியக் கண்காட்சியை நெடுஞ்செழியன் திறந்து வைத்தார். ஆதிமூலத்தின் காந்தி கோட்டோவியங்கள் 'நடை'யில் வெளியிடப்பட்டன.

புதுக்கவிதை, சிறுகதை, விமர்சனம், மொழியாக்கம், நாடகம், ஓவியம் எனப் பல தளங்களில் சிறகு விரித்த 'நடை'யிலிருந்து மாதிரிக்குச் சில வரிகள்:

சி. மணியின் அங்கதக் கவிதை ஒன்று—

பாதி கிணறு தாண்டும் பண்புதான்
இப்படிப் பண்பாடு போற்றல்

தாண்டும் துணிச்சலைக் காட்டும்போதே
தாண்டும் வெறுப்பைக்காட்டும் பண்பு

ஞானக்கூத்தனின் அமிலக் கவிதை ஒன்று—

சமூகம் கெட்டுப்போய்விட்டதாடா – சரி
சோடாப்புட்டிகள் உடைக்கலாம் வாடா

கூடலின் ரகசியம் பற்றி வைத்தீஸ்வரன்—

சுயநலங்கள் இரண்டு கைகோத்துக்கலந்து
பொதுநலமென்று புரண்டுசொல்லும் பொய்.

'நடை'யின் சிறுகதைகள் உணர்வுகளின் சிலிர்ப்பாகவும் தெறிப்பாகவும் அமைந்தன. நா. கிருஷ்ணமூர்த்தி, ('ஓர் இரவின் பிற்பகுதியில்') ந. முத்துசாமி, ('நடப்பு'), எஸ். ராமகிருஷ்ணன், ('பின்கட்டு'), ஐராவதம் சாமிநாதன் ('ஒருவேளை') மா. தட்சிணா மூர்த்தி, ('நிழல்கள்') ல.சா. கார்த்திகேயன் ('பிணைப்பு'), ப. சாமி ('தீக்கை'), இந்துமதி சுகுமாரன் ('ஊரல்'), கி.அ. சச்சிதானந்தம் (மறுநாள் வந்துகொண்டிருந்தது) குறிப்பிட்டுச்சொல்லப்பட வேண்டியவை. பாலுணர்வின் உன்னதமான பின்னல்களில் சிக்கித்தவித்துப் பேதலிக்கும் மனிதமனங்களைப் புரிதலுடன் வருடிக்கொடுப்பவை. அவை மூத்த தலைமுறையைச் சேர்ந்த கு.ப.ரா., தி. ஜானகிராமன், எம்.வி. வெங்கட்ராம் கதைகளுக்கு எவ்விதத்திலும் இளைத்தவை அல்ல.

'நடை'யில் கைலாசபதியின் 'தமிழ்நாவல் இலக்கிய'த்தை வெகு தீவிரமாக விமர்சித்து வெங்கட் சாமிநாதன் எழுதிய நெடிய கட்டுரை பெரிய அளவில் சர்ச்சையைக் கிளப்பியது. வெ. சாமிநாதனின் விமர்சனத்தில் அமிலத்தன்மை அதிகமாகவே இருக்கும். புதுக்கவிதையையும், நவீனத்துவத்தையும் விமர்சித்து வந்த முற்போக்கு முகாம் 'எழுத்து', 'நடை' இரண்டுக்கும் எதிரும் புதிருமாகவே நின்றது. வெங்கட் சாமிநாதனின் கட்டுரை நிலைமையை மேலும் சீண்டிவிட்டது. அதன் விளைவாகச் சிதம்பர ரகுநாதன், நா. வானமாமலை, தி.க. சிவசங்கரன் ஆகியோர் 'எழுத்து', 'நடை' இரண்டையும் அவர்களின் நவீனத் துவப் படைப்புகளையும் பாசறை அமைத்து எதிர்த்தார்கள். காலவெள்ளத்தில் எவ்வளவோ நுங்கு நுரைகள்.

வெங்கட் சாமிநாதன் தமது கட்டுரையில் சோஷலிச யதார்த்தவாதம் பற்றித் தெரிவித்த கருத்து பரிசீலனைக்கும் விவாதத்துக்கும் உரியது என்பதால் அப்பகுதியை இங்கே மேற் கோள் தரலாம்: "சோஷலிச யதார்த்தவாதம் மார்க்சின் படைப்பும் அல்ல. இலக்கிய நோக்கும் அல்ல. ஒரு யதேச்சாதி காரம் தன்னைப் பலப்படுத்திக்கொள்ள சிருஷ்டித்துக்கொண்ட பிரசாரக் கருவி. அப்பிரசாரக் கருவியின் மூலகர்த்தா இலக்கிய விவகாரங்களில் ஒரு நிரட்சரக்குட்சியாக இருந்ததுதான் அதனில் கட்டுண்டு கிடக்கும் இழிநிலைக்குக் காரணம்."

கி.அ. சச்சிதானந்தம் 'மண்ணில் தெரியுது வானம்' நாவலுக்கு எழுதிய விமர்சனமும் பெருத்த கண்டனத்துக்குள்ளானது. காந்தியம் என்னும் இசத்தையே அவர் கேள்விக்குள்ளாக்கினார். அப்படி ஓர் இசம் இருப்பதாக ஆய்வு செய்வதும் வாதாடுவதும் அசட்டுத்தனம் என்றார். "காந்தி ஓர் பேராற்றல் என்பது வியப்புக்குரிய வரலாற்று உண்மை. அதற்கு மதிப்பு மரியாதை உண்டு. ஆனால் மாறிக்கொண்டே இருக்கும் உலகின் போக்குக்கு காந்தியம் – அப்படி ஒன்று இருப்பதை ஒப்புக்கொண்டாலும் – ஈடு கொடுக்க முடியும் என நம்புவது அறிவுக்கு முரண்பட்டது – நம்மை நாமே ஏமாற்றிக்கொள்ளும் செயல்" என்று சச்சிதானந்தம் வாதிட்டார். அவரது வாதம் விஞ்ஞானபூர்வமானது. எல்லா இசங்களுக்கும் அது பொருந்தும்.

ஆக 'நடை' எட்டே இதழ்களோடு நின்றுபோனாலும் இப்படி ஏராளமான சிந்தனைக் கீற்றுகளை வீசிவிட்டுத்தான் ஓய்ந்தது என்பது பதிவுசெய்யப்படவேண்டிய உண்மையாகும்.

நவம்பர் 1 – 15, 2007

ச. செந்தில்நாதன்

ச. செந்தில்நாதன் (1943)

2.10.1943 அன்று நாகப்பட்டினம் வாய்மேட்டில் டாக்டர் வி. சண்முகநாதன் – பவானியம்மாள் தம்பதியினருக்கு மகனாய்ப் பிறந்த செந்தில்நாதன் விரல்விட்டு எண்ணக் கூடிய இடதுசாரிக் கலை இலக்கியத் திறனாய்வாளர்களில் ஒருவர். கைலாசபதி, சிவத்தம்பி, நுஹ்மான், வல்லிக் கண்ணன், தி.க.சிவசங்கரன், தொ.மு.சி. ரகுநாதன், தோதாத்ரி என்னும் வரிசையில் வருபவர். வழக்குரை ஞராகப் பணிபுரியும் செந்தில்நாதன், கம்யூனிஸ்ட் இயக்கம் பண்பாட்டுத் துறையைச் சரிவரக் கையில் எடுக்காத காரணத் தாலும் வெறும் தொழிற்சங்க அரசியலில் மூழ்கிய அடிப் படையிலும்தான் இன்றளவும் அதன் வீச்சு விரிவடையாமல் தேங்கிநிற்கின்றது என்று சுயவிமர்சனம் செய்துகொள்பவர்.

சிகரம்

இந்தியக் கம்யூனிஸ்ட் கட்சியின் அதிகாரபூர்வமான கலை இலக்கிய இதழாகத் 'தாமரை' வந்துகொண்டிருந்த போதே விஜயபாஸ்கரன் 'சரஸ்வதி'யைக் கொண்டுவந்தார். அதனால் 'சரஸ்வதி'க்குப் பல அல்லல்கள் ஏற்பட்டன. அதேபோல் மார்க்சிஸ்ட் கம்யூனிஸ்ட் கட்சியின் 'செம்மல'ரால் செந்தில்நாதன் கொண்டுவந்த 'சிகர'த் திற்கும் சோதனைகள் தோன்றின. தொடக்க காலத்தில் பி.ஆர். பரமேஸ்வரன் 'சிகரம்' விற்பனைக்குத் தடையாக நின்றார். கட்சி அலுவலகத்தில் விற்பனை கூடாது என்றார். சில மாவட்டங்களில் கட்சியின் எதிர்ப்பும் இருந்தது. 'செம்மலர்' இருக்கும்போது 'சிகரம்' எதற்கு என்பது கேள்வி. பொதுத்துறைக்கு வாதாடும் இடதுசாரிக் கட்சி களிலேயே இப்படி இலக்கியத்தில் பொதுத்துறை – தனியார் துறைப்போட்டி நடந்தது சுவையானதுதான். அதனால் இலக்கியமும் மொழியும் இரட்டிப்பாய்ப் பலனடைந்தன.

இந்தியக் கம்யூனிஸ்ட் கட்சியும் மார்க்சிஸ்ட் கம்யூனிஸ்ட் கட்சியும் அன்று அரசியலில் மட்டுமன்றி இலக்கிய மேடையிலும் மோதிக்கொண்டிருந்தன. கலை இலக்கியப் பெருமன்றமும் மக்கள் எழுத்தாளர் சங்கமும் அவ்விரு கட்சிகளின் சார்பாக எதிரும் புதிருமாக நின்றன. செந்தில்நாதன் அச்சமயம் எழுதிய விமர்சனங்களால் தொ.மு.சி. ரகுநாதனுக்கும் தி.க. சிவசங்கரனுக்கும்கூட உரசல் வந்தது. ஜெயகாந்தனுக்காக வாதாட வந்த ஆர்.கே. கண்ணன் செந்தில்நாதனின் பேனாவால் குத்திக் குதறப்பட்டார். அவையெல்லாம் காலத்தின் கோலங்கள். காலமும் நிகழ்வுகளும் இரு கட்சிகளையும் ஓரணியில் கொண்டுவந்து நிறுத்தியுள்ளன. இடையில் நிகழ்ந்த கருத்து மற்றும் எழுத்து மோதல்களின் கசப்பு கரைந்து போய் வெறும் வரலாறாய் நிற்கின்றது.

1975 ஜூலை முதல் தேதியன்று 'சிகரம்' (மாதம் ஒருமுறை) முதல் இதழ் வெளிவந்தது. வெளியீட்டுவிழா சிந்தாதிரிப்பேட்டை சிம்சன் தொழிற்சங்கக் கட்டடத்தில் ஜூன் 26இல் நடந்தது. வி.பி. சிந்தன், பி.ஆர். பரமேஸ்வரன் கலந்து கொண்டார்கள். தி.க. சிவசங்கரன், இளவேனில், என்.ஆர். தாசன் மூவருடன் கலந்து ஆலோசித்ததில் கிடைத்த பெயர் 'சிகரம்'. சிகரத்தின் உயிர்நாடியாகச் செயல்பட்டவர்கள் காலவரிசையில் இள வேனில், வைகறைவாணன், பாரதிவிஜயன், இளையபாரதி, பெ.நா. சிவம், உதயை மு. வீரையன், முருகு. ராசாங்கம், கி.த. பச்சை யப்பன் என செந்தில்நாதன் நன்றியுடன் நினைவுகூர்கிறார். இவர்களில் பெரும்பாலோர் பல்வேறு துறைகளில் இன்று சாதனையாளர்கள். 'சிகரம்' தொடக்கத்தில் அதன் வடிவமைப்பு, ஓவியப் பொறுப்புகளை இளவேனில் கவனித்துக் கொண்டார். ஆனந்த் வரைந்த தலைப்புகள் கச்சிதமாக அமைந்தன. முறையே அமுதோன், பரணி, மருது போன்றோர் வருமுன்னர் இதழ்களில் ஆனந்த் எழுத்துகள் பிரபலமாக இருந்தன என்பதை இங்கே குறிப்பிட்டாக வேண்டும்.

'சிகரம்' மக்கள் இலக்கிய இதழ் என்னும் சுயமுத்திரையுடன் அட்டகாசமாக வெளிவந்தது. 'ஒரு வாசல்' என்னும் தலைப்பில் செந்தில்நாதன் வாசகர்களோடு உரிமையுடன் பேசத்தொடங் கினார். கவித்துவத்துடன் அமைந்த அவரது அறைகூவலில் மனிதநேயம் ஒன்று மட்டுமே தொனித்தது. "இதில் எழுத நீங்கள் மார்க்சியவதியாக இருக்கவேண்டிய அவசியம் இல்லை – மனிதாபிமானத்திலும் ஜனநாயகத்திலும் உங்களுக்கு நம்பிக்கை இருந்தால் போதும். உங்கள் எழுத்து மனித குலத்தின் முன்னேற்றத் திற்கு உதவ வேண்டும் என்னும் எண்ணம் இருந்தால் போதும் – 'சிகரம்' இடம் கொடுக்கும்" என்று சினேகமான மொழியில் அதன் மணிக்கதவம் திறக்கப்பட்டது.

எடுத்த எடுப்பிலேயே தணிகைச்செல்வன் கவிதை. 'குமுதம்', 'தினமணிகதிர்', 'பேசும்படம்', 'பொம்மை' போன்ற வணிகப் பத்திரிகைகளை வம்புக்கு இழுக்கும் கவிதை. அதன் இறுதி வரிகள் இப்படி அமைகின்றன. "இது எழுத்துச் சிகரம் என்பதால் எழுச்சிகரம். பரிமாறும் உணவில் சிகரம் என்பதால் உணர்ச்சி கரம். புகழ்ச் சிகரம் காண இருக்கும் புரட்சிகரம். இச்சிகரம் மெச்சிகரம் பற்ற வேண்டுகிறேன். வச்சிராயுதப்படையின் வரிசையிலே செம்மலரின் தங்கச்சியே வருக. தழுவுகிறேன் எந்தன் தங்கச்சி கரத்தை. தங்கச்சிகரத்தை" எனச் செம்மொழிச் சிலேடை, பிரிமொழிச்சிலேடை இரண்டிலும் விளையாடும் இறும்பூதுக் கவிதை.

'சிகரம்' தொடங்கப்பட்ட நேரம் நெருக்கடிநிலை பிரகடனம் செய்யப்பட்ட நேரம். தணிக்கைக்கு உட்பட்டே இதழ்கள்

வெளிவர வேண்டிய கட்டாயம். பதிவு செய்யப்பட்ட இதழ்ப் பட்டியலில் ‘சிகரம்’ எப்படியோ விடுபட்டுவிட்ட பின்னணியில் பிற இதழ்களுக்கு இருந்த கட்டாயம் ‘சிகர’த்திற்கு இல்லை. ஆகவே பிற இதழ்களுக்கு அனுப்பினால் தணிக்கைக்குப் பலி யாகலாம் என்னும் அச்சத்தால் ‘சிகர’த்தை நோக்கிப் படைப் பாளிகள் படையெடுத்தார்கள். ‘சிகரம்’ உயரத்தொடங்கியது.

விரல்விட்டு எண்ணக்கூடிய இடதுசாரிக் கலை இலக்கியத் திறனாய்வாளர்களில் செந்தில்நாதன் குறிப்பிடத்தக்கவர். கைலாசபதி, சிவத்தம்பி, நுஹ்மான், வல்லிக்கண்ணன், தி.க. சிவ சங்கரன், தொ.மு.சி. ரகுநாதன், தோத்தாத்திரி என்னும் சரியான வரிசையில் வருபவர் செந்தில்நாதன். அவரது விமர்சனங்கள் நேரடியாகவும் வெளிப்படையாகவும் தெளிவாகவும் இருக்கும். படைப்பாளிகளைப் பதம் பார்க்கும்போது அவரது தராசுக்குத் தயவு தாட்சண்யம் கிடையாது. ஜெயகாந்தன் படைப்புகளில் நாளாவட்டத்தில் நேர்ந்த திசைமாற்றங்களை 60 – 70களில் செந்தில்நாதனும் தோத்தாத்திரியும் மிகக் கடுமையாக விமர் சித்தது வரலாறு.

மார்க்சிஸ்ட் கட்சி எடுத்த கலை இலக்கிய நிலைப்பாடு களிலிருந்து ‘சிகரம்’ எத்தனையோ சமயங்களில் விலகி நின்று தனிக்குரலில் உரையாடியுள்ளது. பெரியாரின் எழுத்துச் சீர் திருத்தத்தைத் திராவிட இயக்கம் சாராத ‘சிகரம்’ தழுவி நின்றது என்பது பதிவு செய்யப்படவேண்டிய செய்தி. எம்.ஜி.ஆர். அரசு கொண்டுவந்த அரசாணைக்குப் பிறகுதான் பிறஇதழ்களில் பெரியார் எழுத்து நடைமுறைக்கு வந்தது. பாரதிதாசனை இனவாதக் கவிஞராகவே பார்த்து அவருக்குத் தரவேண்டிய சரியான மதிப்பீட்டை இடதுசாரிகள் தர முன்வராத வேளையில் ‘சிகரம்’ முன்கையெடுத்தது. மொழியுணர்வு இனவெறிக்கு இட்டுச்செல்லும் என முற்போக்கு முகாம் தயங்கிய நிலையில் ‘சிகரம்’ தமிழ்மொழியை அதன் பண்பாட்டைத் தாங்கிப்பிடித்து ஓங்கி ஒலித்தது.

செந்தில்நாதனுக்குச் சன்னமான ஆனால், கணீரென்று ஒலிக்கும் வெண்கலக்குரல். சீர்காழி கோவிந்தராஜனைப் போல் சரீரத்தை மீறும் சாரீரம். அதனால் எழுத்தில் இருக்கும்தெளிவு பேச்சிலும் தெறிக்கும். இலக்கியமும் சட்டமும் படித்த பின்புலம் அவரது ஒவ்வொரு படைப்பிலும் தெரியவரும். பண்பாட்டுப் புரட்சியின் அவசியத்தைச் செந்தில்நாதன் பேச்சிலும் எழுத்திலும் வெகுமுனைப்போடு வலியுறுத்திவருகிறார். கம்யூனிஸ்ட் இயக்கம் பண்பாட்டுத் துறையைச் சரிவரக் கையில் எடுக்காத காரணத் தாலும் வெறும் தொழிற்சங்க அரசியலில் மூழ்கிய அடிப்படை யிலும்தான் இன்றளவும் அதன் வீச்சு விரிவடையாமல் தேங்கி

நிற்கின்றது என்பது செந்தில்நாதனின் சுயவிமர்சனம். இப்படி சுயவிமர்சனம் செய்துகொள்ளும் பக்குவம் கம்யூனிஸ்டுகளுக்கு மட்டுமே உண்டு.

ஒருபக்கம் ஜோதிபாசுவும் புத்ததேவும் முதலாளியத்தின் வலிமைவாய்ந்த தத்துவக்கூறுகளை உணர்ந்து சுயவிமர்சனத்தில் இறங்க, அவர்களை இடித்துரைத்து வி.ஆர். கிருஷ்ணய்யர் சோஷலிசத்தின் தர்மம்சார்ந்த தத்துவக்கூறுகளை எடுத்துச் சொல்லி சுயவிமர்சனத்தில் ஆழ்வதையும் இடதுசாரிகள் இந்தப் பக்குவத்திற்கு எடுத்துக்காட்டுகளாகச் சுட்டிக்காட்டலாம். ஆனாலும் ஒருகாலத்தில் மக்கள் ஜனநாயகமா, தேசியஜன நாயகமா என்று மேல்மட்டத்தில் இடதுசாரி அறிவுலகம் இரு நெறிப்பட்ட நிலைமாறி இன்று முதலாளியமா, சமதர்மமா என்று கீழ்மட்ட அடிப்படைக்கே வந்துவிட்ட அவலத்தை ஒட்டுமொத்த அறிவுலகம் அனுதாபத்தோடு கவனிக்கும் என்று தோன்றவில்லை.

2.10.1943 அன்று இன்றைய நாகப்பட்டினம் வாய்மேட்டில் டாக்டர் வி. ஷண்முகநாதன், பவானியம்மாள் தம்பதியினருக்குச் செல்வமகனாய்ப் பிறந்த செந்தில்நாதன் தொடக்கத்தில் கிராமப் பள்ளிக்கூடத்திலும் பிறகு திருவாரூர் உயர்நிலைப் பள்ளியிலும் கல்விகற்றார். திருவாரூர்ப் பள்ளியில் இவருடைய ஆசிரியர் பி.சி. கணேசன். பின்னர் பச்சையப்பன் கல்லூரி. சட்டக்கல்லூரி. *1970*இல் வழக்குரைஞராகப் பதிவு. *1973*இல் திருமணம். துணைவியார் கல்லூரி விரிவுரையாளர். பத்திரிகை தொடங்கும் எண்ணத்தை வெளியிட்டதும் குடும்பத்துக்கும் தொழிலுக்கும் பாதிப்பு வராது என்றால் செய்யுங்கள் என்று பச்சைக்கொடி காட்டினார். ‘ஏழு பிள்ளைகளை வளர்த்து ஆளாக்கிய தந்தை யாருக்கு இதழ் தொடங்குவதில் நியாயமான கவலை இருந்தாலும் இதழின் நிர்வாக வேலைகளைக் கவனித்து என்னுடைய சுமையைக் குறைத்தார்’ என்று குடும்பத்தாரின் ஒத்துழைப்பில் மனம் நெகிழ்கிறார் செந்தில்நாதன்.

‘சிகரம்’ முதல் இதழ் ஆயிரம் படிகள் அச்சிடப்பட்டது. இரட்டை டெம்மி அளவு. பக்கம் 24. விலை ஒரு ரூபாய். சில நூறு சந்தாக்கள். வெளிமாநிலங்களுக்கும் அனுப்பப்பட்டது. இலங்கையிலும் விற்பனையானது. அலுவலகம் 8 – பி, கலிங்கா காலனி, கருணாநிதி நகர், சென்னை – 78. செந்தில்நாதனின் வீடே அலுவலகம். தனியாக அலுவலகம் இல்லை என்பதால் அந்தச் செலவுகள் இல்லை என்றாலும் ஆயிரத்திற்குமேல் அடித்ததால் கையைக் கடிக்க ஆரம்பித்தது. ஒற்றை டெம்மி அளவுக்கு உருவம் மாறியது. சிகரம் பதிப்பகம், சினிமா தயாரிப்பு என்று அகலக் கால்வைக்கப்பட்டது. இப்படியாகச் ‘சிகரம்’

பள்ளத்தாக்கை நோக்கி (தரத்தில் அன்று தாக்குப்பிடிப்பில்) பயணம் போனது. எல்லாச் சிற்றிதழ்களைப்போல 'சிகர'த்திற்கும் விளம்பரம் அறவே இல்லை.

பத்திரிகை, பதிப்பகம், திரைப்படம் இப்படி முழுமூச்சாக இறங்குவதா இல்லை தொழிலைக் கவனித்துக்கொண்டு இயன்ற போது கலை இலக்கியத்தில் ஈடுபடுவதா என்னும் கேள்வி விசுவரூபம் எடுத்தது. செந்தில்நாதன் சரியான முடிவெடுத்தார். 1982 மே இதழுடன் 'சிகர'த்தை நிறுத்திவிட்டார். இலக்கியத்திற்குத் தற்காலிக இழப்புதான். ஈட்டிய செல்வத்தில் ஒருபகுதியை இலக்கியத்துக்கென்று ஒதுக்கி இன்று எழுத்துப்பணி, நூல் வெளியீடு என்று தெம்புடன் ஈடுபடும் செந்தில்நாதனின் மகனும் வழக்குரைஞர். ஒரு பேரன். ஒரு பேத்தி.

'சிகர'த்தின் சிறப்புகள் என்ன? எடுத்துக்கொண்ட பொருளின் சகல பரிமாணங்களையும் அலசும் செறிவான படைப்புகள் 'சிகர'த்தில் வெளிவந்தன. பக்க அளவைப் பற்றிக் கவலைப் படாமல் ஓர் இதழ் முழுக்க ஒரு கட்டுரையைப் பிரசுரிப்பதில் செந்தில்நாதன் அக்கறை காட்டினார். அன்றைய இலக்கியப் போக்குகள், தலையோச்சிய கருத்தோட்டங்கள் 'சிகர'த்தின் பார்வைக்குத் தப்பியதில்லை. முன்னணிப் படைப்பாளிகளுக்கு மட்டுமல்லாமல் முகிழ்த்துவரும் இளம்பிஞ்சு எழுத்தாளர்களுக் கும் 'சிகர'த்தில் வரவேற்பிருந்தது. அதனால் தரம் குறைகிறது என்னும் குற்றச்சாட்டையும் செந்தில்நாதன் செரிமானம் செய்துகொண்டார்.

'சிகர'த்தின் படைப்புகளில் கே. முத்தையா எழுதிய 'சிலப்பதி காரம் — உண்மையும் புரட்டும்', இளவேனிலின் 'கவிதா', செந்தில் நாதனின் 'காதுகொடுத்துக் கேளுங்கள்', 'தமிழ், தி.மு.க., கம்யூனிஸ்ட்', எஸ்.வி. ராஜதுரையின் *existentialism* மீதான ஜன சுந்தரத்தின் மறுப்புக் கட்டுரை அந்நாளில் பரபரப்பாகப் பேசப்பட்டன. 'சிகர'த்தில் வல்லிக்கண்ணன், ராஜம் கிருஷ்ணன், பா. செயப்பிரகாசம், மேலாண்மை பொன்னுச்சாமி, டி. செல்வ ராஜ். சி.ஆர். ரவீந்திரன், உதயை மு. வீரையன், என்.ஆர். தாசன், பாப்ரியா, பெனிடிக்ட் பாலன் முதலியோர் கதைகள், தணிகைச் செல்வன், தமிழன்பன், புவியரசு, வ.ஐ.ச. ஜெயபாலன், கந்தர்வன் முதலியோர் கவிதைகள் எழுதியுள்ளனர். வி.பி. சிந்தன் தேவன் என்னும் பெயரிலும் பி.ஆர். பரமேஸ்வரன் சேகர் என்னும் பெயரிலும் இளவரசு தோழன் என்னும் பெயரிலும் எழுதி யுள்ளனர்.

'சிகரம்' முதல் இதழில் செந்தில்நாதன் இப்படி ஒரு சுய தரிசனம் எழுதினார்: "சிகரம் ஒரு சரித்திரம் அல்ல. சரித்திரத்தில் ஓர் அத்தியாயமும் அல்ல. சில வரிகள். சில வரிகளாக இருந்தாலே

போதும்." 'சிகர'த்தின் இதழ்களைப் புரட்டினால் அல்லது கமலாலயன் தொகுத்த 'சிகரம்' இதழ்த்தொகுப்பை அலசினால் இவ்வரிகளின் தன்னடக்கம் புலப்படும்.

செந்தில்நாதனின் எழுதுகோல் செங்கோல் மாதிரி. யாருக்கும் எதற்கும் வளைந்துகொடுக்காது. அமிலமும் அங்கதமும் இழையோடும். எடுத்துக்காட்டுகள் சில:

'நந்தனார் நாட்குறிப்பு' என்னும் பகுதியில் ஒரு குறிப்பு: "தமிழெழுத்தாளருக்கு ஒருலட்சம் மதிப்புள்ள பாரதீய ஞானபீடப் பரிசு. அகிலனுக்கு அது கிடைத்த காரணம் அவர் நிலைபிறழாத தேசியவாதி என்பதுதான். இந்தப் பாரம்பரியம் ஜெயகாந்தனுக்கோ, பார்த்தசாரதிக்கோ, கண்ணதாசனுக்கோ கிடையாது. பரிசு கிடைத்தபிறகுதான் பலர் 'சித்திரப்பாவை'யைத் தேடுகிறார்கள். இதிலிருந்து என்ன புரிகிறது?" (நவம்பர் 1976).

"தமிழ்வாணன் சொல்வதை ஏற்றுக்கொள்ளா விட்டாலும் பலர் 'கல்கண்'டைப்படித்தார்கள். காரணம் – அவர் எழுதினால் அது ரசிக்கும்படியாக இருக்கும். இன்னொன்று, அதில் நாம் அறியாத புதிய தகவல் இருக்கும். தகவல்களில் பாதி பொய்யாக வும் இருக்கும்" (டிசம்பர், 1977).

"சமீபத்தில் நாவலாசிரியர் டி.செல்வராஜைப் பார்த்தேன். அவர் '16 வயதினிலே' படம் பார்க்கவில்லை என்று சொன்னார். ஆனால் படம் பார்த்த அவரது நண்பர்கள் அதில்வரும் சப்பாணி பாத்திரம் 'தேனீ'ரில் வரும் ஒரு பாத்திரத்தை ஒத்திருக்கிறது என்று சொன்னார்கள். இதற்குப் பிறகும் அவர் படத்தைப் பார்க்கவில்லை என்று சொன்னால் என்ன செய்வது?" (மார்ச் 1978).

"ஜெகசிற்பியன் இறந்துவிட்டார். எழுத்தாளர்களிலேயே ரொம்பவும் அந்நியமாகி ஒதுங்கியிருந்தவர். சக எழுத்தாளர்கள், இலக்கிய அன்பர்கள் அவரை ஒருமுறைகூடப் பார்த்ததில்லை என்றால் பார்த்துக்கொள்ளுங்கள். அவர் தன் வீடு உண்டு. வியாபாரப் பத்திரிகையாளர்கள் வாசல் உண்டு, என்று வாழ்ந்தவர். ஆனாலும் சராசரி வியாபார எழுத்தாளர்களினும் அவரிடம் எழுத்தாற்றலும் கலைத்திறனும் அதிகம் உண்டு" (ஜூன், 1978).

"இந்து நாளேட்டில் 'காலமானார்' பகுதி படிக்க வேதனை யாகவும் வேடிக்கையாகவும் இருக்கும். அட்ரசே தெரியாத, மக்களோடு தொடர்பே இல்லாத பேர்வழிகள் செத்துப்போகும் போது படத்தைப்போட்டு பெரிதாக எழுதுவார்கள். அவர் இந்த கிளப்பில் மெம்பர், கிரிக்கட் நன்றாக ஆடுவார் என்றெல்லாம் வரும். அதே சமயம் நாடறிந்தவர்கள் இறந்தால்

செய்தி காலமானார் பகுதியில் சாதாரணமாக வரும். பாரதி தாசன், ஜீவானந்தம், மணியம்மை ஆகியோருக்குக் கிடைத்த இடம் அதுதான்" *(ஏப்ரல் 1978).*

மார்ச் 1 – 15, 2007

ஜெயகாந்தன்

தேவ. சித்ரபாரதி

ஜெயகாந்தன் (1934)

கடலூர் மஞ்சக்குப்பத்தில் ஏப்ரல் 1934இல் பிறந்த தண்டபாணி ஜெயகாந்தன் (இயற்பெயர் முருகேசன்) ம.பொ.சி., வேணுகோபாலப் பிள்ளை, விந்தன் போல் அச்சுக்கோப்பாளராக இலக்கிய வாழ்வைத் தொடங்கியவர். 1950, 60களில் ‘சரஸ்வதி’, ‘சமரன்’, ‘தாமரை’ மூலம் இடது சாரி முத்திரையோடு இலக்கியப் பிரவேசம் செய்தவர். ‘ஆனந்தவிகடன்’ அவரை நட்சத்திர எழுத்தாளராக்கியது. சித்ரபாரதியின் ‘ஞானரதம்’ முதல் ஒன்பது இதழ்களுக்கு ஆசிரியராக இருந்தார். புதுமைப்பித்தன், விந்தன், ரகுநாதன், அழகிரிசாமி என்னும் முன்னவர்களின் அடையாளங்களைத் தொடக்கத்தில் தழுவியும் போகப்போக விலக்கியும் பரிணாம முற்ற அவரது படைப்பாற்றல் ‘ஒரு மனிதன் ஒரு வீடு ஒரு உலகம்’ என்னும் உச்சாணியை எட்டியது. சாகித்ய அகாதெமி, ஞானபீடம் போன்ற உயர்ந்த இலக்கிய விருதுகளைப் பெற்றவர்.

தேவ. சித்ரபாரதி (1935)

நாகப்பட்டினத்தில் எல்.ஏ.எம். அப்பாஸ் – பாத்திமா பீவி தம்பதியினருக்கு 1.2.1935இல் பிறந்த சித்ரபாரதி (அப்பாஸ் இப்ரஹீம்) பல துறைகளில் ஈடுபாடு கொண்டவர். ‘தமிழ்நாடு வாசகர் பேரவை’ என்னும் அமைப்பை 1963 – 68 வாக்கில் மதுரையில் நூலகராக இருந்தபோது நடத்தியபின் சென்னைக்கு வந்து 1970 ஜனவரியில் ‘ஞானரதம்’ மாத இதழைத் தொடங்கினார். முதலில் ஜெயகாந்தனை ஆசிரிய ராகவும், பின்னாளில் க.நா.சு.வை ஆசிரியராகவும் கொண்டு இதழ் வந்தது. பலமுறை வடிவ உள்ளடக்க மாறுதல்களுக்கு உள்ளானது. சித்ரபாரதி இன்று தகவல் தொழில்நுட்பத்தைத் தமிழ் – இலக்கியம் – நூலகம் – பிரசுரம் என்னும் தளங்களில் விரிவாகக் கையாள முனைந்திருக்கிறார்.

ஞானரதம்

தரமான இலக்கியச் சிற்றிதழ் முன்னோடியான 'சரஸ்வதி' நின்றபிறகு அந்த வெற்றிடத்தை நிரப்பும் நோக்கத்தோடு 'ஞானரதம்' வெள்ளோட்டம் விடப்பட்டது என்கிறார் வே. சபாநாயகம். (தொகுப்பாசிரியர் உரை – 'ஞானரதம் இதழ்த் தொகுப்பு', எனி இந்தியன் பதிப்பக வெளியீடு) "ஜெயகாந்தனின் வாசகர்கள் அவரையே ஆசிரியராகக் கொண்டு ஓர் இலக்கிய இதழ் வராதா என்னும் ஏக்கத்தில் இருந்தார்கள். 'ஜெயபேரிகை' போன்ற அரசியல் இதழ்களின் ஆசிரியராக அவர் இருந்ததில் அவர்கள் திருப்தி அடையவில்லை. முழுக்கமுழுக்க இலக்கியப் பத்திரிகைக்காக ஏங்கினார்கள். அந்த ஏக்கத்தைப் போக்கத்தான் சித்ரபாரதி (அப்பாஸ் இப்ரஹீம்) 'ஞானரத'த்தைத் தொடங்கினார்" என இன்னொரு பின்புலத்தையும் சுட்டிக்காட்டுகிறார் (தொகுப்பாசிரியர் உரை – ஞானரதத்தில் ஜெயகாந்தன்).

இலக்கிய ரசிகர்களைத் தரம் உயர்த்தும் எண்ணத்தில் 'தமிழ்நாடு வாசகர் பேரவை' என்னும் அமைப்பை 1963 – 68 வாக்கில் மதுரையில் நடத்திவந்த நூலகர் சித்ரபாரதி சென்னைக்கு வந்து 1970 ஜனவரியில் 'ஞானரதம்' மாத இதழைத் தொடங்குகிறார். வேறு பத்திரிகைகளில் எழுத முடியாதவற்றை இங்கே எழுதுங்கள் என எழுத்தாளர்களையும் வேறு பத்திரிகைகளில் தேடி இல்லையென நொந்துகொள்பவற்றை இதில் காணுங்கள் என வாசகர்களையும் விளித்து 'ஞானரதம்' புறப்படுகிறது. 'உண்மையைத் தேடும் இலக்கியத்தைக் காட்டிலும் உயர்ந்த இலக்கியம் இல்லை' என்பது 'ஞானரத'த்தின் பிரகடன வாக்கியம்.

'ஞானரதம்' மாதப் பத்திரிகையின் முதல் இதழ் 1970 ஜனவரியில் ஒரு ரூபாய் விலையில் சென்னை

அடையாறு கலிக்குன்றம் (இன்று டைடல் பார்க் உள்ள இடம்) பகுதியிலிருந்து வெளிவந்தது. 1986 வாக்கில் க.நா. சுப்ர மண்யம் ஆசிரியராக இருந்த கட்டத்தில் அதன் முகவரி 64, 4ஆம் முதன்மைச்சாலை, அடையாறு, சென்னை – 20. இன்றும் 'ஞானரதம்' பதிப்பகப் பிரசுரங்களை 119, 7ஆம் குறுக்குத்தெரு, திருமலை நகர், பெருங்குடி, சென்னை – 96 என்னும் முகவரி யிலிருந்து சித்ரபாரதி கொண்டுவருகிறார்.

புதுமைப்பித்தன், விந்தன், ரகுநாதன், அழகிரிசாமி, ஜெய காந்தன் என்னும் அணிவகுப்பு ஐம்பது அறுபதுகளில் இலக்கிய உணர்வாளர்களின் ஆதர்சமாக விளங்கிய படைப்பாளிகளின் வரிசை. அவர்களுள் ஜெயகாந்தனின் ஆளுமை தனித்து நிற்பது. தீட்சண்யம் மிக்கது. முன்னவர்களின் அடையாளங்களைத் தொடக்கத்தில் தழுவியும் போகப்போக விலக்கியும் பரிணாம முற்ற அவரது படைப்பாற்றல் 'ஒருமனிதன் ஒருவீடு ஒரு உலகம்' என்னும் உச்சாணியை எட்டியது வரலாறு. ஜெயகாந்தனின் இதழியல் பங்களிப்பை கோ. ராஜாராம் இப்படிப் படம் பிடிக் கிறார்: "கற்றுச் சொல்லிகளிடமிருந்து கருத்துலகைக் காப்பாற்றி சுயசிந்தனையாளர்கள் ஒரு சுதந்திரமான சூழலில் நாகரிகமான முறையில் கருத்துகளைப் பரிமாறிக் கொள்ள வேண்டும் என்னும் உணர்வை ஏற்படுத்தியவர் ஜெயகாந்தன்."

சோ. ராமசாமியின் 'துக்ளக்'கும் ஜெயகாந்தன் சித்ரபாரதி யின் 'ஞானரத'மும் ஒரே நாளில் பதிவு செய்யப்பட்டு மக்கள் மன்றத்தில் அடியெடுத்து வைத்த இதழ்கள். முன்னையது அரசியல் செய்தி விமர்சனப் பத்திரிகை. பின்னையது இலக்கிய இதழ். சோவின் 'துக்ளக்' 38 ஆண்டுகளாகத் தொடர்ந்து துவளாமல் சோ என்னும் தனிமனிதரின் சுதந்திரக் கருத்தாளுமையை மட்டுமே அடிப்படையாகக் கொண்டு வெளிவரும் போது அவரைப் போலவே தனித்துவமும் சுதந்திரத்துவமும் உடைய ஜெயகாந்தனின் பத்திரிகை சோர்ந்து முடங்கிப்போனது சோகம்தான்.

'ஞானரத'த்தின் தோற்றுவாய் பற்றிக் கூறுகையில் அது தம்முடைய 'தமிழ்நாடு வாசகர் பேரவை' என்னும் இலக்கிய அமைப்பின் ஊடகத் தொடர்ச்சி என்கிறார் சித்ரபாரதி. அதன் நோக்கங்கள் 1. வாசகர் அல்லாதவர்களை வாசகர்களாக மாற்று வது. 2. வாசகர்களைத் தீவிர விமர்சனபூர்வ வாசகரர்களாக உயர்த்துவது. 3. வாசகர்களை எழுத்தாளர்களாக்குவது. 4. எழுத் தாளர்களைப் பதிப்பாளர்களாக்குவது என்று மேலும் அடுக்கு கிறார். முதல் ஒன்பது இதழ்கள் வரை ஜெயகாந்தனின் மேற் பார்வை. நிர்வாக ஆசிரியராக இருந்து சித்ரபாரதி 'ஞானரத'ப் பணிகளைக் கவனித்துக்கொண்டார். ஐவர் அதன் ஆசிரியர் குழுவில் அங்கம் வகித்தனர். அவர்கள் முறையே ஜியாவுடீன்,

முத்துசாமி, ஒய்.ஆர்.கே. சர்மா, வையவன், சாதனா, (மூன்றாம் இதழில் சாதனா நீக்கம். ஞானக்கூத்தன் அமர்வு), முத்துசாமி. ஞானக்கூத்தன், வல்லிக்கண்ணன், பரந்தாமன், கே.வி. ராமசாமி, ஏ.ஆர். ராஜாமணி ஆகியோர் தனித்தனியே இதழாசிரியர் எனப் பொறுப்பேற்று ஒன்பது இதழ்களைத் தயாரித்திருக் கிறார்கள். இப்படிப் பல புதுமைகளைச் சித்ரபாரதி செய்து காண்பித்தார்.

அவர் இதழியலில் செய்த இன்னொரு புதுமை 'ஞானரத'த் தின் முகத்தையே சிதைத்துவிட்டது. எழுதியவர்களின் பெயர் களைப் பக்கத்தில் போடாமல் படைப்புகளை அனாதைக் குழந்தைகளாய் நிறுத்திய கோலம்தான் அது. இந்தப் புதுமை முயற்சியை விமர்சித்து வல்லிக்கண்ணன் சொல்கிறார்: "குறிப் பிட்ட எழுத்தைவைத்து படைப்பாளி யாரென்று வாசகர்கள் கண்டுகொள்ளவேண்டும் – அதனால் ரசனை வளரும் என்னும் கருத்து வாசகர்கள் மத்தியில் ஏற்புடையதாக இல்லை" ('தமிழில் சிறு பத்திரிகைகள்' – மணிவாசகர் பதிப்பகம்).

உண்மையைத் தேடும் உன்னதப் பணியை இலக்கிய நோக்க மாய் வரித்துக்கொண்டு உற்சாகத்துடன் தோன்றிய 'ஞானரதம்' ஒன்பது இதழ்களுக்குப் பிறகு சோர்ந்து தூங்கத் தொடங்கியதாக வும் வல்லிக்கண்ணன் துயரத்தோடு குறிப்பிடுகிறார். காரணம் சித்ரபாரதி வேறு பல தளங்களில் ஈடுபாடு கொண்டு உழைத்துக் கொண்டிருந்தார். 1972இல் மீண்டும் 'ஞானரதம்' உலாவந்தபோது அதில் ஜெயகாந்தன் இல்லை. சித்ரபாரதியே ஆசிரியர், நிர்வாகி. ஓராண்டு இப்படி. இந்தக் காலகட்டத்தில் 'உரத்த சிந்தனை', 'இலக்கிய அனுபவம்' என்னும் தலைப்புகளில் வாசகர் – படைப் பாளி சந்திப்பும் படைப்புகள் பற்றிய விரிவான விமர்சனமும் 'ஞானரத'த்திற்குப் புத்துயிர் ஊட்டின. சிறுகதைகள், புதுக் கவிதைகள், புதிய பரிசோதனைகள் இதழின் தரத்தை உயர்த்தின.

1972இல் கே.வி. ராமசாமியுடன் சேர்ந்து செய்துகொண்ட ஒப்பந்தப்படி உள்ளடக்கத்தில் சித்ரபாரதி தலையீடும் தலை யங்கத்தில் ராமசாமி தலையீடும் இல்லாமல் சில இதழ்கள் வந்தன. 1974 ஜனவரியில் 'ஞானரதம்' கடைகளுக்கு வருவது நிறுத்தப்பட்டு சந்தாதாரர்களுக்கு மட்டும் அனுப்பப்பட்டது. ஆரம்பித்த காலகட்டத்து 2000 சந்தாதாரர்கள் 'ஞானரத'த்தின் ஆயுட்காலம் முழுதும் அப்படியே நீடித்தார்கள். மே – ஜூலை இதழில் ஒரு விளம்பரம் – "ஆகஸ்டு முதல் 'ஞானரதம்' மானிட வியல் அனைத்திற்குமான பத்திரிகையாகப் பரிணாமம் பெறு கிறது." – இது அகலக்கால் முயற்சி. சுந்தர ராமசாமியின் தலைமை யில் பல்வேறு துறை சார்ந்த வல்லுநர்கள் கொண்ட ஆசிரியர் குழு பொறுப்பேற்க இருந்தது. இந்த முயற்சி ஈடேறவில்லை.

1975இல் இந்திரா காங்கிரஸ் பத்திரிகையாக மாறிய 'ஞானரதம்' அப்படியும் நீடிக்கவில்லை. பிறகு இடைவெளிவிட்டு இஸ்லாமிய இதழாக மலர்கிறது. கண்ணதாசன் திருக்குர்ஆனுக்கு தமிழில் தெளிவுரை எழுதவும் அதற்கு மதரீதியான எதிர்ப்புகள் தோன்றவும் முயற்சி கைவிடப்பட்டு சித்ரபாரதியே உரையெழுத 12 இதழ்கள் அவ்வுரையைத் தாங்கி 'ஞானரத'மாக வந்தது. 1970 முதல் 89 வரை இப்படி விதவிதமான அவதாரங்கள் எடுத்த 'ஞானரதம்' மறுபடியும் பவனிவரும் என்றுதான் நம்பிக்கையோடு சொல்கிறார் சித்ரபாரதி. பல துறைகளில் ஈடுபாடு கொண்ட சித்ரபாரதி இன்று தகவல் தொழில் நுட்பத்தைத் தமிழ் – இலக்கியம் – நூலகம் – பிரசுரம் என்னும் தளங்களில் விரிவாகக் கையாள முனைந்திருக்கிறார். கூகுள் தகவல் தளம் போல் தமிழ்நூல்களுக்கு ஒரு தளம் அமைத்து அதன்மூலம் இதுவரை தமிழில் வெளிவந்த ஆனால் உரிமைப் பிரச்சினை எழுப்பவியலாத அல்லது தேசியமயமாக்கப்பட்ட படைப்புகள் அனைத்தையும் கணினி நூல்வடிவத்தில் கொணரும் முயற்சியில் இறங்கியுள்ளார். 'ஞானரத'த்தை மின்புத்தகமாக வெளிக்கொணரும் எண்ணமும் அவருக்கிருக்கிறது.

க.நா. சுப்ரமண்யம், சி.சு. செல்லப்பா, ந. சிதம்பர சுப்ர மணியன் ஆகியோர் மணிவிழா மலர்கள் வெளியிட்டு படைப் பாளிகளையும் அவர்தம் படைப்புகளையும் ஒருசேரக் கவுர வித்தது 'ஞானரதம்' ஆற்றிய தனிப்பெரும் பணி. அவ்வேளையில் அஞ்ஞாதவாசம் புரிந்துகொண்டிருந்த சுந்தர ராமசாமியை அழைத்து அவரது சுதந்திரச் சிந்தனைகளுக்கு மேடை போட்டுக் கொடுத்தது இன்னொரு சேவை. படைப்பாளிகளின் தரத்தை மதித்து அவர்களுக்குத் தரவேண்டிய முக்கியத்துவத்தைத் தருவதில் சித்திரபாரதியின் விசாலமான இலக்கியநேயம் வெளிப்படுகிறது. கி. ராஜநாராயணனின் மேதையைப் புரிந்து கொண்டு அவருக்குப் புதுச்சேரிப் பல்கலையில் புதிய துறை உருவாக்கித்தந்த வேங்கட சுப்ரமணியத்தையும் இதே அலை வரிசையில் இங்கே நினைவுகூர்வது பொருத்தமாக இருக்கும்.

க.நா. சுப்ரமண்யம், தருமு சிவராமு, சுந்தர ராமசாமி ஆகியோர் உரிய அளவில் கவனம் பெறவில்லை என்பது சித்ர பாரதியின் ஆதங்கம். ஜெயகாந்தனைப் போலவே அவர்கள் மீதும் அபிமானம் மிகுந்திருந்த காரணத்தால் 'ஞானரத'த்தில் அவர்களுக்குத் தனியிடம் கொடுத்துச் சிறப்பித்தார் என்றும் தெரிகிறது. ஜெயகாந்தன், தருமு சிவராமு இருவரையும் ஒப்பிட்டுப் பேசும்போது சித்ரபாரதி சொல்கிறார்: 'இருவருக்கும் வித்வத் கர்வம் உண்டு. ஜே.கே. ஒருபோதும் இலக்கியம் வாசகர் என்னும் தளத்திலிருந்து ஒதுங்கவில்லை. தருமு சிவராமு விரக்தி காரணமாக ஒதுங்கிவிட்டார்.'

'ஞானரத'த்தில் தொடராக வந்த ஜி. நாகராஜனின் 'நாளை மற்றுமொரு நாளே', அரூப் சிவராம், நகுலன் படைப்புகள், வெங்கட் சாமிநாதன் விமர்சனங்களை இங்கே சிறப்பாகக் குறிப்பிட வேண்டும். பாலகுமாரன், சுப்ரமணிய ராஜு, பிரபஞ்சன், திலீப்குமார் போன்றோர் தொடர்ந்து எழுதினார்கள். மாலன் 'ஞானரத'த்தில்தான் அறிமுகமானார். வையவன் எழுதிய 'செத்த பாம்பு' சிறுகதை, முத்துசாமியின் ஒரு 'வரவேற்பின் முடிவுரை' கட்டுரை, அக்கினிபுத்திரனின் கவிதை இம்மூன்றும் பலத்த விமர்சனத்திற்கு உள்ளாகின.

சிதம்பர சுப்ரமணியன், ஞானக்கூத்தன், விஜயபாஸ்கரன், சா. கந்தசாமி, சார்வாகன், சுந்தர ராமசாமி, அசோகமித்திரன், கண்ணதாசன், முத்துசாமி, நகுலன், ஜான் ஆபிரஹாம், வெங்கட் சாமிநாதன் ஆகியோரை இதழுக்காகச் சித்ரபாரதியும் பலரும் சந்தித்து கேள்விமேல் கேள்வி கேட்டு அவர்களது சிறப்பும் செருக்கும் பதிலில் வெளிப்படுவதை அழகாகப் பதிவு செய்திருக்கிறார்கள். அப்படியே மௌனி, லா.ச. ராமாமிர்தம் இருவரின் சுயதரிசனங்கள் தம்மைத்தாமே தேடிக்கொள்ளும் அரிய அழகியல் சோதனைகளாக அமைகின்றன. சித்ரபாரதி 'ஞானரத'த்தில் அதிகம் எழுதவில்லை. ஜெயகாந்தனின் சிறுகதைகளுக்கான ஒரு நெடிய விமர்சனக் கட்டுரையை அவர் 'கண்ணதாச'னில் எழுதினார். அவரை அடையாளம் காட்ட அந்த ஒரு கட்டுரை போதும்.

'ஞானரதம்' தொகுப்புக்கென்று கிருஷாங்கினி சித்ரபாரதியைப் பேட்டி கண்டு நீண்ட கட்டுரை ஒன்று வடித்துள்ளார். அதில் 'ஞானரத'த்தின் உள்ளடக்கத்திற்காக உழைத்த ஜெயராதா, கே.வி. ராமசாமி இருவர் பெயரையும் விட்டுவிடாமல் பதிவுசெய்துள்ளார். சுருங்கச்சொன்னால் அக்கட்டுரை 'ஞானரத'த்தை அக்குவேறு ஆணிவேறாக அலசுகிறது. அத்துடன் அரிய விருப்பு வெறுப்பற்ற குணதோஷ விமர்சனமாகவும் அமைந்துள்ளது.

'ஞானரத'த்தில் அச்சேறிய கதை, கட்டுரை, கவிதைகள் அனைத்தும் விஷயகனமும் ஞானச் செருக்கும் கொண்ட வீரியவித்துகளாக அமைந்துள்ளன. அறுபது எழுபதுகளில் நவீன இலக்கியத்தின் பக்கம் வந்தவர்கள் பெரும்பாலும் இலக்கியச்சினம் கொண்ட இளைஞர்கள். இலக்கியத்தின் இலக்கு, ஆன்மா, தனிமனிதம், பரிசுத்தம் என்றெல்லாம் கவலைப்படுபவர்களாக அவர்கள் படைப்புகளில் தங்களைத் தாங்களே தரிசித்துக்கொண்டார்கள். தேசிய, திராவிட, பொதுவுடைமை இயக்கத்தினர், இஸம் சாராத சுயம்புகள் இப்படிப் பலவகைக் குழுக்களாகப் படைப்பாளிகள் பிளவுண்டு நின்றதால் அவர்

களுக்குள் கருத்துமோதல்கள் எழுத்துச் சாடல்கள் இயற்கையாகவே பீறிட்டுக்கிளம்பின. அன்றைய சிற்றிதழ்களில் அவர்களின் இசை மற்றும் வசைபாடல்கள் தாராளமாக நடைபெற்றன. 'ஞானரத'த்திலும் அவை பிரதிபலித்தன.

கம்யூனிஸ்ட் கட்சியோடும் 'ஜனசக்தி', 'தாமரை' இதழ்களோடும் இனம்காணப்பட்ட ஜெயகாந்தன் 'சரஸ்வதி', 'சமரன்' மூலமாகத்தான் படைப்புலகில் தடம் பதித்தார். வணிக இதழ்களில் அவரது முத்திரைக் கதைகள் வந்து அவர் சிறுகதை மன்னனாக வலம் வரத்தொடங்கியது, அறுபதுகளில். இடதுசாரி விமர்சன உலகத்தின் இயல்பு எல்லோருக்கும் தெரிந்ததுதான். அது ஒரு கறார்த்தராசைக் கையில் ஏந்திக்கொண்டு படைப்பாளிகள் இப்படி அப்படி விலகுகிறார்களா என்று உன்னிப்பாகக் கவனித்துக்கொண்டே இருக்கும். ஜெயகாந்தன் படைப்புகளில் போகப்போக பிராய்டிசம், அகவய உளைச்சலிசம், அந்நியமயம், அதீத தனித்துவம், சனாதன மீட்டுருவாக்கம், வேதாந்தமயம் போன்ற போக்குகள் தலையோச்ச ஆரம்பித்துவிட்டன என்னும் விதமாக இடதுசாரித் தராசு முள் அவரைக் குத்திக்குதறவே அதன் எதிர்வினைகள் 'ஞானரத'த்தில் இடம் பெற்றன.

என்னதான் பின்னாளில் 'ஞானரத'த்தைப் பலர் ஆசிரியப் பொறுப்பேற்று நடத்தியபோதும் சுந்தர ராமசாமி, க.நா. சுப்ரமண்யம் போன்றவர்கள் அக்கடமையை ஆற்ற முனைந்த நிலையிலும் தொடக்கத்தில் ஆசிரியராக இருந்த ஜெயகாந்தனின் பெயராலேயே இன்றும் 'ஞானரதம்' அறியப்படுகிறது. இலக்கியம் தாண்டிய சமூகம், அரசியல் எனப் பல தளங்களிலும் ஈடுபாடு கொண்டிருந்த ஜெயகாந்தன் 'ஞானரத'த்திற்குத் தம்முடைய தனித்துவத்தின்மூலம் ஏற்படுத்திக் கொடுத்த முகவிலாசம்தான் அதன் அடிப்படைப் பலமாக இன்றும் உணரப்படுகிறது. இது குறித்து கோ. ராஜாராம் கூறுகிறார் – சம்பிரதாயச் சிந்தனைகளிலிருந்து சமூக மனத்தை விடுவிப்பதுதான் ஜெயகாந்தனின் நோக்கமாக இருந்தது. ஜனநாயகப் பண்பின்மீது அசையாத நம்பிக்கை கொண்ட அவர் கருத்துலகுக்கு அளித்த தனித்துவம் மிக்க பங்களிப்பே 'ஞானரதம்'.

'உரத்த சிந்தனை', 'முன்னோட்டம்' என்னும் இரு பகுதிகள் 'ஞானரத'த்தில் ஜெயகாந்தன் கைவண்ணம். 'உரத்த சிந்தனை'யில் வாசகர் கேள்விகளுக்குத் தர்க்கஞானியின் செறிவுடன் ஜெயகாந்தன் பதில் தருவார். இலக்கியத்தில் பிரசாரத்தின் இடம் என்னவென்றால் பிரசாரம் இல்லாத இலக்கியமே கிடையாது – பிரசாரங்கள் இலக்கியம் ஆவதுண்டு. இலக்கியமும் பிரசாரம் ஆவதுண்டு. முன்னது சிறப்பு. பின்னது வீழ்ச்சி என்று பதில்

வரும். கலைஞனும் ஒரு பிரசாரகனே – அவன் பிரசாரத்தை ஏற்காதவர்களும் அவனை விட்டு போக முடியாது. இக்கேள்வி ஏன் வருகிறது. கலைஞர்கள் அல்லாதவர்கள் பிரசாரம் செய்வதால் வருகிறது. பிரசாரத்தையே அவர்கள் கலை என்று வற்புறுத்துவதால் வருகிறது – என்று மேலும் விளாசுவார்.

அந்தரங்கம் புனிதமானதா, கணவன் மனைவிக்கிடையே அந்தரங்கம் அவசியமா என்பது கேள்வி. ஜே.கே பதில் இது: "அவசியமா இல்லையா என்பது பிரச்சினை அல்ல. இருந்தால் அதைக் கவுரவிக்க வேண்டும் என்பது நாகரிகம். இருக்கும் என எதிர்பார்த்து அதைக் கவுரவித்து ஓர் எல்லை வகுத்து வாழ்வதில் நட்டமில்லை. மாறாகத் தனித்தனி அந்தரங்கம் ஏதுமில்லை என பொய்ம்மைப் போர்வையில் புகுந்துகொள் வதில் வாழ்நாள் ஊனமாகிப்போகிறது. அந்தரங்கம் என்பது சுயமரியாதை. கணவன் மனைவிக்கிடையே அது அவசியம் தான்." இப்படி அகம் புறம் இருதிணை சார்ந்த கருத்துகளை யும் சமத்காரமாக வெளியிடுவதில் அவருக்கிணை அவரே.

'முன்னோட்டம்' பகுதியில் ஜே.கே சொல்கிறார்: "ஒரே மாதிரி சிந்திப்பவர்கள் ஊர்கோலம் போவதற்குத்தான் லாயக்கு. என்னிடம் மாறுபட்டவர்களே என்னை வளர்த்திருக்கிறார்கள். என்னோடு உடன்பாடு உள்ளவர்கள்கூட என்னோடு மாறுபடும் போதெல்லாம் என்னை வளர்த்திருக்கிறார்கள். நமக்கு வழி காட்டுவதற்கென்று ஓர் ஒற்றைத்தத்துவம் இல்லை. அறிவைப் பெறுவதற்கு ஒரே பாதைதான் உண்டு என்பதையும் நான் ஒப்பவில்லை. இது என் பாதை. எங்கே கொண்டுபோய் விடுகிறதோ அங்கேதான் நான் போய்ச்சேருவேன் என்னும் பிடிவாதம் நமக்கில்லை. எல்லாப் பாதைகளிலும் நடந்து பார்ப்போம். நாம் காண்பவை அனுபவங்கள் மட்டுமே. எனவே எல்லோருடைய அனுபவங்களையும் கவுரவிப்போம்."

மே 1 – 15, 2007

பா. செயப்பிரகாசம்

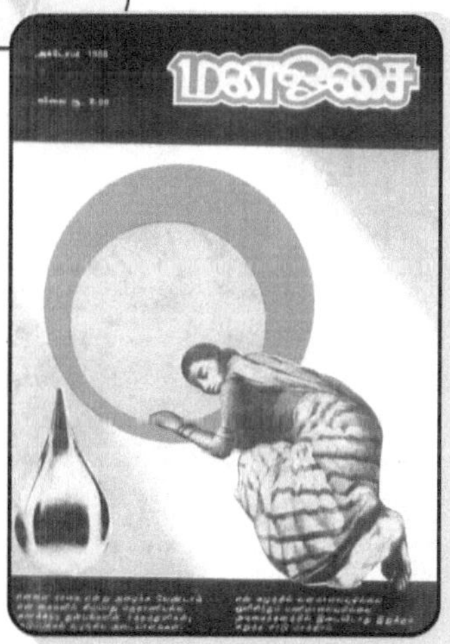

பா. செயப்பிரகாசம் (1942)

2.6.1942 அன்று அன்றைய நெல்லை மாவட்டம் விளாத்திகுளம் ராமச்சந்திரபுரத்தில் ஏழை விவசாயக் குடும்பத்தில் பாலசுப்ரமணியம் – வெள்ளையம்மாள் தம்பதியினருக்குப் பிறந்த செயப்பிரகாசம் 1971 தொடங்கி இன்றுவரை தொடர்ந்து எழுதி வருகிறார். மக்கள் கலை இலக்கியக் கழகத்தின் சார்பில், அரசுப்பணியில் இருந்தவண்ணம் தலைமறைவு ஆசிரியராகப் பின்புலத்தில் பணியாற்றி 'மனஒசை'யைக் கொண்டுவந்தார் செயப்பிரகாசம். மண்ணின் மணம் கமழும் தமிழ்நடை வாய்க்கப்பெற்றவர். தீவிர இடதுசாரி அரசியல், தீவிரத் தமிழ்த்தேசியம், தீவிர மனித உரிமைகள் என அழுத்தமாகப் பாதை வகுத்துக் கொண்டவர்.

மனஓசை

ஓர் இலக்கிய இதழ் தனது உச்சகட்டமாக 20000 படிகள் விற்பனையாகிச் சாதனை புரிந்ததுண்டா? அப்படியொரு சாதனை சாத்தியமா என்றால் உண்டு, அது சாத்தியம்தான் என நிரூபித்தது 'மனஓசை.' இந்தியப் பொதுவுடைமைக் கட்சி (மார்க்சிஸ்ட் லெனினிஸ்ட்) முன்னணி அமைப்புகள் மக்கள் கலாசாரக் கழகமும் மக்கள் உரிமைக் கழகமும். முன்னையதன் சார்பில் கலைஇலக்கிய இதழ் 'மனஓசை'யும் பின்னையதன் சார்பில் அரசியல் இதழ் 'கேடய'மும் வெளிவந்தன. 'மனஓசை'யின் உருவாக்கத்தை ஆசிரியர் குழு கவனித்துக் கொள்ள அதன் விநியோகத்தில் மக்கள் கலாசாரக் கழகத்தின் தோழர்கள் நேரடியாக ஆர்வமுனைப்புடன் ஈடுபட்டதால் 20000 படிகள் விற்பனை சாத்தியமாயிற்று என்கிறார் பா.செயப்பிரகாசம். சென்னை, மதுரை போன்ற பெரிய நகரங்களில் மட்டும் முகவர்கள் மூலம் விற்பனை, மற்ற ஊர்களில் நேரடியாகத் தோழர்கள் மூலம் விநியோகம் என்று மேலும் விளக்குகிறார்.

இந்தியக் கம்யூனிஸ்ட் கட்சியிலிருந்து மார்க்சிஸ்ட் கட்சி பிரிந்து போனது. மார்க்சிஸ்ட் கட்சியிலிருந்து எம்.எல். எனப்படும் மார்க்சிஸ்ட் லெனினிஸ்ட் கட்சி கிளைத்தது. தாய்க்கட்சிகளின் மெத்தனத்தில் சலிப்புற்று புரட்சிகர நோக்கங்களுடன் இப்படிக் கிளைத்த அமைப்பு களில் ஓர் எம்.எல் அமைப்பின் கலாசாரக் கழகம் தனது அதிகாரபூர்வ இலக்கிய இதழின் விற்பனையைச் சிகரத் துக்குக் கொண்டு போகும்போது தாய்க்கட்சிகளால் தங்கள் தங்கள் இதழ்களின் விற்பனையை விரிவாக்கம் செய்ய ஏன் இயலவில்லை என்பது விவாதத்துக்குரிய கேள்வி.

1981 முதல் 1991 வரை 10ஆண்டுகள் இலக்கியத் திங்களிதழாக இடைவிடாமல் வெளிவந்து தடம்பதித்த 'மனஓசை'யின் பிதாமகர் பா. செயப்பிரகாசம். இத்தனைக்கும் செயப்பிரகாசம் இலக்கியச் சிந்தனை அமைப்பின் பரிசு தவிர வேறெந்தப் பரிசையும் விருதையும் இதுநாள்வரை அறியாத எளிய ஆனால் அரிய எழுத்தாளர். சாகித்திய அகாதமி முதல் எப்பரிசையும் கலைமாமணி முதல் எவ்விருதையும் விரும்பாத மதிக்காத இலக்கியப் பிரகிருதி. பரிசுகள் எனப்படுபவை தொடக்கநிலை எழுத்தாளர்களுக்கு ஓர் ஊக்கமருந்தாகலாமே தவிர, அவற்றால் கர்த்தாக்களுக்கு எப்பயனும் இல்லை என்பதோடு அவற்றை வேட்டையாடும் அற்பக்குணமே வந்துசேர்கிறது எனவும் சுய மரியாதையுள்ள செயப்பிரகாசம் கருதுகிறார்.

2.6.1942இல் அன்றைய நெல்லை மாவட்டம் விளாத்திகுளம் ராமசந்திரபுரத்தில் ஏழை விவசாயக் குடும்பத்தில் பாலசுப்ர மணியம், வெள்ளையம்மாள் தம்பதியினருக்குப் பிறந்த செயப் பிரகாசத்தின் நினைவில் பசுமையாக நிற்கும் நிகழ்வுகள்– நிலத்துக்குரிய தீர்வையைக் கட்ட முடியாமல் அவரது தந்தையார் பஞ்சாயத்தில் கண்ணீர் விட்டு அழுத காட்சி. உயர்நிலைப் பள்ளியில் மதிய உணவுத்திட்டம் தொடங்கப்பட்டபோது, அன்றைய முதல்வர் காமராஜ் வழங்கிய சோற்றுப் பொட்டலத்தைப் பள்ளியின் முதல்மாணவன் என்னும் தகுதியில் கையேந்தி வாங்கிய காட்சி.

இத்தகைய பின்னணியில் படித்து, மதுரை தியாகராசர் கல்லூரியில் தமிழில் முதுகலை தேறிய செயப்பிரகாசம் தொடக் கத்தில் திராவிட முன்னேற்றக் கழக அனுதாபி. இந்தி எதிர்ப்புப் போராட்டத்தில் ஈடுபட்டதால் தேசியப் பாதுகாப்புச் சட்டத்தின் கீழ் கைதாகி, பாளையங்கோட்டைச் சிறைவாச அனுபவம். போகப்போக பொதுவுடைமை அரசியல், மார்க்சிஸ்ட் லெனினிஸ்ட் இயக்கம் என்று படிப்படியாகப் பரிணாமம். 1968இல் மதுரை வக்ப் வாரியக் கல்லூரியில் விரிவுரையாளர். 1971இல் மக்கள்தொடர்பு அலுவலர். இறுதியாக அத்துறையின் இணை இயக்குநராகப் பணியாற்றி ஓய்வு.

"செயப்பிரகாசத்தின் எழுத்தில் என்னை மிகவும் கவர்ந்தது அவருடைய கவித்துவ நடை. இதைப் பல இடங்களில் படிக்கும் போது, அய்யோ நமக்கு இப்படி எழுத வரமாட்டேங்குதே என்று நினைப்பேன்." என கி. ராஜநாராயணன் வியக்கும் அளவு மண்ணின்மணம் கமழும் அற்புதத் தமிழ்நடை வாய்க்கப் பெற்ற செயப்பிரகாசம், 'மனஓசை'க்காகத் தமது படைப்பாக்க மனநிலையைத் தியாகம் செய்துவிட்டுப் பத்திரிகையாளராக வாழ்ந்தவர். இவரது முதல்கதை 'குற்றம்' 'தாமரை'யில் 1971இல்

பிரசுரமானது. அரசுப்பணியில் இருந்த காரணத்தால் சூரியதீபன் என்னும் புனைபெயரில் 'கார்க்கி', 'கண்ணதாசன்' போன்ற சிற்றிதழ்களில் தொடக்க காலத்தில் எழுதிவந்தார். மொழியும் கருத்தும் வெகு இயல்பாகப் பின்னிப் பிணைந்துபோகும் இவரது எழுத்துவன்மை 'கணையாழி', 'தினமணி', 'புதியபார்வை', 'தீராநதி', 'காலச்சுவடு', 'இந்தியாடுடே' ஆகிய பல இதழ்களையும் கவர்ந்தது. இன்று இணைய தளங்களிலும் சிறகு விரித்துள்ளது.

1971இல் தொடங்கி இன்றுவரை இவர் எழுதிய கதைகளின் முழுத்தொகுப்பைச் சந்தியா பதிப்பகம் வெளியிட்டுள்ளது. அதில் களந்தை பீர் முகம்மது இவரைப் பற்றி வர்ணிக்கும் அழகை இங்கே பதிவு செய்வது தகும்: "செய்தித்துறையில் உயர்ந்த பதவிகளுக்கு முன்னேறிச்சென்ற இவரை அதிகாரச் சுவடுகள் களங்கப்படுத்தவில்லை. அரசு அலுவலகத்தில் நுழையும் தென்றல்கூட அதிகாரச்சூடு பெற்று புயலாக வெளிவரும் என்னும் மயக்கத்தை முறியடித்து, தாம் கொண்டுசென்ற படைப்பாளி மனத்தை அப்படியே திரும்பக் கொண்டுவந்தவர் இவர். எனவேதான் இவரது படைப்புகள் இன்றுவரை போகன் வில்லாச் செடிகளுக்கும் குரோட்டன்களுக்கும் உள்ளே மூடுண்ட பங்களாக்களின் ரசமான வரிசையைப் படைக்காமல் சேரி வயல் தொழிற்சாலை ஏரி குளம் எனச் சுற்றிச்சுற்றி வருகின்றன."

'மனஓசை' முதல் இதழ் 1981 நவம்பரில் 1 ரூபாய் விலையில் வெளிவந்தது. பக்கம் 36. டெம்மி அளவு. ஆசிரியர் இரா. பழனிச் சாமி. அலுவலகம் – 37 'ஜெயந்தி' வீதி, 19, மில்லர்ஸ் சாலை, சென்னை – 600 010. அச்சிட்டவர் ஜீவா ஆறுமுகம், வீரபத்திரன் அச்சகம், 1/2, ஆறுமுக ஆச்சாரி சந்து, திருவல்லிக்கேணி, சென்னை – 600 005. வெளியீட்டாளர் – முல்லை அம்பரீடன். 1982 முதல் இதழின் அளவு டபுள் கிரவுன். விலை ஒன்றரை ரூபாய். 'மனஓசை'யின் ஆயுட்காலத்தின் பிற்பகுதியில் கே. நடராஜன் ஆசிரியர், வெளியீட்டாளர். அலுவலகம 24, சாரங்கபாணி தெரு, மேத்தாநகர், சென்னை – 600 029. அச்சகம் – மக்கள் கலை அச்சகம், பெரியார் பாதை, சூளைமேடு, சென்னை – 600 094.

'மனஓசை' தொடக்கத்தின்போது ஆசிரியர் பொறுப்பேற்ற இரா. பழனிச்சாமி அப்போது சட்டக்கல்லூரி மாணவர். இன்று கரூரில் வழக்குரைஞர். பிற்கால ஆசிரியர் கே. நடராசன் இப்போது தொலைக்காட்சியில் நிகழ்ச்சித் தயாரிப்பாளர். ஆசிரியர் குழுவில் இருந்த ரவி, தி. இளங்கோவன், முகிலன், சித்தார்த்தன் என்னும் புனைபெயர்களில் சாதத் ஹசன் மன்ட்டோவின் கதைகளை முதன்முதலில் தமிழில் கொண்டு வந்தார். கே. நடராசனை ஆசிரியராகக் கொண்ட காலப்

பகுதியில் வசந்தகுமார் (சேங்கோடன், நிழல்வண்ணன் ஆகியோர் ஆசிரியர் குழுவில் சிறிய பங்காற்றினர். மற்ற உறுப்பினர்கள் முறையே பொன். சின்னதம்பி, சீனிவாசன் (சுரேஷ்), பெருமாள் முருகன் (முருகு), வசந்தன், செங்கதிர் ஆகியோர்.

செயப்பிரகாசம் தலைமறைவு ஆசிரியராகவே இதழ்ப் பொறுப்புகளை இறுதிவரையில் கவனித்தார். தமது படைப் பாற்றலை இதழாளர் பணிக்காக 15 ஆண்டுகள் ஒதுக்கிவைத்தார். 'ஒன்றை இழந்துதான் ஒன்றை அடைய முடியும் என்னும் இயற்கை நியதி என் இலக்கியவாழ்வில் அப்படி விளையாடியது' என்கிறார்... "நானாவது படைப்பாற்றலை விட்டுக் கொடுத்தேன், 'மனஓசை'யைச் சேர்ந்த எழுத்தாளர்கள் தத்தம் இளமையையே புரட்சிகரச் சமூகப் பண்பாட்டுச் சிந்தனையிலும் செயல்களிலும் செலவிட்டுத் தியாகம் புரிந்தார்கள்" என நெகிழ்கிறார்.

'மனஓசை' செயப்பிரகாசத்தின் கைக்கு வருமுன் இரண் டாண்டுகள் அவ்விதழை நடத்தியது அம்பரீடன், மருதமுத்து, அண்ணாத்துரை, மருதம் இளந்தமிழன் ஆகியோர் கொண்ட குழு. அப்போதே அதில் பங்களிப்புச் செய்துவந்த செயப் பிரகாசம், முன்பிருந்தவர்களால் இதழை நடத்த முடியாத கட்டம் வந்தபோது மக்கள் கலாசாரக் கழகத்தின் சார்பில் தாமே ஏற்று நடத்த முன்வந்தார் என்பது 'மனஓசை'யின் பூர்விகம்.

'மனஓசை'யின் பூர்விகத்திற்கு இன்னொரு விளக்கமும் அவசியம். 1960களின் இறுதியில் மேற்குவங்க அரசியலில் தோன்றிய நக்சல் இயக்கத்தின் எதிரொலி ஆந்திராவில் தெலுங்கானாவில் ஒலித்து இலக்கியத்தில் திகம்பர கவிகள் தோன்றினார்கள். அப்படி உருவான புரட்சிகர இலக்கியப் பார்வையைச் சுவீகரித்துக்கொண்டு, கோவையில் ஞானி 'புதிய தலைமுறை'யைக் கொண்டுவந்தார் (1967 – 68). அதில் எஸ்.என். நாக ராஜன், எஸ்.வி. ராஜதுரை (மனோகரன்), புலவர் ஆதி போன் றோர் பணியாற்றினார்கள். தொடர்ந்து கோவை ஈஸ்வரன் 'மனித'னைக் கொண்டுவந்தார் (1971 – 72). 'மனிதன்' மூலம் இன்குலாப் வந்தார். அவரது பரிணாமத்தின் அடுத்த கட்டமாக 'புதிய மனிதன்' வந்தான். கல்யாணி, கேசவன், மார்க்ஸ், பழமலை, கோச்சடை ஆகியவர்கள் பங்களிப்பில் 'செந்தாரகை' வந்தது (1983 – 84).

இதே தடத்தில் எழுந்ததுதான் 'மனஓசை'. அப்படி எழுந்த 'மனஓசை'யின் இரண்டாம் பிரசவத்திற்கு செயப்பிரகாசம் தாய்க்கோலம் பூண்டார். இதுதான் 'மனஓசை'யின் தோற்றத் திற்கான பூர்விக நியாயம். கலை இலக்கியம் யாவும் மக்களுக்கே என்னும் முழக்கத்துடன் தோன்றிய 'மனஓசை', 'பாசிசக்

கலாசாரம் ஒழியட்டும்! மக்கள் கலாசாரம் மலரட்டும்!' என அறைகூவியது.

மக்கள் கலைஇலக்கியக் கழக மாத இதழாக மலர்ந்த 'மனஓசை'யின் முதல் தலையங்கம் (1981 நவம்பர்) இப்படிப் பிரகடனம் செய்கிறது: "மக்களைப் புதியபாதையில் பயணப் படவிடாமல் வியாபாரப் பத்திரிகைகள் விஷவிருட்சங்களாக வெடித்துப் பரவிவருகின்றன. இன்னொரு பக்கம் முகமூடி தரித்த முற்போக்கு இலக்கியங்கள் பொய்க்கால் ஆட்டம் ஆடுகின்றன. விஷவிருட்சங்களின் விதைகளை வேரோடு கிள்ளி எறியவும் பொய்முற்போக்கு இதழ்களின் முகத்திரையைக் கிழிக்கவும் 'மனஓசை' உறுதியேற்கிறது."

'மனஓசை'யின் 1987 மார்ச் இதழில் சிற்றிதழ்கள் சிலவற்றைப் பற்றிச் செய்யும் விமர்சனம் முதல் இதழில் வெளியான பிரகடன வாக்குமூலத்துடன் இணைத்துப் படிக்கத்தக்கது. "சனாதனக் கருத்துகளை மத்தியதரவர்க்கக் கருத்தியலாக்க முயலும் சிற்றிதழ் கள் குறித்தும் உடனடியாகச் சிந்திக்க வேண்டும். ஜனரஞ்சகப் பத்திரிகைகள் ஒரு தளத்தில் செய்துவருகிற அதே வேலையைச் சிறுபத்திரிகைகள் இன்னொரு தளத்தில் செய்கின்றன" (ஒரு புள்ளியில் குவியும் சிறு இதழ்கள். – எரிதழல் (அ. மார்க்ஸ்)

கேள்வி – பதில் பகுதியில் (களத்துமேடு) நாடாளுமன்ற உறுப்பினர்கள் படும் இன்னல்கள் பற்றி ஒரு கேள்வி. அதற்குப் பதில் இப்படி நெற்றியடியாக அமைகிறது: "மாதச்சம்பளம் 1500, பயணப்படி 15000, அமர்வின்போது தினப்படி 50, அதில் வருமானம் 14000, இலவச விமானப் பயணம், ரயிலில் போக எப்போதும் இலவச முதல்வகுப்பு, வரவேற்பறை, உணவருந்தும் அறை, ஒரு குளியலறை, இரு படுக்கையறை கொண்ட புதுதில்லி வீடு, வேலையாட்கள், அவர்கள் தங்குவதற்கும் வீடு, வெளி யாட்களுக்கு இவ்வீடு வாடகைக்கு விடப்படுவதால் வரும் வருமானம் 3000. இதற்கு மேல் அவர்களுக்கு என்னென்ன இன்னல்கள் என்பதை அவர்களிடமே கேட்கலாமே" என அந்த நெற்றியடிக்கு ஒரு முத்தாய்ப்பு.

"மதம் மாறுவதால் தாழ்த்தப்பட்ட மக்களின் விடுதலை சாத்தியமா?" என்றொரு கேள்வி. அதற்குப் பதில்: "கொடுமை கள் என்பது வெற்றுடம்பில் விழும் சவுக்கடிகள். மதமாற்றம் என்ற சட்டையை அணிந்தாலும் சவுக்கடிகள் விழுந்துகொண்டு தான் இருக்கும்."

'சிவப்புமல்லி' என்னும் திரைப்படத்திற்கு ஒரு விமர்சனம்: "நாம் எச்சரிக்கையாக இருக்க வேண்டும் செங்கொடியையும் சிவப்புநிறத்தையும் காட்டியே ஏகப்பட்ட தலைமுறை ஏமாந்து

கடந்துவிட்டது. இப்போது செங்கொடியும் சிவப்பு நிறமும் சினிமாவுக்கு வந்திருக்கிறது. எல்லா உறவுகளையும் கொச்சைப் படுத்தி காசாக்கிவிட்ட தமிழ்த்திரை இப்போது பாட்டாளி வர்க்கப் போராட்டங்களையும் 'போணி' பண்ண ஆரம்பித் திருக்கிறது."

பெரியாரியத்தையும் மார்க்சியத்தையும் ஒப்பிட்டு முன்னையது கருத்தியல்வாதம், சீர்திருத்தவாதம், வர்க்க சமரசம் என்று விமர்சிக்கும் 'மனஓசை' அதேசமயம் பெரியாருக்குப் பின்வந்த திராவிட இயக்கம் சார்ந்த கட்சிகளின் தலைமைகள் பெரியாரின் நாத்திகம், பகுத்தறிவு, பெண்ணியம் போன்ற நன்கொடைகளுக்கு எதிரான போக்கிலேயே நடைபோட்டு அவற்றை விழுங்கி வீணாக்கிவிட்டன என்றும் சுட்டிக் காட்டு கிறது. இக்கருத்து தொடர்பாக ஆய்வு அடிப்படையில் தெளிவான விவாதங்கள் நடைபெற 'மனஓசை' பாதைபோட்டுத் தந்துள்ளது.

நவீனக் கவிஞர்கள் பற்றிய அன்பாதவனின் அங்கதக் கவிதை (நவம்பர் 1990) 'மனஓசை'யின் தொனிக்கு எடுத்துக் காட்டாக அமைவதால் அதனை இங்கே நினைவுகூரலாம்.

முதலில் தமிழே அல்லாத தமிழில்
வார்த்தைகளைச் சேர்த்துக்கொள்.

கவனம் – அர்த்தம் புரியக்கூடாது படிப்பவனுக்கு.

வாசகனை அழை. நெருங்கியவன்மேல்
படிமப்பாறையை உருட்டிவிடு.

சிதைந்தவனின் கண்களில் நெஞ்சினில் குறிகளில்
குறியிட்டு குத்தீட்டியைச் செருகு.

எழ முயல்பவனை எட்டி உதை. எதிர்க்கவிதையாய்
இஷ்டப்படி தாக்கு

நான்லீனியர், ஸட்ரக்சுரலிசம், இம்ப்ரஷனிசம்,
எக்சிஸ்டென்ஷியலிசம்,

மயிரு மண்ணாங்கட்டி எல்லாவற்றையும் போட்டமுத்தி
குரல்வளையின்மீது நின்று குதி.

நல்லது இப்போது நவீன கவிஞன் கிரீடத்தை
அணிந்துகொள்ளலாம்.

'மனஓசை'யின் சிறப்பான பகுதிகளில் 'இன்றைய எழுத் தாளர் வரிசை' என்னும் தொடர் குறிப்பிடத்தக்கது. சுரேஷ் (சீனிவாசன்), முருகு (பெருமாள்முருகன்) இருவரும் லா.ச. ராமா மிர்தம், வ. ராமசாமி, அஸ்வகோஷ், பாலகுமாரன், பட்டுக் கோட்டை கல்யாணசுந்தரம் போன்ற பலரது படைப்புகளை விமர்சித்து எழுத 7, 8 இதழ்கள் வந்த அத்தொடர் பெரிதும் பேசப்பட்டது. வசந்தகுமார் எழுதிய 'பாரதிதாசன் ஒரு

வரலாற்றுத்தேவை', 'திராவிட இயக்கக் கலாசாரம்' என்னும் தொடர்கள் பல கசப்பான உண்மைகளை வெளிச்சத்திற்குக் கொண்டுவந்தன.

கோவை ஞானி, கோ. கேசவன், அ. மார்க்ஸ் மூவரும் நடத்திய 'இலக்கியத்தில் அவலச்சுவை' விவாதம், மார்க்ஸ் வரைந்த 'பிரக்டின் இன்னொரு பரிமாணம்' என்னும் ஆய்வு, எஸ்.வி. ராஜதுரை, இந்திரன் இருவரும் மொழியாக்கம் செய்த கதை, கவிதைகள், செயப்பிரகாசத்தின் 'கிராமியக் கலைஞர்கள்' ('கிராமங்களின் கதைகள்' – அகரம் வெளியீடு), துரை அறிவழகனின் 'மேட்டாங்காட்டு ஓசைகள்' (தோழர்களின் வட்டாரப் பணி, அதன் எதிர்வினை குறித்து அவர்களோடு வாழ்ந்துபெற்ற அனுபவங்கள்), எழுத்தின் ஊற்றுக்கண் சுயானுபவங்களே என விவரிக்கும் 'வாழ்விலிருந்து இலக்கியம்' தொடர் ஆகியவை குறிப்பிடத்தக்கவை. வாழ்விலிருந்து இலக்கியம் தொடரில் ஜெயகாந்தன், இன்குலாப், பூமணி, அ. முத்தானந்தம் ஆகியோருடன் செயப்பிரகாசமும் எழுதியுள்ளார்.

முதல் கட்ட 'மனஓசை'யின் சில அம்சங்களைத் தமது 'மனஓசை'யில் அப்படியே உள்வாங்கிக் கொண்டதாகவும், சில பகுதிகளை நன்றியுடன் மறுபிரசுரம் செய்ததாகவும் செயப்பிரகாசம் நினைவு கூர்கிறார். 'களத்துமேடு' என்னும் கேள்வி – பதில் பகுதி, 'சிவந்தகண்கள் கவனிக்கின்றன' என்னும் அரசியல் சமூக விமர்சனம் இரண்டாம் 'மனஓசை'யிலும் தொடர்ந்தன. 'மலம் அள்ளும் தொழிலாளி' என்னும் மருதமுத்து கட்டுரை மறுபிரசுரம் செய்யப்பட்டது.

'மனஓசை'யில் பங்களிப்புச் செய்த பெரும்பான்மைப் படைப்பாளிகள் பலவிதங்களிலும் பிரபலங்கள்.– கி. ராஜநாராயணன், இன்குலாப், கோ. கேசவன், அ. மார்க்ஸ், ரவிக்குமார், சீனிவாசன், பெருமாள்முருகன், பாரதிபுத்திரன், அறிவுமதி, மனுஷ்யபுத்திரன், தேவிபாரதி, ஜெயந்தன், கோவை ஞானி, பரீக்ஷா ஞாநி, வசந்தகுமார், சுப்ரபாரதி மணியன், பூமணி, விழி.பா. இதயவேந்தன், பாவண்ணன், செ. யோகநாதன், சுகுமாரன், அன்பாதவன், ஸ்ரீதர கணேசன், சா. தேவதாஸ், செ. கோச்சடை, நிர்மால்யா, அபிமானி, குழந்தை சீனிவாசன், ப. சிவகுமார், த. ஆபிரஹாம், புதிய ஜீவா, கோவிந்தராஜ் என இப்பட்டியல் இன்னும் தொடரும். கோவிந்தராஜ் திருப்பூர் பனியன் கம்பனித் தொழிலாளி. 'மனஓசை'யின் ஆஸ்தான ஓவியர்கள் ஞானவேல், தியோ. திருஞானம் வடிவமைப்பைக் கவனித்துக்கொண்டு ஆசிரியர் குழுவிலும் பங்காற்றினர். மருது, சந்தானம், சந்ரு, விஸ்வம் போன்றோரின் ஓவியங்கள் 'மனஓசை'க்கு அழகூட்டின.

கலை இலக்கியம் குறித்தும், தலைவர்கள், எழுத்தாளர்கள், இதழாளர்கள், கலைஞர்கள் ஆகிய அனைத்துத் தரப்பினர் குறித்தும் புரட்சிகரப் பண்பாட்டுப் பார்வையின் அடிப்படையில் சுள்ளென்று தைக்கும் விமர்சனங்களைச் சுதந்திரமாக வெளி யிட்ட 'மனஓசை'யின் முழுத்தொகுப்பு காலத்தின் தேவை. குறைந்தபட்சம் அதன் கட்டுரைகள், விவாதங்கள் போன்றவற்றை யாவது தொகுத்து வெளியிட வேண்டும். பத்தாண்டுகள் இடை விடாமல் வந்துள்ள 'மனஓசை'யின் தெறிப்புகள் தமிழ்நாட்டின் தீவிர இடதுசாரி அரசியல் கலை இலக்கிய ஆவணமாக விளங்கும் என்பதில் இருவேறு கருத்துக்கு இடமில்லை.

ஜூன் 1 – 15, 2008

www.ingramcontent.com/pod-product-compliance
Lightning Source LLC
LaVergne TN
LVHW090302051026
849518LV00005B/1621